INTERMEDIATE SPOKEN VIETNAMESE

INTERMEDIATE SPOKEN VIETNAMESE

Franklin E. Huffman

and

Tran Trong Hai

Southeast Asia Program
120 Uris Hall
Cornell University
Ithaca, New York 14853

iii

International Standard Book
Number 978-0-87727-500-8

CONTENTS

PREFACE

The authors began work on this book in 1972 in response to
the needs of their students at Cornell University; the materials
were tested and refined with the cooperation of three classes of
intermediate Vietnamese students between the years 1973 and 1976.
The Dialogues and Drills for each lesson were written by Trần
Trọng Hải, Vietnamese Teaching Assistant 1972-4 and Teaching
Associate 1976-7; the Grammar Notes as well as the Introduction,
Vietnamese-English Glossary, and Index of Grammar Notes were
prepared by Franklin E. Huffman, Associate Professor of Southeast
Asian Linguistics. The Narration and Supplementary Vocabulary
sections were prepared by Miss Hoàng Thị Thanh-Giang, Vietnamese
Teaching Assistant 1974-6, who also typed most of the draft
manuscript. Lessons 1 through 11 of the final manuscript were
typed by Trần Trọng Hải, and Lessons 12-15, the Vietnamese-English
Glossary, and the Index of Grammar Notes were typed by Mr. Huỳnh
Trúc Lập, Vietnamese Teaching Associate 1977-8. The book was
prepared under the general editorship of Franklin E. Huffman,
who must accept responsibility for any errors or inaccuracies.
The authors would like to express their sincere gratitude to all
those -- teachers and students alike -- who contributed to the
completion of the book.

F. E. H.

T. T. H.

Ithaca, New York

May 1978

INTRODUCTION

There is general agreement among language teachers that students cannot bridge the gap between the basic structures of an intensive beginning course and the spoken competence required to express oneself in a variety of social contexts or to discuss written or literary texts. Adequate intensive beginning materials are available for most languages, but there are almost no audio-lingual materials designed to develop the student's competence beyond the beginning level; Intermediate Spoken Vietnamese is intended to meet that need for Vietnamese, and perhaps to serve as a model for intermediate spoken materials in other languages.

Although this book assumes familiarity with the basic structures and vocabulary in Eleanor H. Jorden et al., Vietnamese Basic Course, 2 volumes, Washington, D.C., Foreign Service Institute, 1967 (which we consider to be pedagogically the best materials currently available), the important grammatical points contained in the FSI volumes have been subsumed or summarized in our Grammar Notes, and the vocabulary contained in the Glossary of the FSI volumes has been included in our final Vietnamese-English Glossary, so that this book may be used independently as an intermediate spoken Vietnamese textbook, or even, if so desired, as an introduction to Vietnamese language study.

Each of the fifteen lessons in this book is divided into six sections: Dialogue, Grammar Notes, Drills, Narration, Questions on the Narration, and Supplementary Vocabulary.

A. Dialogue

Each Dialogue contains approximately fifteen sentences dealing with a specific social context, and in a style appropriate to the context; each sentence is preceded by the vocabulary and idiomatic expressions not previously met. In the English equivalents of the Vietnamese sentences, words present in the Vietnamese but not essential to the English translation are enclosed in parentheses ( ); words not present in the Vietnamese but necessary to the English translation are enclosed in brackets [ ]. The material in the Dialogue should be introduced by a native speaker of Vietnamese. Although there are differences in pronunciation and vocabulary between Northern, Central, and Southern Vietnamese, all dialects of Vietnamese are mutually intelligible throughout the country, and the student should in all cases imitate the speech of the native speaker. The following procedure should be followed in learning the Dialogues:

1) The students should read, or have read to them, the English equivalent of the word or sentence to be pronounced.

2) With the books closed, the students repeat the word or sentence after the teacher in unison. This should be done two or three times, or until the students can repeat the entire sentence at normal speed. In the case of long sentences, the teacher may want to break them at first into appropriate shorter phrases, building up to the complex sentence.

3) After having repeated all the sentences of the Dialogue with the books closed, the same procedure should be repeated with the students looking at their books in order to associate the sounds with their Vietnamese orthography.

4) As an assignment, the students should practice the sentences of the Dialogue until they can without hesitation give the Vietnamese sentence when supplied with the English equivalent, and vice versa. They should be prepared to demonstrate this mastery at the next class session.

B. Grammar Notes

The Grammar Notes are numbered in correspondence with the sentences of the preceding Dialogue to which they refer; each note is followed by the number of the drill or drills in Section C which illustrate it, and which provide additional examples of the

point under discussion. (The <u>Index of Grammar Notes</u> at the end
of the book provides a convenient reference to the sentences,
grammar notes, and drills dealing with specific points of grammar.)
Where appropriate, complete résumés of complex grammatical points
are provided; such notes usually contain the word 'Summary' in the
heading, and are particularly important. The Grammar Notes are
written in non-technical language, and should be studied carefully
by the student before proceeding to the Drills.

C. Drills

The objective of a drill is to develop students' competence
in a specific syntactic pattern (<u>not</u> a specific sentence) until
that pattern becomes productive for them in a variety of contexts;
thus drills are essential if the student wishes to 'know' the
language rather than simply 'know about' it. The following
approach to the drills is most successful:

1) The teacher should read each sentence of the drill to be
translated by individual students as an exercise in comprehension.
A drill can be effective only if the students are fully aware of
what they are saying.

2) The teacher should read the cue sentence, then read the
response for repetition in unison.

3) The teacher reads the cue sentence (or in the case of
Substitution Drills, the cue word), and the students perform the
substitution, expansion, transformation, or response called for
by the drill. If the response is short and simple, the students
should respond in unison. However, if the response called for is
long and/or complicated, the students should respond individually
the first time; then the drill should be repeated with the
students responding in unison.

Experience has shown that to attempt to go directly to
Step 3, which is the ultimate objective of each drill, without
the preliminary steps outlined above, is confusing to the student
and therefore counterproductive. Remember: the more frequently
students hear, imitate, or produce a particular pattern, the
better.

D. Narration

Students who have studied only Dialogues frequently lack the
ability to narrate a story or a sequence of events, which requires
quite a different set of linguistic features. The Narration of
each lesson is a recasting of the material covered in the Dialogue,
but in a style appropriate to discourse. New vocabulary and
patterns required by the narrative style are listed after each
Narration. The Narration can be used as a test for comprehension,
and as a model for writing short compositions in narrative style.

E. Questions on the Narration

One of the objectives of this section, as of Section D above,
is to develop and test the student's comprehension of oral material
presented at normal speed. It should be pointed out that Sections
D and E are not the traditional reading-translation exercises so
commonly found in language textbooks; rather, both these sections
should be presented orally in their entirety, with the students'
books closed.

F. Supplementary Vocabulary

This section is in a sense the most important of all; its
purpose is to enable the student to apply what he has learned in
the preceding sections. Recent research in language pedagogy has
shown that a steady diet of highly structured material is counter-
productive, and that students have a psychological need to experi-
ment, or 'try their wings', with what they have learned. Section
F provides additional words and phrases for use in free conver-
sation and in writing short compositions which go beyond the
substantive material presented in the lesson. The ability to use
Vietnamese in a variety of situations is, of course, what this
book is all about.

A. DIALOGUE

Teacher

lần trước	the last time, the previous time
dặn	to instruct, to advise
soạn	to prepare
bài	lesson, composition

1. Lần trước tôi dặn các anh soạn bài nào? — Which lesson did I tell you to prepare last time?

Student

trang	page

2. Dạ, bài số mười ở trang một trăm năm mươi bảy. — Lesson number ten on page 157.

Teacher

khó	difficult

3. Bài đó khó không? — Was that lesson difficult?

Student

cũng	still, nevertheless
hơi	rather, fairly

4. Dạ, cũng hơi khó. — Yes, [it] was rather difficult.

Teacher

làm sao?	how?, in what way?

5. Cũng hơi khó là làm sao? — In what way was [it] rather difficult?

Student

cũng ... như	just as ... as

1

6. Dạ, cũng khó như bài trước.   [It] was just as difficult as
                                    the previous lesson.

                        Teacher

    thế à?   really?, is that so?
    xếp   to fold, to arrange
    xếp ... lại   to fold back again (i.e.
                                    to close)

    đọc theo   to imitate, to read after
                                    (literally: to read
                                    follow)

7. Thế à? Thôi, các anh xếp   Really? Well, all of you close
   sách lại, đọc theo tôi.   your books and repeat after me.

                        Student

    câu   sentence
    thầy   title of respect for male
                                    teachers, scholars, and
                                    white-collar workers
    cắt   to cut
    cắt nghĩa   to explain (to delineate
                                    the meaning)

8. Câu này tôi không hiểu. Xin   This sentence I don't under-
   Thầy cắt nghĩa.   stand; would you (Teacher)
                                    please explain.

                        Teacher

9. Câu nào?   Which sentence?

                        Student

    vừa   to have just + Verb
    xong   .   to finish, to complete

10. Câu chúng ta vừa đọc xong.   The sentence we just finished
                                    reading.

	Teacher
chỗ	place, point
cứ việc	to feel free (to), to go ahead (and)

11. Chỗ nào không hiểu thì cứ việc hỏi.

[If there's] any point [you] don't understand, (then) go ahead [and] ask.

12. Có ai muốn hỏi gì nữa không?

Does anybody want to ask anything else?

Student

13. Dạ, không.

No.

Teacher

14. Bây giờ bài nầy còn khó không?

Is the (this) lesson still difficult now?

Student

| dễ | to be easy |

15. Dạ không, dễ rồi.

No, [it's] easy now.

B. GRAMMAR NOTES

The following Grammar Notes are numbered in correspondence with the sentences of Section A: Dialogue to which they refer. Each note is followed (in parentheses) by the number of the drill or drills in Section C which illustrate it, and which provide additional examples of the point under discussion. Since some sentences in Section A may not require a grammar note, the numbers of the grammar notes are not necessarily consecutive. On the other hand, some sentences may have a corresponding grammar note, but do not require a drill. You should review the basic sentences in Section A, then study the corresponding grammar note in Section B (if any), and finally practice the corresponding drill or drills in Section C (if any).

1. Trước after Time Expressions (Drill 1)

Trước 'before' after a time expression means 'last, past, previous', as in

lần trước   '<u>last</u> time, <u>the previous</u> time'
hôm trước   '<u>the previous</u> day, <u>the other</u> day'
tuần trước   '<u>last</u> week, <u>the past</u> week'

(cf. tuần <u>sau</u> '<u>next</u> week', 5-C-3).

2. Số before Numerals (Drill 2)

<u>Số</u> 'number' between a noun and a numeral designates one of a sequentially-numbered set; e.g.

bài <u>số</u> mười 'lesson <u>number</u> ten (i.e. lesson ten)'
nhà <u>số</u> hai trăm hai mươi lăm 'house <u>number</u> 225'

4. Cũng hơi before Stative Verbs (Drills 3-5)

<u>Cũng hơi</u> precedes stative verbs with the meaning 'rather, quite', as in

Bài đó <u>cũng hơi</u> khó.   That lesson is <u>rather</u> difficult.

The occurrence of <u>cũng</u> here, as in many other instances which will be illustrated in later lessons, carries the implication 'nevertheless, contrary to what might be expected'; this idea is frequently expressed in English solely by intonation, as in

'That lesson IS rather difficult.'

<u>Cũng hơi</u> is grammatically interchangeable with <u>cũng khá</u>, which is stronger or more definite in meaning; e.g.

Cô đó <u>cũng hơi</u> đẹp.   That girl is <u>rather</u> pretty.
Cô đó <u>cũng khá</u> đẹp.   That girl is <u>quite</u> pretty.

5. Là làm sao (Drill 5)

<u>Là làm sao</u> is an idiomatic expression which follows a predication with the meaning 'In what way is it...?', as in

Cũng hơi khó <u>là làm sao</u>?   <u>In what way</u> was [it] rather
                                                    difficult?

Its meaning might be translated more colloquially as

'What do you mean, it's rather difficult?'.

6. <u>Cũng</u> ... <u>như</u> (Drill 6)

    We have met <u>cũng như</u> 'the same as, similar to', as in

    Chiếc xe hơi này <u>cũng như</u>   This car is <u>the same as</u> that
      chiếc đó.   one.

<u>Cũng</u> + stative verb + <u>như</u> means '<u>just as</u> + stative verb + <u>as</u>,'
as in

    Bài này <u>cũng</u> khó <u>như</u> bài   This lesson is <u>just as</u> difficult
      trước.   <u>as</u> the previous one.
    Hà-nội <u>cũng</u> nóng <u>như</u> Vọng-   Hanoi is <u>just as</u> hot as Bangkok.
      các.

7a. <u>Lại after a Verb</u>

    You have been introduced to the pattern

      Verb + <u>lại</u>   'do so-and-so <u>again</u>' or '<u>repeat</u>
                            doing so-and-so'

as in

    Xin ông làm <u>lại</u>.   Please (sir) do [it] <u>again</u>.
    Ông ấy đọc <u>lại</u> ba lần nữa.   He <u>re</u>-read [it] three more times.

In this lesson, <u>lại</u> following Verb means 'back again, back to the
original position or condition,' as in

    Các anh <u>xếp</u> sách <u>lại</u>.   All of you <u>close</u> [your] books.
    Ông nên <u>đóng</u> của <u>lại</u>.   You (sir) should <u>close</u> the door.

7b. <u>Verb + theo</u>

    <u>Đọc theo</u> 'read + follow' means 'repeat after.' In this
context, since the teacher is obviously reading from a book, <u>đọc</u>
<u>theo</u> is used instead of <u>nói theo</u> 'say after, imitate.' Other
examples of <u>V + theo</u> are

    Làm <u>theo</u> tôi.   Do <u>as</u> I [do]. or Imitate me.
    Hát <u>theo</u> tôi.   Sing <u>after</u> me. or <u>Follow</u> me
                      (singing).

8a. <u>Topicalization</u> (Drill 7)

    In Vietnamese, as in English, the normal order of a sentence
is Subject + Verb + Object, as in

Tôi không hiểu cầu này.   I don't understand this sentence.
However, perhaps more frequently than in English, the object may
be preposed, as in

Cầu này tôi không hiểu.   This sentence I don't understand.
Cuốn này tôi không mua.   This volume I won't buy.

Since the object becomes the "topic" of the sentence, this trans-
formation sometimes is called 'topicalization,' and generally
results in greater emphasis on the 'object' of the sentence.

8b. Xin in Polite Imperative Sentences (Drill 8)

When xin 'to ask, request, beg' occurs initially in polite
imperative sentences it can best be translated 'please', as in

Xin thầy cát nghĩa.   Would you (teacher) please
                                explain.

Xin anh đừng đi.   Please (brother) don't go.

However, when xin is preceded by a subject, it functions as a
full verb, as in

Tôi xin thầy cát nghĩa.   I beg you (teacher) to explain.
Họ xin anh đừng đi.   They request that you (brother)
                                not go.

9. Unmarked Relative Clauses (Drill 9)

In Vietnamese, much more frequently than in English, relative
clauses are unmarked by a relative pronoun (the occurrence of mà
as a relative pronoun will be discussed at a later point), as in

Cầu chúng ta vừa đọc xong.   The sentence [which] we've just
                                read.

Đó là người tôi gặp hôm   That's the person [whom] I met
qua.   yesterday.

10. Vừa + Verb (Drills 9 and 10)

You have met mới + Verb with the meaning 'to have just, just
now, recently,' as in

Tôi mới đến.   I've just arrived.

Mới can be replaced with vừa in this context with little or no change in meaning, as in

Tôi vừa đến.   I've just arrived.

Câu chúng ta vừa đọc xong.   The sentence we've just read.

When both forms occur (i.e. mới vừa or vừa mới) the meaning is
more emphatic or immediate - something like 'just this minute.'

11. Cứ việc (Drill 11)

Cứ việc is an idiomatic expression which means 'to feel free
to, to go ahead and,' as in

Chỗ nào không hiểu thì cứ   If there is any point you don't
    việc hỏi.   understand, (then) go ahead
                                and ask.

Không muốn đi làm thì cứ   If you don't want to go to work,
    việc ở nhà.   (then) go ahead and stay
                                home.

12a. Gì as an Indefinite Pronoun (Drill 12)

You are familiar with gì as an interrogative pronoun, as in

Ông tên gì?   What is your name?

Ông muốn hỏi gì?   What do you want to ask?

Gì also occurs as an Indefinite Pronoun with the meaning 'anything',
as in

Ông muốn hỏi gì không?   Do you want to ask anything?

Tôi không muốn hỏi gì.   I don't want to ask anything.

12b. Ai as an Indefinite Pronoun (Drill 12)

You are also familiar with ai as an interrogative pronoun,
as in

Ai đi?   Who is going?

Ông đi với ai?   Whom are you going with?

Ai, like gì, also occurs as an Indefinite Pronoun with the
meaning 'anyone, anybody,' as in

Tôi không quen ai.   I don't know anybody.

Có ai muốn hỏi gì không?   Does anybody want to ask any-
                                thing?

12c. Nữa after gì (Drill 13)

You have met the word nữa with the meaning 'more, further, too, in addition', as in

    một giờ nữa   one more hour

    Tôi còn phải đi mua đồ nữa.   I still have to go shopping too.

After gì, nữa still means 'more, further, etc.' but it can be best translated 'else,' as in

    Tôi không muốn gì nữa.   I don't want anything else.

    Có ai muốn hỏi gì nữa   Does anybody want to ask any-
        không?   thing else?

14. Còn + Verb (Drill 14)

As a main verb còn means 'remain, be left, still have,' as in

    Tôi còn tiền.   I still have money.

Before a verb, however, còn can almost always be translated 'still,' as in

    Tôi còn phải đi mua đồ nữa.   I still have to go shopping too.

    Bây giờ bài này còn khó   Is the lesson still difficult
        không?   now?

C. DRILLS

1. Progressive Substitution Drill

(In this drill and the next there are four substitutions for each slot, for a total of 4 x 4 = 16 possible sentences.)

Lần trước tôi dặn các anh soạn   Which lesson did I tell you to
   bài nào?   prepare last time?

Hôm trước tôi dặn các anh đọc   Which lesson did I tell you to
   bài nào?   read last day (the other day)?

Tuần trước tôi dặn các anh   Which lesson did I tell you to
   học bài nào?   study last week?

Tháng trước tôi dạn các anh   Which lesson did I tell you to
   viết bài nào?   write last month?

2. Progressive Substitution Drill

Bài số mười ở trang một trăm   Lesson number ten on page 157.
   nam mươi bảy.
Bài số bốn ở trang nam mươi ba.   Lesson number four on page 53.
Bài số bảy ở trang tám mươi lăm.   Lesson number seven on page 85.
Bà° số hai ở trang ba mươi mốt.   Lesson number two on page 31.

3. Response Drill

Bài đó khó không?   Is that lesson difficult?
   Dạ, cũng hơi khó.   Yes, [it's] rather difficult.
Nhà đó lớn không?   Is that house big?
   Dạ, cũng hơi lớn.   Yes, [it's] rather big.
Câu đó dễ không?   Is that sentence easy?
   Dạ, cũng hơi dễ.   Yes, [it's] rather easy.
Ông đó giỏi không?   Is that man capable?
   Dạ, cũng hơi giỏi.   Yes, [he's] rather capable.
Cô đó đẹp không?   Is that girl pretty?
   Dạ, cũng hơi đẹp.   Yes, [she's] rather pretty.
Tiệm đó mắc không?   Is that store expensive?
   Dạ, cũng hơi mắc.   Yes, [it's] rather expensive.
Xe đó tốt không?   Is that vehicle good?
   Dạ, cũng hơi tốt.   Yes, [it's] rather good.
Báo đó mới không?   Is that newspaper new?
   Dạ, cũng hơi mới.   Yes, [it's] rather new.

4. Transformation Drill

Bài đó cũng hơi khó.   That lesson is rather difficult.
   Bài đó cũng khá khó.   That lesson is fairly
                                       difficult.
Nhà đó cũng hơi lớn.   That house is rather big.
   Nhà đó cũng khá lớn.   That house is fairly big.

Câu đó cũng hơi dễ.   That sentence is <u>rather</u> easy.
  Câu đó cũng khá dễ.   That sentence is <u>fairly</u> easy.
Ông đó cũng hơi giỏi.   That man is <u>rather</u> capable.
  Ông đó cũng khá giỏi.   That man is <u>fairly</u> capable.
Cô đó cũng hơi đẹp.   That girl is <u>rather</u> pretty.
  Cô đó cũng khá đẹp.   That girl is <u>fairly</u> pretty.
Tiệm đó cũng hơi mắc.   That store is <u>rather</u> expensive.
  Tiệm đó cũng khá mắc.   That store is <u>fairly</u> expensive.

Xe đó cũng hơi tốt.   That vehicle is <u>rather</u> good.
  Xe đó cũng khá tốt.   That vehicle is <u>fairly</u> good.
Báo đó cũng hơi mới.   That newspaper is <u>rather</u> new.
  Báo đó cũng khá mới.   That newspaper is <u>fairly</u> new.

5. <u>Substitution Drill</u>

Cũng hơi <u>khó</u> là làm sao?   In what way is [it] rather <u>difficult</u>?

Cũng hơi <u>lớn</u> là làm sao?   In what way is [it] rather <u>big</u>?
Cũng hơi <u>dễ</u> là làm sao?   In what way is [it] rather <u>easy</u>?
Cũng hơi <u>hay</u> là làm sao?   In what way is [it] rather <u>interesting</u>?

Cũng hơi <u>ngon</u> là làm sao?   In what way is [it] rather <u>tasty</u>?
Cũng hơi <u>cay</u> là làm sao?   In what way is [it] rather <u>spicy</u>?

Cũng hơi <u>giỏi</u> là làm sao?   In what way is [he] rather <u>capable</u>?

Cũng hơi <u>xấu</u> là làm sao?   In what way is [it] rather <u>poor</u>?

6. <u>Combination-Transformation Drill</u>

Bài này khó. Bài trước khó.   This lesson is difficult. The previous lesson is difficult.

  Bài này cũng khó như bài   This lesson is just as diffi-
trước.   cult as the previous one.

Câu này hay. Câu đó hay. / This sentence is good (well-formed). That sentence is good.

Câu này cũng hay như câu đó. / This sentence is just as good as that one.

Chiếc này tốt. Chiếc đó tốt. / This one (vehicle) is good. That one is good.

Chiếc này cũng tốt như chiếc đó. / This one (vehicle) is just as good as that one.

Tiệm này rẻ. Tiệm đó rẻ. / This shop is inexpensive. That shop is inexpensive.

Tiệm này cũng rẻ như tiệm đó. / This shop is just as inexpensive as that one.

Cuốn này mới. Cuốn đó mới. / This volume is new. That volume is new.

Cuốn này cũng mới như cuốn đó. / This volume is just as new as that one.

Ông Quang giỏi. Ông Hùng giỏi. / Mr. Quang is capable. Mr. Hùng is capable.

Ông Quang cũng giỏi như ông Hùng. / Mr. Quang is just as capable as Mr. Hùng.

Cô Liên đẹp. Cô Nga đẹp. / Miss Liên is pretty. Miss Nga is pretty.

Cô Liên cũng đẹp như cô Nga. / Miss Liên is just as pretty as Miss Nga.

7. Transformation Drill

Tôi không hiểu câu này. / I don't understand this sentence.
Câu này tôi không hiểu. / This sentence I don't understand.

Tôi không biết ông ấy. / I don't know that man.
Ông ấy tôi không biết. / That man I don't know.

Tôi không mua cuốn này. / I'm not buying this volume.
Cuốn này tôi không mua. / This volume I'm not buying.

Tôi không đọc sách đó. / I don't read that kind of book.
Sách đó tôi không đọc. / That kind of book I don't read.

Tôi không bán cái này.   I'm not selling this one (thing).
   Cái này tôi không bán.   This one (thing) I'm not
                                   selling.

Tôi không quen cô đó.   I'm not acquainted with that
                                lady.
   Cô đó tôi không quen.   That lady I'm not acquainted
                                with.

8. Substitution Drill

Xin <u>thầy</u> cát nghĩa.   Would you (<u>teacher</u>) please
                                explain.

Xin <u>ông</u> cát nghĩa.   Would you (<u>sir</u>) please explain.
Xin <u>cô</u> cát nghĩa.   Would you (<u>miss</u>) please explain.
Xin <u>bà</u> cát nghĩa.   Would you (<u>madam</u>) please explain.
Xin <u>anh</u> cát nghĩa.   Would you (<u>brother</u>) please
                                explain.

Xin <u>chị</u> cát nghĩa.   Would you (<u>sister</u>) please explain.
Xin <u>các thầy</u> cát nghĩa.   Would you (<u>teachers</u>) please
                                explain.

Xin <u>các ông</u> cát nghĩa.   Would you (<u>sirs</u>) please explain.
Xin <u>các cô</u> cát nghĩa.   Would you (<u>misses</u>) please
                                explain.

Xin <u>các bà</u> cát nghĩa.   Would you (<u>madams</u>) please
                                explain.

Xin <u>các anh</u> cát nghĩa.   Would you (<u>brothers</u>) please
                                explain.

Xin <u>các chị</u> cát nghĩa.   Would you (<u>sisters</u>) please
                                explain.

9. Response Drill

Câu nào? (đọc)   Which sentence? (read)
   Câu chúng ta vừa đọc xong.   The sentence we've just read.
Câu nào? (học)   Which sentence? (learn)
   Câu chúng ta vừa học xong.   The sentence we've just
                                learned.

Câu nào? (viết)
   Câu chúng ta vừa viết xong.

Câu nào? (nói)
   Câu chúng ta vừa nói xong.

Bài nào? (đọc)
   Bài chúng ta vừa đọc xong.

Bài nào? (học)
   Bài chúng ta vừa học xong.

Bài nào? (viết)
   Bài chúng ta vừa viết xong.

Bài nào? (soạn)
   Bài chúng ta vừa soạn xong.

Which sentence? (write)
   The sentence we've just written.

Which sentence? (say)
   The sentence we've just said.

Which lesson? (read)
   The lesson we've just read.

Which lesson? (study)
   The lesson we've just studied.

Which lesson? (write)
   The lesson we've just written.

Which lesson? (prepare)
   The lesson we've just prepared.

10. Transformation Drill

Câu chúng ta mới đọc xong.
   Câu chúng ta vừa đọc xong.
Chiếc chúng ta mới mua xong.

   Chiếc chúng ta vừa mua xong.
Bài chúng ta mới học xong.
   Bài chúng ta vừa học xong.
Cuốn sách anh mới viết xong.
   Cuốn sách anh vừa viết xong.
Tờ báo tôi mới coi.

   Tờ báo tôi vừa coi.
Thư-viện chúng ta mới ghé lại.
   Thư-viện chúng ta vừa ghé lại.
Bài các anh mới soạn xong.
   Bài các anh vừa soạn xong.

The sentence we've just read.
   [Same]
The one (vehicle) we've just bought.
   [Same]
The lesson we've just studied.
   [Same]
The book you've just written.
   [Same]
The newspaper I've just read (seen).
   [Same]
The library we've just stopped by.
   [Same]
The lesson you've just prepared.
   [Same]

11. Expansion Drill

Không hiểu thì hỏi.   If you don't understand then ask.
   Không hiểu thì cú việc hỏi.   If you don't understand then
             go ahead and ask.

Đói thì an.   If you're hungry then eat.
   Đói thì cú việc an.   If you're hungry then go
             ahead and eat.

Không có thì mượn.   If you don't have [it] then
             borrow [it].
   Không có thì cú việc mượn.   If you don't have [it] then
             go ahead and borrow [it].

Hết tiền thì đi nhà bang.   If you run out of money then
             go to the bank.
   Hết tiền thì cú việc đi nhà   If you run out of money then
bang.   go ahead and go to the bank.

Không muốn đi làm thì ở nhà.   If you don't want to go to work
             then stay home.
   Không muốn đi làm thì cú   If you don't want to go to
việc ở nhà.   work then go ahead and stay
             home.

Không muốn thì nói.   If you don't want [it] then
             speak up.
   Không muốn thì cú việc nói.   If you don't want [it] then
             go ahead and speak up.

Muốn đọc sách thì đi thư-viện.   If you want to read (books)
             then go to the library.
   Muốn đọc sách thì cú việc   If you want to read (books)
đi thư-viện.   then go ahead and go to the
             library.

12. Substitution Drill

Có ai muốn hỏi gì không?   Does anybody want to ask anything?
Có ai muốn an gì không?   Does anybody want to eat anything?
Có ai muốn mua gì không?   Does anybody want to buy anything?
Có ai muốn nói gì không?   Does anybody want to say anything?

Có ai muốn <u>nghe</u> gì không?	Does anybody want to <u>listen to</u> anything?
Có ai muốn <u>biết</u> gì không?	Does anybody want to <u>know</u> anything?
Có ai muốn <u>uống</u> gì không?	Does anybody want to <u>drink</u> anything?
Có ai muốn <u>làm</u> gì không?	Does anybody want to <u>do</u> anything?

13. Transformation Drill

Có ai muốn hỏi gì không?	Does anybody want to ask anything?
Có ai muốn hỏi gì <u>nữa</u> không?	Does anybody want to ask anything <u>else</u>?
Có ai muốn ăn gì không?	Does anybody want to eat anything?
Có ai muốn ăn gì <u>nữa</u> không?	Does anybody want to eat anything <u>else</u>?
Có ai muốn mua gì không?	Does anybody want to buy anything?
Có ai muốn mua gì <u>nữa</u> không?	Does anybody want to buy anything <u>else</u>?
Có ai muốn nói gì không?	Does anybody want to say anything?
Có ai muốn nói gì <u>nữa</u> không?	Does anybody want to say anything <u>else</u>?
Có ai muốn nghe gì không?	Does anybody want to listen to anything?
Có ai muốn nghe gì <u>nữa</u> không?	Does anybody want to listen to anything <u>else</u>?
Có ai muốn biết gì không?	Does anybody want to know anything?
Có ai muốn biết gì <u>nữa</u> không?	Does anybody want to know anything <u>else</u>?
Có ai muốn uống gì không?	Does anybody want to drink anything?
Có ai muốn uống gì <u>nữa</u> không?	Does anybody want to drink anything <u>else</u>?
Có ai muốn làm gì không?	Does anybody want to do anything?
Có ai muốn làm gì <u>nữa</u> không?	Does anybody want to do anything <u>else</u>?

14. <u>Transformation Drill</u>

Bài này khó.   This lesson is difficult.
   Bây giờ bài này còn khó   Is the lesson still difficult
   không?   (now)?

Ông ấy đói bụng.   He's hungry.
   Bây giờ ông ấy còn đói bụng   Is he still hungry (now)?
   không?

Cô Liên làm việc.   Miss Liên works.
   Bây giờ cô Liên còn làm   Is Miss Liên still working
   việc không?   (now)?

Anh Trí đi học.   (Brother) Trí goes to school.
   Bây giờ anh Trí còn đi học   Is (brother) Trí still going
   không?   to school (now)?

Bà Hương đến đây.   Mrs. Hương comes here.
   Bây giờ bà Hương còn đến   Is Mrs. Hương still coming
   đây không?   here (now)?

Ông Minh đọc báo.   Mr. Minh reads newspapers.
   Bây giờ ông Minh còn đọc báo   Is Mr. Minh still reading
   không?   newspapers (now)?

D. NARRATION

Khi lớp học bắt đầu, giáo-sư hỏi các sinh-viên lần trước ông ấy dặn soạn bài nào. Các sinh-viên trả lời bài số mười ở trang một trăm năm mươi bảy. Giáo-sư hỏi bài đó có khó không. Các sinh-viên trả lời là bài đó cũng khó như bài trước. Giáo-sư mới bảo các sinh-viên xếp sách lại và đọc theo ông. Một sinh-viên không hiểu nghĩa của câu vừa đọc và xin giáo-sư cắt nghĩa. Sau khi cắt nghĩa, giáo-sư hỏi còn ai muốn hỏi gì nữa không. Không ai muốn hỏi gì nữa. Giáo-sư lại hỏi bây giờ bài đó còn khó không, thì các sinh-viên trả lời là bài ấy dễ rồi.

<u>Vocabulary and Notes</u>

lớp   class, grade, classroom

lớp học	class session, class period, course of study
giáo-sư	teacher (secondary or university)
sinh-viên	student (university)
có	a particle which frequently occurs in questions; when translatable, its meaning is something like 'indeed, in fact'.
là	frequently occurs as a relative pronoun in indirect quotations with the meaning 'that, as follows'.
mới	then, thereupon, therefore (the function of mới here is similar to its use in the sentence: Một giờ tôi mới đi. 'At one o'clock I'm only then going', or 'I'm not going until one o'clock').
bảo	to tell, advise, instruct
nghĩa	meaning, significance
lại	again (doing something), to resume (doing something). Note the difference between lại hỏi 'to resume asking' and hỏi lại 'to ask (the same question) again'.

E. QUESTIONS ON THE NARRATION

1. Khi lớp học bắt đầu, giáo-sư hỏi gì?

   When the class started, what did the teacher ask?

2. Các sinh-viên trả lời ra sao?

   What (how) did the students reply?

3. Bài đó có khó không?

   Was that lesson (in fact) difficult?

4. Giáo-sư bảo các sinh-viên làm gì?

   What did the teacher tell the students to do?

5. Một sinh-viên xin giáo-sư làm gì?

   What did a student ask the teacher to do?

6. Tại sao sinh-viên đó xin giáo-sư cắt nghĩa?

   Why did that student ask the teacher to explain?

7. Sau khi cắt nghĩa, giáo-sư hỏi gì?

   After explaining [it], what did the teacher ask?

8. Có sinh-viên nào muốn hỏi gì   Did any student want to ask
   nữa không?   anything else?
9. Giáo-sư lại hỏi gì?   Then what did the teacher ask?
10. Các sinh-viên trả lời ra sao?   What did the students answer?

F. SUPPLEMENTARY VOCABULARY

Use the following supplementary vocabulary for free conver-
sation and for writing short compositions.

1. Classroom items: 2. Language:

(cái) bàn giấy desk   chữ word
(cái) ghế chair   câu sentence
(tấm) bảng đen blackboard   đoạn paragraph
(viên) phấn chalk   chương chapter
(cây) viết chì pencil   bài lesson
(cây) viết mực pen   bài báo newspaper article
mực ink   nhật-báo daily newspaper
(cuốn) tập writing tablet,   tạp-chí magazine
          exercise book   nghĩa meaning
(cái) cửa sổ window   định-nghĩa definition
(cái) cửa (ra vào) door   dịch to translate
(cái) khăn lau bảng eraser   tả to describe
(cái) bục platform   giải nghĩa to explain
                                       đánh vần to spell

LESSON TWO: GETTING ACQUAINTED

A. DIALOGUE

Mr. Taylor

toàn	entire, complete, whole, perfect
toàn ... không	entirely, all, all without exception
lạ	strange, odd, unfamiliar
người lạ	stranger, outsider, foreigner

1. Ở đây toàn người lạ không à! Gee, absolutely [everybody] here is a stranger. (Here [they are] all (without exception) strangers).

có	then, in fact

2. Anh có quen ai, giới-thiệu với tôi đi. [If] you (then) know anybody, introduce [him/them] to me.

Mr. Thương

3. Vậy à! Anh tới đây, tôi giới-thiệu với anh Thiện, bạn của tôi. Really! (You) come here [and] I'll introduce [you] to (older brother) Thiện, a friend of mine.

4. Anh Thiện, đây là anh Bruce Taylor ở Mỹ mới qua. (Older brother) Thiện, this is (older brother) Bruce Taylor, [who has] just come over from the States.

Mr. Thiện

5. Chào anh. Hello (older brother).

Mr. Taylor

6. Dạ, chào anh. (Polite particle), hello (older brother).

đại-học	higher studies
trường đại-học	university

19

Van-khoa   Faculty of Letters
7. A, anh học ở trương Đại-học   Oh, you study at the (University)
   Van-khoa, phải không?   Faculty of Letters, right?

Mr. Thiện

vâng (SVN: dạ)   yes
ban   section, division
cao-học   graduate (studies)
sử   history
địa   earth, land, geography
sử-địa   history and geography
8. Vâng, tôi học ban Cao-học   Yes, I study in the graduate
   Sử-địa.   section of history and geography.
mà   yet, but yet, that (sur-
                                  prisingly)
9. Còn anh, anh qua đây được   And you, how long have you been
   bao lâu rồi mà nói tiếng   (crossed) over here that [you]
   Việt giỏi quá vậy?   speak Vietnamese so (very) well?

Mr. Taylor

mới ... có   for just, for only, only to
                                  the extent of
10. Cám ơn anh. Tôi mới qua có   Thank you. I've been over [here]
    hai tuần.   for just two weeks.
    sinh-viên   (university) student
    lịch-sử   history
    ạ   polite final particle
11. Tôi là sinh-viên của một   I'm a student at an American
    trường đại-học Mỹ qua đây   university [and I've] come over
    học lịch-sử Việt-nam, anh ạ.   to study Vietnamese history,
                                   (older brother).

Mr. Thiện

chúng mình   we (intimate, inclusive)
môn   subject, field (of study)
12. Chà, chúng mình học cùng   So, we're [both] studying the
    môn.   same subject.

đang (SVN: đương)   be engaged in, in process of
luận-án   thesis, dissertation

13. Chắc anh đang viết luận-án?   You must be (in the process of)
                                     writing [your] dissertation?

Mr. Taylor

vì   because
tìm   to look for, search for
tài-liệu   documents, data

14. Cũng còn lâu mới xong anh   [I] won't be finished for a
    ạ, vì tôi còn tìm tài-liệu.   long time though (older brother),
                                     because I'm still collecting
                                     data.

đễ   in order to, for the purpose
                                     of

nhờ   to rely on, depend on (for
                                     doing something)

chỉ-dẫn   to explain, inform, advise

15. Chắc tôi còn phải gặp anh   I should probably meet you
    nhiều lần nữa để nhờ anh   several more times to ask for
    chỉ-dẫn.   your advice (rely on you to
                                     advise [me]).

Mr. Thiện

mong   to expect, hope to, anticipate
được + V   to experience (something
                                     desirable), to have the
                                     opportunity to

học-hỏi   to study, learn
nơi   place, location; with, at

16. Tôi cũng mong được học-hỏi   I'm also looking forward to
    thêm nơi anh.   (having the chance to) learning
                                     more from (with, at) you.

B. GRAMMAR NOTES

1. Toàn ... không à (Drills 1 and 2)

Toàn as a verb means 'to be entirely, to consist only of', and is usually reinforced by cả 'all, entirely', as in

Nhà họ toàn bằng gỗ cả.   Their house is made entirely
                      (consists only) of wood.

Before a verb toàn ... cả can be translated 'only, nothing but, exclusively', as in

Nó toàn đi tác-xi cả.   He only goes by taxi.

                  or

          He takes nothing but taxis.

Toàn ... cả can be replaced by the colloquial idiom toàn ... không à! with the more emphatic meaning 'absolutely nothing but', as in

Ở đây toàn người lạ không à! Gee, [there are] absolutely no-
                       thing but strangers here!

Cô ấy nói toàn tiếng Pháp   She speaks nothing but French.
   không à!

2a, 3. Unmarked Subordinate Clauses (Drill 3)

You have learned that the word thì sometimes serves as a subordinating conjunction with the meaning 'When ..., then ...' or 'If ..., then ...', as in

Tới đường Lê-Lợi thì quẹo   [When you] get to Lê-Lợi Street
   tay trái.   (then) turn left.

Chỗ nào không hiểu thì cứ   [If there's] any point [you]
   việc hỏi.   don't understand, (then) go
                      ahead [and] ask.

However, a subordinate clause may precede a main clause without any marking whatever, and the subordinating conjunction must be "supplied" in English, as in

Anh có quen ai, giới-thiệu   [If] you know anybody, intro-
   với tôi đi.   duce [him/them] to me.

```
Anh tới đây, tôi giới-        [If] you'll come here, I'll
    thiệu với anh Thiện.          introduce [you] to Thiện.
                                          or
                              Come here [and] I'll introduce
                                  [you] to Thiện.
```

2b. Có as an Auxiliary

You have met có as a main verb with the meaning 'to have', as in

```
Tôi không có đồng-hồ.         I don't have a watch.
```
as well as with the meaning 'there is, there are', as in

```
Có đồng-hồ đằng kia kìa.      There's a clock right over there.
Ở đây không có ai biết.       There's nobody here [who] knows.
Có nhiều người Tàu ở đó.      There are many Chinese people
                                  there.
```

Có also occurs as a preverbal auxiliary with a variety of functions, many of which are not normally translated in English. (The various functions of có will be summarized in a later lesson). The most general meaning of có as an auxiliary is something like 'in fact, indeed' or 'then, therefore', and usually refers back to some context already stated or understood, as in

```
Anh có quen ai, giới-thiệu   [If] you (then/therefore/in fact)
    với tôi đi.                  know anybody, introduce [him/
                                  them] to me.
```
(following the statement 'Absolutely everybody here is a stranger.')

4. Ở + Verb of Motion (Drill 4)

You already know that ở as a main verb means 'to live, be located (at)', as in

```
Ông ở đâu?                    Where do you live?
Nhà thương ở đâu?             Where is the hospital (located)?
```
After a main verb, ở is usually translated 'at, in', as in

```
Ông ấy làm việc ở nhà giấy    He works at the post office.
    thép.
Cô ấy học ở Nữu-Ước.          She studies in New York.
```

In the construction ở + place + verb of motion, ở still <u>means</u>
'to be located', but in English it <u>must be translated</u> 'from',
as in

    Ông ấy ở Mỹ qua.   He's coming over <u>from</u> America.

                        (Lit.: He <u>is in</u> America [and]

                        is coming over.)

    Tôi ở Hà-nội đi Huế.   I went <u>from</u> Hà-nội to Huế.

                        (Lit.: I <u>was in</u> Hà-nội [and]

                        went to Huế.)

When the auxiliary <u>mới</u> 'to have just' occurs in such construction,
it usually precedes the second verb, as in

    Anh Bruce Taylor ở Mỹ <u>mới</u>   Bruce Taylor <u>has just come over</u>

      qua.   <u>from</u> America.

    Chị ấy ở chợ <u>mới về</u>.   She <u>has just come back from</u>

                        the market.

    Ông ấy ở nhà thương <u>mới ra</u>. He <u>has just gotten out of</u> the

                        hospital.

7, 8. <u>Vâng as an Affirmative Response Particle</u> (Drill 5)

    You are familiar with the tag question <u>phải không</u> 'right?,
isn't it?, aren't you?, etc.' and the response <u>Dạ phải</u> 'Yes,
that's right', as in

    Ông là người Việt, phải   You're a Vietnamese, aren't

      không?   you?

    Dạ phải, tôi là người Việt. Yes, I'm a Vietnamese.

In Northern Vietnamese, <u>Dạ phải</u> can be replaced by <u>Vâng</u> or <u>Vâng</u>
<u>phải</u>, as in

    Anh học ở trường Đại-học   You study at the Faculty of

      Văn-khoa, phải không?   Letters, right?

    <u>Vâng</u>, tôi học ở trường   <u>Yes</u>, I study at the Faculty of

      Đại-học Văn-khoa.   Letters.

9. <u>Mà as a Coordinating Conjunction</u> (Drill 6)

    You have met <u>mà</u> only as a final particle 'but of course,
didn't you know?', as in

Tôi và ông ấy cùng làm một   He and I work in the same office
    sở mà!   (didn't you know?)!

As a conjunction, mà means 'yet, and yet, that (suprisingly)',
as in

Anh qua đây được bao lâu   How long have you been here,
    rồi, mà nói tiếng Việt   that [you] speak Vietnamese
    giỏi quá vậy?   so (very) well?

The implication of this sentence is 'Since you speak Vietnamese
so well, you must have been here a long time, yet I don't think
you've really been here very long; how long have you in fact been
here?'

A less complex example of mà as a conjunction is

Anh ấy mới qua Việt-nam mà   He's just come over to Vietnam
    nói tiếng Việt giỏi lắm.   yet (surprisingly) [he]
                            speaks Vietnamese very well.

or: 'Although he's just come over to Vietnam, [he] speaks Viet-
namese very well'. (The various functions of mà will be summarized
in a later lesson.)

10. Mới ... có (Drills 7 and 8)

You have met mới as an auxiliary meaning 'to have just (done
something)', as in

Tôi mới đến hôm qua.   I just arrived yesterday.
Anh ấy mới đi học.   He's just now left for school.

In the construction mới + verb + có + time expression, mới ... có
means 'for just, for only, only to the extent of', as in

Tôi mới ở đó có ba tháng.   I've lived there for only three
                            months.

Tôi mới qua có hai tuần.   I've been here (i.e. crossed
                            over) for just two weeks.
                      or: I came over just two weeks
                      ago

12a. Chúng mình (Drill 9)

You have learned that chúng ta means 'we, us (inclusive of

the addressee)', as in

    Chúng ta đi bộ lại đó đi!   Let's walk there, O.K.?,

while chúng tôi means 'we, us (excluding the addressee)', as in

    Chúng tôi muốn đi với ông. We want to go with you.

Chúng mình, like chúng ta, includes the addressee, but implies
greater intimacy or friendship, as in

    Chúng mình học cùng môn.   We're [both] studying the same
                                    subject.

    Chúng mình đi phố đi.   Let's go downtown, O.K.?

12b. Cùng (Drill 9)

    You have seen the expression cùng một 'the same' (lit.:
'together one'), as in

    Tôi và ông ấy làm cùng một He and I work [in] the same
      sở.   office.

Rather idiomatically, cùng may occur without một, with the same
meaning, as in

    Chúng mình làm cùng sở.   We're [both] working [in] the
                                   same office.

    Chúng mình học cùng môn.   We're [both] studying the same
                                    subject.

13. Đang as an Auxiliary (Drills 10 and 11)

    The English progressive ending -ing has no exact equivalent
in Vietnamese; e.g. the following sentences would normally be
translated by the English progressive:

    Ông làm gì?   What are you doing?

    Tôi an cơm.   I'm eating.

When đang precedes a verb, it can also be translated by -ing, but
its meaning is more specifically 'to be in the process of, to be
presently engaged in', as in

    Chắc anh đang viết luận-   You must be (engaged in) writing
      án?   [your] dissertation?

    Tôi đang tìm tài-liệu.   I'm (in the process of) searching
                                      for data.

In other words, -ing in English is purely grammatical, but đang
in Vietnamese adds meaning.

14a. Cũng còn lâu mới + V (Drill 12)

You know that mới after a time expression means 'not until,
only then', as in

Chừng một giờ tôi mới đi.   I'm not going until about one
                                   o'clock.

Cũng còn lâu mới ... means 'it will still be a long time until
...', as in

Cũng còn lâu mới xong.   It will still be a long time
                                   before [I'm] finished.
                             or: [I] won't be finished for
                                   a long time.

14b. Vì as a Subordinating Conjunction (Drills 12 and 13)

Vì 'because, since' is a conjunction which precedes a sub-
ordinate clause, as in

Cũng còn lâu tôi mới xong,   I won't be finished for a long
    vì tôi còn tìm tài-liệu.   time though, because I'm still
                                   collecting data.

Tôi không đi được, vì tôi   I can't go, because I have to
    phải làm việc.   work.

When a subordinate clause introduced by vì occurs at the beginning
of the sentence, the main clause is preceded by nên 'so, then,
therefore', as in

Vì tôi phải làm việc nên   Since I have to work (then) I
    tôi không đi được.   can't go.

15. Nhờ before a Clause (Drill 14)

Nhờ means 'to ask (a favor of someone), to rely on (someone
to do something)', as in

Chắc tôi còn phải gặp anh   I should probably meet you several
    nhiều lần nữa để nhờ   more times to ask for your
    anh chỉ-dẫn.   advice (rely on you to advise
                                   [me]).

In a polite imperative sentence, nhờ can best be translated
'please', as in

    Nhờ anh kêu giùm tôi.   Would you please order for me?

16. Được before a Verb (Drill 15)

    You already know that được following a verb means 'to be
able to', as in

    Tôi đi được.   I can go.
    Tôi không đi được.   I can't go.
    or: Tôi đi không được.

Được preceding a verb, however, means 'to experience or undergo
 (something desirable), to have the opportunity to', as in

    Tôi cũng mong được học-hỏi   I also hope to have the oppor-
       thêm nơi anh.   tunity to learn more from you.

(The functions of được will be treated more fully in a later
lesson).

C. DRILLS

1. Substitution Drill

ở đây toàn người lạ không à!   Gee, [there are] nothing but
                               strangers here.

ở đây toàn người Pháp không à!   Gee, [there are] nothing but
                               French here.

ở đây toàn sinh-viên không à!   Gee, [there are] nothing but
                               students here.

ở đây toàn báo tiếng Anh không à! Gee, [there are] nothing but
                               English newspapers here.

ở đây toàn sách tiếng Việt   Gee, [there are] nothing but
  không à!   Vietnamese books here.

ở đây toàn đồ mắc tiền không à! Gee, [there are] nothing but
                               expensive items here.

2. <u>Transformation Drill</u>

Ông ấy đọc sách tiếng Anh.

  Ông ấy đọc <u>toàn</u> sách tiếng
Anh <u>không à</u>.

Cô ấy nói tiếng Pháp.

  Cô ấy nói <u>toàn</u> tiếng Pháp
<u>không à</u>.

Ông Thương uống cà-phê.

  Ông Thương uống <u>toàn</u> cà-phê
<u>không à</u>.

Bà Hồng ăn cá.

  Bà Hồng ăn <u>toàn</u> cá <u>không à</u>.

Cô Dung mua báo tiếng Tàu.

  Cô Dung mua <u>toàn</u> báo tiếng
Tàu <u>không à</u>.

Anh ấy muốn mượn tài-liệu
tiếng Nga.

  Anh ấy muốn mượn <u>toàn</u> tài-
liệu tiếng Nga <u>không à</u>.

Tiệm đó bán bánh mì.

  Tiệm đó bán <u>toàn</u> bánh mì
<u>không à</u>.

He reads English books.

  He reads <u>nothing but</u> English
books.

She speaks French.

  She speaks <u>nothing but</u>
French.

Mr. Thương drinks coffee.

  Mr. Thương drinks <u>nothing
but</u> coffee.

Mrs. Hồng eats fish.

  Mrs. Hồng eats <u>nothing but</u>
fish.

Miss Dung buys Chinese newspapers.

  Miss Dung buys <u>nothing but</u>
Chinese newspapers.

He wants to borrow Russian
documents.

  He wants to borrow <u>nothing
but</u> Russian documents.

That store sells bread.

  That store sells <u>nothing but</u>
bread.

3. <u>Substitution Drill</u>

Anh tới đây, tôi <u>giới-thiệu
với anh Thiện</u>.

Anh tới đây, tôi <u>chỉ đường cho</u>.

Anh tới đây, tôi <u>cho coi cái
này</u>.

Anh tới đây, tôi <u>cho một cuốn
sách</u>.

Come here and I'll <u>introduce
[you] to (older brother)
Thiện</u>.

Come here and I'll <u>show [you]
the way</u>.

Come here and I'll <u>let [you]
see this</u>.

Come here and I'll <u>give [you]
a book</u>.

Anh tới đây, tôi nhờ một chút.   Come here and do something for
                                        me (I'll ask a favor) for a
                                        while.

Anh tới đây, tôi hỏi cái này.   Come here and I'll ask [you]
                                        something (this thing).

4. Substitution Drill

Đây là anh Bruce Taylor ở Mỹ   This is (older brother) Bruce
    mới qua.   Taylor [who has] just come
                                         over from the States.

Đây là anh Paul Dubois ở Pháp   This is (older brother) Paul
    mới qua.   Dubois [who has] just come
                                         over from France.

Đây là anh Huon ở Cam-bốt mới   This is (older brother) Huon
    qua.   [who has] just come over
                                         from Cambodia.

Đây là anh Kim ở Triều-tiên   This is (older brother) Kim
    mới qua.   [who has] just come over
                                         from Korea.

Đây là anh Wong ở Trung-quốc   This is (older brother) Wong
    mới qua.   [who has] just come over
                                         from China.

Đây là anh Richard ở Anh mới   This is (older brother) Richard
    qua.   [who has] just come over
                                         from England.

Đây là anh Preechar ở Thái-lan   This is (older brother) Preechar
    mới qua.   [who has] just come over
                                         from Thailand.

Đây là anh Seiichi ở Nhụt mới   This is (older brother) Seiichi
    qua.   [who has] just come over
                                         from Japan.

Đây là anh Yuri ở Nga mới qua.   This is (older brother) Yuri
                                         [who has] just come over
                                         from Russia.

5. Response Drill

Anh học ở trường Đại-học Van-khoa, phải không?	You study at the Faculty of Letters, right?
Vâng, tôi học ở trường Đại-học Van-khoa.	Yes, I study at the Faculty of Letters.
Anh ở Mỹ mới qua, phải không?	You've just come over from the States, right?
Vâng, tôi ở Mỹ mới qua.	Yes, I've just come over from the States.
Chị đi Đà-lạt, phải không?	You'll go to Đà-lạt, right?
Vâng, tôi đi Đà-lạt.	Yes, I'll go to Đà-lạt.
Cô mới ở Huế tới, phải không?	You've just arrived from Huế. right?
Vâng, tôi mới ở Huế tới.	Yes, I've just arrived from Huế.
Anh đang tìm tài-liệu, phải không?	You're searching for data, right?
Vâng, tôi đang tìm tài-liệu.	Yes, I'm searching for data.
Bà ở đây nam tháng rồi, phải không?	You've lived here for five months, right?.
Vâng, tôi ở đây nam tháng rồi.	Yes, I've lived here for five months.

6. Combination Drill

Anh ấy mới qua Việt-nam. Anh ấy nói tiếng Việt giỏi lắm.	He's just come over to Vietnam. He speaks Vietnamese very well.
Anh ấy mới qua Việt-nam mà nói tiếng Việt giỏi lắm.	He's just come over to Vietnam and yet [he] speaks Vietnamese very well.
Anh ấy mới học tiếng Việt. Anh ấy đọc sách tiếng Việt giỏi lắm.	He's just learned Vietnamese. He reads Vietnamese (books) very well.
Anh ấy mới học tiếng Việt mà đọc sách tiếng Việt giỏi lắm.	He's just learned Vietnamese and yet [he] reads Vietnamese (books) very well.

Anh ấy mới ở Hà-nội hai tháng.   He's been in Hà-nội for only
Anh ấy tìm nhà giỏi lắm.   two months. He's very good at
                                    locating places (houses).

    Anh ấy mới ở Hà-nội hai   He's been in Hà-nội for
    tháng mà tìm nhà giỏi lắm.   only two months and yet [he
                                        is] very good at locating
                                        places (houses).

Cô ấy mới qua đây. Cô ấy biết   She's just come over here. She
nhiều người.   knows many people.

    Cô ấy mới qua đây mà biết   She's just come over here
    nhiều người.   and yet [she] knows many
                                        people.

Cô ấy nhỏ tuổi. Cô ấy học giỏi.   She's young (small in age). She's
                                    a good student (studies well).

    Cô ấy nhỏ tuổi mà học giỏi.   She's young and yet [she's]
                                        a good student.

Ông ấy lớn tuổi rồi. Ông ấy   He's already old (big in age).
chưa có gia-đình.   He's still single (doesn't have
                                    a family yet).

    Ông ấy lớn tuổi rồi mà   He's already old and yet
    chưa có gia-đình.   [he's] still single.

7. Substitution Drill

Tôi mới qua có hai tuần.   I've just been (crossed) over
                                        for (only) two weeks.

Tôi mới qua có ba tháng.   I've just been (crossed) over
                                        for (only) three months.

Tôi mới qua có một năm.   I've just been (crossed) over
                                        for (only) one year.

Tôi mới qua có mười ngày.   I've just been (crossed) over
                                        for (only) ten days.

Tôi mới qua có nửa tháng.   I've just been (crossed) over
                                        for (only) half a month.

Tôi mới qua có một năm rưỡi.   I've just been (crossed) over
                                        for (only) a year and a half.

Tôi mới qua có ba tháng rưỡi.   I've just been (crossed) over
                                          for (only) three months and
                                          a half.

Tôi mới qua có hai mươi ngày.   I've just been (crossed) over
                                          for (only) twenty days.

8. Response Drill

Anh qua được bao lâu rồi? (hai   How long have you been over
tuần)   [here]? (two weeks)
    Tôi mới qua có hai tuần.   I've been over [here] for
                                             just two weeks.

Anh ở đây được bao lâu rồi?   How long have you lived here?
(nửa nam)   (half a year)
    Tôi mới ở đây có nửa nam.   I've live here for just
                                             half a year.

Anh làm việc ở đó được bao lâu   How long have you worked there?
rồi? (bảy tháng)   (seven months)
    Tôi mới làm việc ở đó có   I've worked there for just
    bảy tháng.   seven months.

Anh mượn cuốn sách đó được bao   How long have you had that
lâu rồi? (ba ngày)   book borrowed? (three days)
    Tôi mới mượn cuốn sách đó có   I've had that book borrowed
    ba ngày.   for just three days.

Anh đến Huế được bao lâu rồi?   How long ago did you get to Huế?
(mười ngày)   (ten days)
    Tôi mới đến Huế có mười ngày.   I got to Huế just ten days
                                             ago.

Anh học ở Van-khoa được bao lâu   How long have you studied at
rồi? (một nam)   the Faculty of Letters? (one year)
    Tôi mới học ở Van-khoa có   I've studied at the Faculty
    một nam.   of Letters for just one year.

9. Substitution Drill

Chúng mình học cùng môn.   We're studying the same subject.
Chúng mình làm cùng sở.   We're working [in] the same office.

Chúng mình ở cùng đường.	We're <u>living</u> [on] the same <u>street</u>.
Chúng mình học cùng trường.	We're <u>studying</u> [at] the same <u>school</u>
Chúng mình đi cùng xe.	We're <u>going</u> [in] the same <u>car</u>.
Chúng mình dạy cùng môn.	We're <u>teaching</u> the same <u>subject</u>.
Chúng mình học cùng thầy.	We're <u>studying</u> [with] the same <u>teacher</u>.

10. Substitution Drill

Anh đang <u>viết luận-án</u>, phải không?	You're <u>writing your dissertation</u>, right?
Anh đang <u>đọc sách</u>, phải không?	You're <u>reading (books)</u>, right?
Anh đang <u>học bài</u>, phải không?	You're <u>studying your lessons</u>, right?
Anh đang <u>viết thơ</u>, phải không?	You're <u>writing letters</u>, right?
Anh đang <u>làm việc</u>, phải không?	You're <u>working</u>, right?
Anh đang <u>tìm tài-liệu</u>, phải không?	You're <u>searching for data</u>, right?
Anh đang <u>ở với anh Thiện</u>, phải không?	You're <u>staying with (older brother) Thiện</u>, right?

11. Response Drill

Anh đang làm gì? (viết luận-án)	What are you doing? (write a dissertation)
Tôi đang viết luận-án.	I'm writing a dissertation.
Anh đang làm gì? (đọc sách)	What are you doing? (read a book)
Tôi đang đọc sách.	I'm reading a book.
Chị đang làm gì? (học bài)	What are you doing? (study my lessons)
Tôi đang học bài.	I'm studying my lessons.
Cô đang làm gì? (viết thơ)	What are you doing? (write letters)
Tôi đang viết thơ.	I'm writing letters.
Ông đang ở đâu? (nhà anh Thiện)	Where are you staying? (Thiện's house)
Tôi đang ở nhà anh Thiện.	I'm staying at Thiện's house.

Anh đang tìm gì? (tìm tài-liệu)   What are you searching for?
                                       (search for data)
    Tôi đang tìm tài-liệu.   I'm searching for data.
Bà đang làm gì? (soạn bài)   What are you doing? (prepare a
                                       lesson)
    Tôi đang soạn bài.   I'm preparing a lesson.
Chị đang học gì? (học lịch-sử   What are you studying? (study
Việt-Nam)   Vietnamese history)
    Tôi đang học lịch-sử Việt-   I'm studying Vietnamese
    Nam.   history.

12. Combination Drill

Cũng còn lâu tôi mới xong. Tôi   I won't be finished for a long
còn tìm tài-liệu.   time though. I'm still searching
                                       for data.
    Cũng còn lâu tôi mới xong   I won't be finished for a
    vì tôi còn tìm tài-liệu.   long time though because I'm
                                          still searching for data.
Cũng còn lâu tôi mới đi. Tôi   I won't go for a long time though.
còn học bài.   I'm still studying my lessons.
    Cũng còn lâu tôi mới đi vì   I won't go for a long time
    tôi còn học bài.   though because I'm still
                                          studying my lessons.
Cũng còn lâu tôi mới viết. Tôi   I won't write [it] for a long
còn đọc sách.   time though. I'm still reading
                                       a book.
    Cũng còn lâu tôi mới viết vì   I won't write [it] for a
    tôi còn đọc sách.   long time though because I'm
                                          still reading a book.
Cũng còn lâu tôi mới làm. Tôi   I won't do [it] for a long time
còn ăn trưa.   though. I'm still eating [my]
                                       lunch.
    Cũng còn lâu tôi mới làm vì   I won't do [it] for a long
    tôi còn ăn trưa.   time though because I'm
                                          still eating [my] lunch.

Cũng còn lâu tôi mới gởi. Tôi
chưa có tiền.

    Cũng còn lâu tôi mới gởi vì
    tôi chưa có tiền.

Cũng còn lâu tôi mới mượn. Tôi
chưa cần.

    Cũng còn lâu tôi mới mượn vì
    tôi chưa cần.

Cũng còn lâu tôi mới mua. Tôi
chưa đi phố.

    Cũng còn lâu tôi mới mua vì
    tôi chưa đi phố.

Cũng còn lâu tôi mới an. Tôi
chưa đói.

    Cũng còn lâu tôi mới an vì
    tôi chưa đói.

I won't send [it] for a long
time though. I don't have the
money yet.

    I won't send [it] for a
    long time though because I
    don't have the money yet.

I won't borrow [it] for a long
time though. I don't need [it]
yet.

    I won't borrow [it] for a
    long time though because I
    don't need [it] yet.

I won't buy [it] for a long time
though. I haven't gone to town
yet.

    I won't buy [it] for a long
    time though because I haven't
    gone to town yet.

I won't eat for a long time
though. I'm not hungry yet.

    I won't eat for a long time
    though because I'm not
    hungry yet.

13. Response Drill

Sao anh còn lâu mới xong? (còn
tìm tài-liệu)

    Vì tôi còn tìm tài-liệu.

Sao anh còn lâu mới đi? (còn
học bài)

    Vì tôi còn học bài.

Sao anh còn lâu mới viết? (còn
đọc sách)

    Vì tôi còn đọc sách.

Why won't you finish for a long
time? (still search for data)

    Because I'm still searching
    for data.

Why won't you go for a long time?
(still study lessons)

    Because I'm still studying
    [my] lessons.

Why won't you write [it] for a
long time? (still read a book)

    Because I'm still reading a
    bcok.

Sao anh còn lâu mới làm? (còn
an trưa)
    Vì tôi còn an trưa.

Why won't you do [it] for a long
time? (still eat lunch)
    Because I'm still eating
    [my] lunch.

Sao anh còn lâu mới gởi? (chưa
có tiền)
    Vì tôi chưa có tiền.

Why won't you send [it] for a
long time? (not have money yet)
    Because I don't have the
    money yet.

Sao anh còn lâu mới mượn? (chưa
cần)
    Vì tôi chưa cần.

Why won't you borrow [it] for a
long time? (not need [it] yet)
    Because I don't need [it]
    yet.

Sao anh còn lâu mới mua? (chưa
đi phố)
    Vì tôi chưa đi phố.

Why won't you buy [it] for a
long time? (not go to town yet)
    Because I haven't gone to
    town yet.

Sao anh còn lâu mới an? (chưa
đói)
    Vì tôi chưa đói.

Why won't you eat for a long
time? (not hungry yet)
    Because I'm not hungry yet.

14. Substitution Drill

Tôi muốn nhờ anh chỉ-dẫn.

I'd like to ask you for advice
(rely on you to advise [me]).

Tôi muốn nhờ anh nói với ông Tâm.

I'd like to ask you to speak to
Mr. Tâm.

Tôi muốn nhờ anh đi thư-viện.

I'd like to ask you to go to
the library.

Tôi muốn nhờ anh đi phố.

I'd like to ask you to go to town.

Tôi muốn nhờ anh mua hai cuốn
sách.

I'd like to ask you to buy two
books.

Tôi muốn nhờ anh tìm tài-liệu.

I'd like to ask you to search
for data.

Tôi muốn nhờ anh đi nhà giây
thép.

I'd like to ask you to go to the
post office.

15. Substitution Drill

Tôi cũng mong được <u>học-hỏi thêm nơi anh</u>.	I'm also looking forward to <u>learning more from you</u>.
Tôi cũng mong được <u>ở gần anh</u>.	I'm also looking forward to <u>staying near you</u>.
Tôi cũng mong được <u>làm việc với anh</u>.	I'm also looking forward to <u>working with you</u>.
Tôi cũng mong được <u>biết ông ấy</u>.	I'm also looking forward to <u>knowing him</u>.
Tôi cũng mong được <u>đọc tờ báo đó</u>.	I'm also looking forward to <u>reading that newspaper</u>.
Tôi cũng mong được <u>đi Huế chơi</u>.	I'm also looking forward to <u>visiting Huế</u>.
Tôi cũng mong được <u>giới-thiệu với cô ấy</u>.	I'm also looking forward to <u>being introduced to her</u>.
Tôi cũng mong được <u>nghe ông cắt nghĩa</u>.	I'm also looking forward to <u>hearing you explain [it]</u>.

D. NARRATION

Trong một tiệc trà, vì không quen biết ai nên anh Bruce mới nhờ anh Thương giới-thiệu với vài người bạn của anh ta. Vì vậy, anh Thương giới-thiệu anh Bruce với anh Thiện. Anh Thương nói với anh Thiện là anh Bruce mới ở Mỹ qua. Anh Thiện nói với anh Bruce là ảnh học ban Cao-học Sử-địa ở trường Đại-học Văn-khoa. Anh ta ngạc-nhiên vì thấy anh Bruce nói tiếng Việt giỏi quá. Anh Bruce mới giải-thích là anh ta học tiếng Việt ở một trường đại-học Mỹ và qua đây để tìm tài-liệu lịch-sử Việt-Nam. Vì cả hai học cùng môn nên anh Bruce nói với anh Thiện là muốn gặp anh ấy nhiều lần nữa để nhờ chỉ-dẫn.

Vocabulary and Notes

trong	in, inside
tiệc trà	party, tea party

vì ... mới	since ... then
vài	a few, some, several
vì vậy	so, therefore
mới ở Mỹ qua	has just come from America. (This is an alternant of ở Mỹ mới qua which occurs in the dialogue, and has the same meaning.)
ngạc-nhiên	to be surprised
giải-thích	to explain, give the reason for, explain why

E. QUESTIONS ON THE NARRATION

1. Anh Bruce và anh Thương đang ở đâu?

Where are Bruce and Thương?

2. Anh Bruce có biết ai không?

Does Bruce know anybody?

3. Anh Bruce nhờ anh Thương làm gì?

What did Bruce ask (rely on) Thương to do?

4. Anh Thương giới-thiệu anh Bruce với ai?

To whom did Thương introduce Bruce?

5. Anh Thương nói gì về anh Bruce với anh Thiện?

What did Thương tell Thiện about Bruce?

6. Anh Thiện học gì?

What does Thiện study?

7. Anh ấy học ở đâu?

Where does he study?

8. Tại sao anh Thiện ngạc-nhiên?

Why was Thiện surprised?

9. Anh Bruce giải-thích thế nào?

What was Bruce's explanation? (Bruce explained how?)

10. Anh Bruce qua Việt-Nam làm gì?

For what purpose did Bruce come to Viet-Nam?

11. Tại sao anh Bruce muốn gặp lại anh Thiện nhiều lần nữa?

Why does Bruce want to see Thiện (again) several more times?

F. SUPPLEMENTARY VOCABULARY

1. Education Terminology
tiểu-học primary education
trung-học secondary education
đại-học higher education
đi thi take an examination
kỳ thi examination
thi đậu pass an examination
thi rớt fail an examination
thư-viện library
(câu) chuyện story
(bài) luận composition, essay
ra trường to graduate

2. Fields of Study
sử, lịch-sử history
địa, địa-lý geography
văn-chương literature

ngoại-ngũ foreign language
toán mathematics
hoá-học chemistry
vật-lý physics
sinh-vật-học biology
nhân-loại-học anthropology
chính-trị-học political science
kinh-tế economics
thương-mãi business, commerce
khoa-học science
luật-khoa law
y-khoa medicine
nha-khoa dentistry
dược-khoa pharmacy
su-phạm pedagogy
kỹ-su engineer, engineering

A. DIALOGUE

Mr. Taylor

ảnh (= anh ấy)   he, him, his

1. Anh Thương, tôi định tới nhà anh Thiện. Anh biết nhà ảnh không?

   (Older brother) Thương, I'm thinking of going to (arriving at, coming to) (older brother) Thiện's house; do you know [where] his house [is]?

Mr. Thương

trên   on, upon

Đa-kao   a section of Saigon

2. Biết chở! Anh Thiện ở trên Đa-kao; xa lắm.

   Of course I do (know); (older brother) Thiện lives up in Đa-kao; [it's] quite far [from here].

chở   to carry, transport (on a vehicle)

3. Để chiều tôi chở anh đi.

   Wait until this afternoon [and] I'll give you a ride.

Mr. Taylor

4. Không được anh ạ. Tôi phải đi sáng nay.

   [I] can't [do that], (older brother); I have to go this morning.

Mr. Thương

5. Vậy, để tôi chỉ đường cho anh.

   Then, let me show you the way.

Mr. Taylor

vừa ... vừa   simultaneously, at the same time, be both ... and ...

6. Đi xe gì thì vừa tiện vừa   What (vehicle) [can I] take
   rẻ, anh?   that [would be] both convenient
                                    and cheap, (older brother)?

                          Mr. Thương
   nhứt (NVN: nhất)   first, most
7. Đi xe buýt thì rẻ nhứt,   It's cheapest to go [by] bus,
   nhưng phải đợi lâu lắm.   but [you] have to wait a long
                                    time.

   xe lam   three-wheeled taxi-bus
                                          (from Lambretta)

   chút   bit, instant, moment
   một chút   a little, a little bit,
                                          just a moment
8. Đi xe lam thì mắc hơn một   To go by taxi-bus is a little
   chút nhưng tiện hơn.   more expensive, but [it's] more
                                    convenient.

                          Mr. Taylor
9. Vậy, tôi đi xe lam.   Then I'll go [by] taxi-bus.

                          Mr. Thương
   khỏi   out, out of, free of, clear
                                          of
   ra khỏi   go out of, exit
   hẻm   alley, lane
10. Anh ra khỏi hẻm thì tới   [When] you get out of the alley
    đường Trần Hưng Đạo.   [you] come to Trần Hưng Đạo Street.
    bang   to go over, go straight across
11. Anh bang qua bên kia đường,   Cross straight over to the other
    đón xe lam đi chợ Bến-   side of the street [and] catch
    Thành.   (meet) the taxi-bus (going) to
                                    Bến-Thành market.

                          Mr. Taylor
   bến   station, stand, landing
12. Bến xe lam ở gần chợ Bến-   The taxi-bus station is near
    Thành, phải không anh?   Bến-Thành market, right (older
                                    brother)?

Mr. Thương

13. Phải. Từ đó anh đón xe đi   Right. From there you catch
     Đa-kao.   the taxi-bus to Đa-kao.
      bác tài   driver
      xuống   go down, come down, get off
      rạp   theater
      chiếu   to shine, to project (pictures)
      bóng   shadow, shade, silhouette;
                                light

     rạp chiếu bóng Casino   the Casino movie theater

14. Anh nói bác tài cho anh   (You) tell the driver to let you
     xuống ở rạp chiếu bóng   (get) off at the Casino movie
     Casino.   theater.

Mr. Taylor

15. Rạp gì, anh?   Which theater, (older brother)?

Mr. Thương

      giày (NVN: giầy)   shoe(s)
      tiệm giày   shoe shop

16. Rạp Casino. Nhà anh Thiện   The Casino theater. (Older bro-
     là tiệm giày ở trước mặt   ther) Thiện's house is the shoe
     rạp Casino.   shop opposite the Casino theater.

Mr. Taylor

17. Cám ơn anh nhiều lắm. Chắc   Thank you very much; I probably
     tối tôi mới về.   won't be back (come back) until
                                 tonight (dark).

B. GRAMMAR NOTES

1a. Contraction of Pronouns of Reference (Drills 1-3)

     In spoken Vietnamese, anh ấy 'he' may be shortened to ảnh
'he', where ấy is represented by the hỏi tone alone. Other
pronouns which may undergo this change are:
     ổng (= ông ấy) 'he, him, his'
     bả (= bà ấy) 'she, her'

cô' (= cô ấy) 'she, her'
chỉ (= chị ấy) 'she, her'
thầy (= thầy ấy) 'he, him, his'

1b. Biết

Biết, depending on the context, may mean a) 'to know, be
aware of', as in
        Tôi không biết ông đi đâu.   I don't know where he's going.
b) 'to know how to', as in
        Anh biết nói tiếng Pháp.   He knows how to speak French.
c) 'to be acquainted with, be familiar with', as in
        Ông biết ông Hải không?   Do you know Mr. Hải?
It is meaning c) above which is represented in the sentence
        Anh biết nhà anh không?   Do you know his house?
                                        or: Are you familiar with his
                                               house?
                                        or: Do you know [where] his
                                               house [is]?

3. Để + Time Expression (Drills 4 and 5)

When để precedes a time expression, it means 'leave [it
until]', put [it] off [until...]', 'wait [until...]', as in
        Để chiều tôi chở anh đi.   Wait until this afternoon [and]
                                        I'll give you a ride.

        Để mai anh ấy làm.   Wait until tomorrow [and] he'll
                                        do [it].

5. Để vs. Cho (Drills 6 and 7)

You have seen both để and cho with the meaning 'let, allow,
permit', as in
        Để tôi chỉ đường cho anh.   Let me show you the way.
        Cho tôi coi.   Let me see [it].
However, there is an important difference in implication: cho is
used when the action benefits the person following cho, as in the
second example above, while để is used when the action benefits

someone <u>other than</u> the person following đế, as in the first example
above. Contrast the following:

<u>Cho</u> tôi đi với anh.	<u>Let</u> me go with you (e.g. because I need a ride).
Để tôi đi với anh.	<u>Let</u> me go with you (e.g. in order to show you the way).
<u>Cho</u> anh ấy ở đây.	<u>Let</u> him stay here (e.g. because he has nowhere else to stay).
Để anh ấy ở đây.	<u>Let</u> him stay here (e.g. in order to help you).

6. <u>Vừa ... vừa</u> (Drill 8)

    <u>Vừa ... vừa</u> means 'both ... and ...', simultaneously, at the
same time', as in

Đi xe gì thì <u>vừa</u> tiện <u>vừa</u> rẻ.	What (vehicle) [can I] take that [would be] <u>both</u> convenient <u>and</u> cheap?
Tiệm ăn đó <u>vừa</u> ngon <u>vừa</u> rẻ.	That restaurant is <u>both</u> good <u>and</u> cheap.
Cuốn sách này <u>vừa</u> dở <u>vừa</u> khó.	This book is <u>both</u> dull <u>and</u> difficult.

7. <u>Nhứt as a Superlative Adverb</u> (Drill 9)

    You have used the construction stative verb + <u>hơn hết</u> to
form the superlative degree, as in

Tiệm đó <u>rẻ hơn hết</u>.	That store is <u>the cheapest</u>.
Cái này <u>tốt hơn hết</u>.	This one is <u>the best</u>.

<u>Hơn hết</u> may be replaced by <u>nhứt</u> 'first, most', with little or no
change in meaning, as in

Đi xe buýt thì <u>rẻ nhứt</u>.	It's <u>cheapest</u> to go by bus.
Cái này <u>tốt nhứt</u>.	This one is <u>the best</u>.

8. <u>Hơn một chút</u> (Drills 10 and 11)

    You are familiar with the comparative adverb <u>hơn</u> 'more, more
than; -er, -er than', as in

Cái này tốt hơn.   This one is better.

Tiệm này mắc hơn tiệm đó.   This shop is more expensive
                                       than that one.

Hơn một chút means 'a little more (than)', as in

Đi xe lam thì mắc hơn một   To go by taxi-bus is a little
    chút.   more expensive.

When two nouns are compared, một chút follows the second, as in

Cái này tốt hơn cái đó   This one is a little better
    một chút.   than that one.

10. Thì as a Marker of Conditional Clauses (Drill 12)

The conjunction thì frequently marks a sequence of actions,
the first of which is a prior condition to the second, as in

Tới đường Lê-Lợi thì quẹo   [When you] get to Lê-Lợi Street,
    tay mặt.   (then) turn left.

Anh ra khỏi hẻm thì tới   [When] you get out of the alley,
    đường Trần Hưng Đạo.   (then) [you] come to Trần
                                       Hưng Đạo Street.

11. Unmarked Sequential Clauses (Drill 13)

In Vietnamese a sequence of coordinate clauses may be marked
by và 'and', or rồi 'then', but more frequently one clause follows
another with no marker at all, as in

Anh bang qua bên kia đường   You cross the street [and] catch
    đón xe đi chợ Bến-Thành.   (meet) the bus [which] goes
                                       to Bến-Thành Market.

Đi tới chợ Bến-Thành; từ   Go to Bến-Thành Market; from
    đó anh đón xe đi Đa-kao.   there you catch the bus to
                                       Đa-kao.

14. Nói (Drill 14)

You have met nói with the meaning 'to say', as in

Ông ấy nói gì?   What did he say?

and 'to speak', as in

Tôi nói tiếng Pháp không   I can't speak French.
    được.

Nói can also mean 'to tell, instruct (someone to do something)',
as in

    Anh nói bác tài cho anh   (You) tell the driver to let you
      xuống ở rạp Casino.   get off at the Casino theatre.

15. Mới after a Time Expression (Drill 15)

    After a time expression mới means 'not until', or 'only then',
as in

    Chắc tối tôi mới về.   I probably won't be (come) back
                         until evening.
    Mai tôi mới đi.   I won't go until tomorrow.
    Nam 1960 ông ấy mới đi học   He didn't go back to school
      lại.   until 1960.

C. DRILLS

1. Substitution Drill

    [New vocabulary: ông (= ông ấy) 'he, him, his'
                   bà (= bà ấy) 'she, her'
                   cô (= cô ấy) 'she, her'
                   chị (= chị ấy) 'she, her'
                   thầy (= thầy ấy) 'he, him, his']

Anh biết nhà anh không?   Do you know [where] his house [is]?
Anh biết nhà ông không?   Do you know [where] his house [is]?
Anh biết nhà bà không?   Do you know [where] her house [is]?
Anh biết nhà cô không?   Do you know [where] her house [is]?
Anh biết nhà chị không?   Do you know [where] her house [is]?
Anh biết nhà thầy không?   Do you know [where] his house [is]?

2. Transformation Drill

Anh biết nhà anh ấy không?   Do you know [where] his house [is]?
    Anh biết nhà anh không?   [Same]
Ông ấy tên là Thương.   His name is Thương.
    Ông tên là Thương.   [Same]

Cô ấy ở đâu?	Where does <u>she</u> live?
Cổ ở đâu?	[Same]
Ông biết <u>bà ấy</u> không?	Do you know <u>her</u>?
Ông biết <u>bà</u> không?	[Same]
Chị ấy bây giờ làm gì?	What's <u>she</u> doing now?
Chỉ bây giờ làm gì?	[Same]
Thầy ấy dạy tôi năm ngoái.	<u>He</u> taught me last year.
Thầy dạy tôi năm ngoái.	[Same]

3. Response Drill

Tôi định tới nhà anh Thiện.	I'm thinking of going to (older brother) Thiện's house.
Anh biết nhà ảnh không?	Do you know [where] his house [is]?
Tôi định tới nhà ông Thương.	I'm thinking of going to Mr. Thương's house.
Anh biết nhà ổng không?	Do you know [where] his house [is]?
Tôi gặp cô Lan sáng nay.	I met Miss Lan this morning.
Anh biết cổ không?	Do you know her?
Bà Nga làm trong thư-viện.	Mrs. Nga is working in the library
Anh biết bả không?	Do you know her?
Tôi định tới nhà thầy Tâm.	I'm thinking of going to Mr. Tâm's house.
Anh biết nhà thầy không?	Do you know [where] his house [is]?
Tôi định tới nhà chị Mai.	I'm thinking of going to (older sister) Mai's house.
Anh biết nhà chỉ không?	Do you know [where] her house [is]?

4. Substitution Drill

Để chiều tôi <u>chở anh đi</u>.	Wait until this afternoon [and] I'll <u>give you a ride</u>.
Để chiều tôi <u>làm cho anh</u>.	Wait until this afternoon [and] I'll <u>do [it] for you</u>.

Để chiều tôi <u>đi với anh</u>. Wait until this afternoon [and] I'll <u>go with you</u>.

Để chiều tôi <u>hỏi giùm anh</u>. Wait until this afternoon [and] I'll <u>ask for you</u>.

Để chiều tôi <u>chỉ cho anh</u>. Wait until this afternoon [and] I'll <u>show [it] to you</u>.

Để chiều tôi <u>nói với ông ấy</u>. Wait until this afternoon [and] I'll <u>speak with him</u>.

Để chiều tôi <u>làm cái đó</u>. Wait until this afternoon [and] I'll <u>do [it]</u> (that thing).

5. <u>Substitution Drill</u>

Để <u>chiều</u> tôi chở anh đi. Wait until <u>this afternoon</u> [and] I'll give you a ride.

Để <u>mai</u> tôi chở anh đi. Wait until <u>tomorrow</u> [and] I'll give you a ride.

Để <u>tối</u> tôi chở anh đi. Wait until <u>this evening</u> [and] I'll give you a ride.

Để <u>trưa</u> tôi chở anh đi. Wait until <u>(early) this afternoon</u> [and] I'll give you a ride.

Để <u>chiều mai</u> tôi chở anh đi. Wait until <u>tomorrow afternoon</u> [and] I'll give you a ride.

Để <u>sáng mai</u> tôi chở anh đi. Wait until <u>tomorrow morning</u> [and] I'll give you a ride.

Để <u>tối mai</u> tôi chở anh đi. Wait until <u>tomorrow evening</u> [and] I'll give you a ride.

Để <u>trưa mai</u> tôi chở anh đi. Wait until <u>(early) tomorrow afternoon</u> [and] I'll give you a ride.

6. <u>Substitution Drill</u>

Để tôi <u>chỉ đường</u> cho anh. Let me <u>show the way</u> for/to you.

Để tôi <u>đọc</u> cho anh. Let me <u>read</u> for/to you.

Để tôi <u>cắt nghĩa</u> cho anh. Let me <u>explain [it]</u> for/to you.

Để tôi <u>mua</u> cho anh.   Let me <u>buy</u> [it] for you.
Để tôi <u>hỏi</u> cho anh.   Let me <u>ask</u> for you.
Để tôi <u>giữ</u> cho anh.   Let me <u>keep</u> [it] for you.
Để tôi <u>kêu xe tắc-xi</u> cho anh.   Let me <u>call a taxi</u> for you.
Để tôi <u>đón ông ấy</u> cho anh.   Let me <u>meet him</u> for you.

7. Transformation Drill

Để tôi đi với anh.   Let me go with you.
  Cho tôi đi với anh.   Please let me go with you.
Để tôi chở anh đi.   Let me give you a ride.
  Cho tôi chở anh đi.   Please let me give you a ride.
Để anh ấy ở đây với anh.   Let him stay here with you.
  Cho anh ấy ở đây với anh.   Please let him stay here
                                              with you.
Để tôi gặp ông ấy.   Let me meet with him.
  Cho tôi gặp ông ấy.   Please let me meet with him.
Để cô ấy làm việc với anh.   Let her work with you.
  Cho cô ấy làm việc với anh.   Please let her work with you.
Để bà ấy tới đây.   Let her come here.
  Cho bà ấy tới đây.   Please let her come here.
Để tôi tìm với anh.   Let me search for [it] with you.
  Cho tôi tìm với anh.   Please let me search for [it]
                                              with you.

8. Combination Drill

Đi xe gì thì tiện? Đi xe gì thì   What (vehicle) [can I] take that
rẻ?   [would be] convenient? What
                                          (vehicle) [can I] take that
                                          [would be] cheap?

  Đi xe gì thì vừa tiện vừa   What (vehicle) [can I] take
  rẻ?   that [would be] both conven-
                                              ient and cheap?

Tiệm ăn đó ngon. Tiệm ăn đó gần.   That restaurant is good. That
                                          restaurant is near.

  Tiệm ăn đó vừa ngon vừa gần.   That restaurant is both
                                              good and near.

Phòng này đẹp. Phòng này rẻ.   This room is beautiful. This
                                            room is cheap.
  Phòng này vừa đẹp vừa rẻ.   This room is both beautiful
                                            and cheap.
Cuốn sách đó dở. Cuốn sách đó   That book is dull. That book is
khó.   difficult.
  Cuốn sách đó vừa dở vừa khó.   That book is both dull and
                                            difficult.
Cô ấy đẹp. Cô ấy giỏi.   She's beautiful. She's capable.
  Cô ấy vừa đẹp vừa giỏi.   She's both beautiful and
                                            capable.
Anh ấy đi. Anh ấy chạy.   He's walking. He's running.
  Anh ấy vừa đi vừa chạy.   He's half-walking and half-
                                            running.
Anh ấy làm việc. Anh ấy đi học.   He's working. He's going to
                                            school.
  Anh ấy vừa làm việc vừa đi   He's both working and going
học.   to school.

9. Transformation Drill

Đi xe buýt thì rẻ hơn hết.   It's cheapest to go by bus.
  Đi xe buýt thì rẻ nhứt.   [Same]
Ở Việt-Nam, trường Đại-học Hà-   In Vietnam, the University of
nội thì lớn hơn hết.   Hà-nội is the biggest.
  Ở Việt-Nam, trường Đại-học   [Same]
Hà-nội thì lớn nhứt.
Thư-viện Quốc-gia có nhiều   The National Library has the
sách hơn hết.   most books.
  Thư-viện Quốc-gia có nhiều   [Same]
sách nhứt.
Trong tháng này, hôm nay là   Today is the most beautiful day
ngày đẹp hơn hết.   so far this month.
  Trong tháng này, hôm nay là   [Same]
ngày đẹp nhứt.

Đi máy bay thì tiện <u>hơn hết</u>.   It's most convenient to go by
                                            plane.

Đi máy bay thì tiện <u>nhút</u>.   [Same]
Nhà anh Thương thì gần <u>hơn hết</u>.   (Older brother) Thương's house
                                            is the nearest.

Nhà anh Thương thì gần <u>nhút</u>.   [Same]

10. Transformation Drill

Đi xe lam thì rẻ. (xe buýt)   It's cheap to go by taxi-bus.
                                            (bus)
   Đi xe buýt thì rẻ hơn một   It's a bit cheaper to go by
   chút.   bus.
Ông Thiện nói tiếng Pháp giỏi.   Mr. Thiện speaks French well.
(ông Thương)   (Mr. Thương)
   Ông Thương nói tiếng Pháp   Mr. Thương speaks French a
   giỏi hơn một chút.   little better.
Tiếng Anh khó đọc. (tiếng Đức)   English is difficult to pro-
                                            nounce. (German)
   Tiếng Đức khó đọc hơn một   German is a little more
   chút.   difficult to pronounce.
Trường Van-khoa xa. (Thư-viện   The Faculty of Letters is far.
Quốc-gia)   (The National Library)
   Thư-viện Quốc-gia xa hơn   The National Library is a
   một chút.   little farther.
Đi xe hơi thì mau. (máy bay)   It's fast to go by car. (airplane)
   Đi máy bay thì mau hơn một   It's a little faster to go
   chút.   by airplane.
Ở Đà-lạt lạnh. (Ban-mê-thuột)   It's cold in Đà-lạt. (Ban-mê-thuột
   Ở Ban-mê-thuột lạnh hơn một   It's a little colder in Ban-
   chút.   mê-thuột.

11. Expansion Drill

Đi xe lam thì mắc hơn một chút.   It's a little more expensive to
(tiện)   by taxi-bus. (convenient)
   Đi xe lam thì mắc hơn một   To go by taxi-bus is a little
   chút, nhưng tiện hơn.   more expensive, but more
                                            convenient.

Tiệm an đó mắc hơn một chút. (gần)

  Tiệm an đó mắc hơn một chút, nhưng gần hơn.

Cuốn sách đó mắc hơn một chút. (hay)

  Cuốn sách đó mắc hơn một chút, nhưng hay hơn.

Tiệm đó xa hơn một chút. (rẻ)

  Tiệm đó xa hơn một chút, nhưng rẻ hơn.

Đi máy bay thì mắc hơn một chút. (mau)

  Đi máy bay thì mắc hơn một chút, nhưng mau hơn.

Món này cay hơn một chút. (ngon)

  Món này cay hơn một chút, nhưng ngon hơn.

That restaurant is a little more expensive. (near)

  That restaurant is a little more expensive, but nearer.

That book is a little more expensive. (interesting)

  That book is a little more expensive, but more interesting

That store is a little farther. (inexpensive)

  That store is a little farther, but cheaper.

It's a little more expensive to go by plane. (fast)

  To go by plane is a little more expensive, but faster.

This course (dish) is a little spicier. (delicious)

  This course is a little spicier, but more delicious.

12. Progressive Substitution Drill

Anh ra khỏi hẻm thì <u>tới đường Trần Hưng Đạo</u>.

[When] you get out of the alley [you] <u>come to Trần Hưng Đạo Street</u>.

Anh ra khỏi hẻm thì <u>bang qua bên kia đường</u>.

[When] you get out of the alley [you] <u>cross over to the other side of the street</u>.

Anh ra khỏi <u>nhà bang</u> thì bang qua bên kia đường.

[When] you get out of <u>the bank</u> [you] cross over to the other side of the street.

Anh ra khỏi nhà bang thì <u>đón xe đi chợ Bến-Thành</u>.

[When] you get out of the bank [you] <u>catch the bus to Bến-Thành Market</u>.

Anh ra khỏi <u>trường</u> thì đón xe
đi chợ Bến-Thành.

[When] you get out of <u>the school</u>
[you] catch the bus to Bến-
Thành Market.

Anh ra khỏi trường thì <u>đi theo</u>
<u>đường Lê-Lợi</u>.

[When] you get out of the school
[you] <u>go along Lê-Lợi</u> Street.

Anh ra khỏi <u>chợ</u> thì đi theo
đường Lê-Lợi.

[When] you get out of <u>the market</u>
[you] go along Lê-Lợi Street.

Anh ra khỏi chợ thì <u>quẹo tay</u>
<u>trái</u>.

[When] you get out of the market
[you] <u>turn left</u>.

13. Expansion Drill

Đi tới chợ Bến-Thành. (Đa-kao)
   Đi tới chợ Bến-Thành; từ đó
   anh đón xe đi Đa-kao.

Go to Bến-thành Market. (Đa-kao)
   Go to Bến-Thành Market; from
   there you catch the bus to
   Đa-kao.

Đi tới Đa-kao. (Gia-định)
   Đi tới Đa-kao; từ đó anh đón
   xe đi Gia-định.

Go to Đa-kao. (Gia-định)
   Go to Đa-kao; from there you
   catch the bus to Gia-định.

Đi tới Công-trường Diên-Hồng.
(Phú-nhuận)
   Đi tới Công-trường Diên-Hồng;
   từ đó anh đón xe đi Phú-
   nhuận.

Go to Diên-Hồng Square. (Phú-
nhuận)
   Go to Diên-Hồng Square; from
   there you catch the bus to
   Phú-nhuận.

Đi tới Nhà Ga Xe Lửa. (Chợ-lớn)

   Đi tới Nhà Ga Xe Lửa; từ đó
   anh đón xe đi Chợ-lớn.

Go to the Railway Station. (Chợ-
lớn)
   Go to the Railway Station;
   from there you catch the
   bus to Chợ-lớn.

Đi tới đường Nguyễn-Huệ. (Chợ
Bến-Thành)
   Đi tới đường Nguyễn-Huệ; từ
   đó anh đón xe đi Chợ Bến-
   Thành.

Go to Nguyễn-Huệ Street. (Bến-
Thành Market)
   Go to Nguyễn-Huệ Street;
   from there you catch the
   bus to Bến-thành Market.

Đi tới Gia-định. (Đa-kao)
   Đi tới Gia-định; từ đó anh
   đón xe đi Đa-kao.

Go to Gia-định. (Đa-kao)
   Go to Gia-định; from there
   you catch the bus to Đa-kao.

14. Substitution Drill

Anh nói bác tài cho anh xuống
   ở rạp Casino.

(You) tell the driver to let
   you get off at the Casino
   theater.

Anh nói bác tài cho anh ngồi
   đằng trước.

(You) tell the driver to let
   you sit in the front.

Anh nói bác tài cho anh ngồi
   bên trái.

(You) tell the driver to let
   you sit on the left side.

Anh nói bác tài cho anh ngồi
   bên phải.

(You) tell the driver to let
   you sit on the right side.

Anh nói bác tài cho anh ngồi
   đằng sau.

(You) tell the driver to let
   you sit in the back.

Anh nói bác tài cho anh xuống
   ở góc đường Lê-Lợi và Nguyễn-
   Huệ.

(You) tell the driver to let
   you get off at the corner
   of Lê-Lợi and Nguyễn-Huệ
   Streets.

15. Substitution Drill

Chác tối tôi mới về.

I probably won't be back until
   tonight.

Chác tối tôi mới làm.

I probably won't do [it] until
   tonight.

Chác tối tôi mới đi.

I probably won't go until tonight.

Chác tối tôi mới đọc.

I probably won't read [it] until
   tonight.

Chác tối tôi mới hỏi anh ấy.

I probably won't ask him until
   tonight.

Chác tối tôi mới soạn bài.

I probably won't prepare the
   lessons until tonight.

Chác tối tôi mới đi chơi.

I probably won't go out until
   tonight.

D. NARRATION

Anh Taylor muốn đến nhà anh Thiện nên anh ta hỏi anh Thương
có biết nhà anh ấy không. Anh Thương trả lời là biết và nói nhà
anh Thiện ở trên Đa-kao xa lắm. Anh Thương muốn chở anh Taylor
tới đó chiều nay, nhưng anh Taylor phải đi liền sáng nay. Anh
Taylor mới hỏi anh Thương đi xe gì thì vừa tiện vừa rẻ. Anh
Thương trả lời là đi xe buýt thì rẻ nhứt nhưng phải đợi lâu.
Rồi anh đề-nghị anh Taylor đi (bằng) xe lam mặc dầu (nó) mắc hơn
một chút. Anh chỉ anh Taylor đi ra khỏi hẻm và đón xe đi tới
chợ Bến-Thành; rồi từ đó đón xe đi Đa-kao và xuống ở rạp chiếu
bóng Casino. Nhà anh Thiện là tiệm giày ở trước mặt rạp Casino.
Anh Taylor cám ơn anh Thương và nói có lẽ đến tối anh mới về.

Vocabulary and Notes

liền	following a verb: immediately, directly, without delay;
	before a verb: proceed to, go right ahead and
lại	but, on the other hand, contrarily
đề-nghị	to suggest, propose; suggestion, proposal
mặc dầu	although, even though
chỉ	to instruct, indicate, show, show how to

E. QUESTIONS ON THE NARRATION

1. Anh Taylor muốn làm gì?   What did Taylor want to do?
2. Anh Taylor hỏi anh Thương   What did Taylor ask Thương?
   điều gì?
3. Anh Thương trả lời ra sao?   What was Thương's answer?
4. Khi nào anh Taylor phải đi   When did Taylor have to go to
   tới nhà anh Thiện?   Thiện's house?
5. Anh Thương nói đi xe gì thì   What did Thương say would be the
   rẻ nhứt?   cheapest way to go (the
                                        cheapest vehicle to take)?

6. Anh Thương đề-nghị anh Taylor
   đi xe gì?

What (vehicle) did Thương suggest
   Taylor take?

7. Tại sao anh Thương lại đề-
   nghị anh Taylor đi xe lam?

Why did Thương suggest Taylor
   take the taxi-bus?

8. Sau khi ra khỏi hẻm anh
   Taylor phải làm gì?

What did Taylor have to do after
   he got out of the alley?

9. Anh Taylor đón xe đi Đa-kao
   ở đâu?

Where was Taylor to get the
   taxi-bus to Đa-kao?

10. Anh Taylor phải xuống ở đâu?

Where did Taylor have to get off?

11. Nhà anh Thiện là tiệm gì?

What store was Thiện's house?

12. Chừng nào anh Taylor mới về?

(About) when would Taylor get
   back?

F. SUPPLEMENTARY VOCABULARY

1. <u>Urban Terminology</u>:

nhà cửa   houses

tiệm   store, shop

tiệm ăn   restaurant

khách-sạn   hotel

hãng   company

xưởng   factory

nhà giấy thép   post office

bưu-điện   post office

nhà băng   bank

hải-cảng   seaport, harbor

bộ   ministry

chợ   market

bảo-tàng-viện   museum

ngã tư   intersection

đèn xanh đèn đỏ   traffic light

cao-ốc   tall building

trường học   school

2. <u>Directions</u>:

(hướng) bác   north

(hướng) nam   south

(hướng) đông   east

(hướng) tây   west

(hướng) đông-bắc   northeast

(hướng) tây-bắc   northwest

(hướng) đông-nam   southeast

(hướng) tây-nam   southwest

thẳng   straight ahead

tới   forward

lui   backward

quay lại   turn around

băng qua   cross over

A. DIALOGUE

Mr. Howard

1. Chào bà. Thưa, có phải đây
là nhà ông Tâm không?

Hello, Madam. (Polite particle),
is this Mr. Tâm's house (is it
right that this is Mr. Tâm's
house)?

Mrs. Tâm

mời	to invite; be invited, please
vô (NVN: vào)	to enter
trong	in, inside
chút	a little, a little bit, awhile
cũng	rather, quite

2. Dạ phải. Mời ông vô trong
nhà ngồi chơi chút. Nhà tôi
cũng sắp về.

That's right; please come in
(into the house) and sit down
(and relax) for a while. My
husband will be back pretty soon.

Mr. Howard

3. Dạ cám ơn bà. Tôi là bạn
của ông Tâm ở Mỹ mới qua.

Thank you (Madam); I'm a friend
of Mr. Tâm [who's] just come
over from America.

Mrs. Tâm

hân-hạnh	to be honored, pleased

4. Dạ hân-hạnh được biết ông.
Có phải ông là ông Howard
không?

[I'm] pleased to (have the op-
portunity to) know you. You're
Mr. Howard, aren't you (Is it
right that you're Mr. Howard)?

Mr. Howard

| ông nhà | your husband |
| hồi | time (in the past) |

5. Dạ phải. Tôi quen với ông   That's right; I've known (been
   nhà từ hồi chúng tôi học ở   acquainted with) your husband
   Mỹ.   since the time we studied in
                                    the States.

Mrs. Tâm

| kể | to tell, narrate, indicate, mention |
| chuyện | story, tale, affair, matter |

6. Dạ tôi có nghe nhà tôi kể   Yes, I've heard my husband tell
   chuyện.   about [it] (the story).

Mr. Howard

7. Vậy à!   Really?

Mrs. Tâm

8. Nhà tôi về kìa.   There comes my husband (home)
                                    [now].

To Mr. Tâm:

| mình | you (to spouse), Dear |
| thăm | to visit |

9. Mình à, có ông Howard tới   Oh, Dear, here's Mr. Howard
   thăm.   [who has] come to visit.

Mr. Tâm

10. Chào anh Joe. Anh qua đây   Hello, Joe. So, when did you
    hồi nào vậy?   get over here?

Mr. Howard

11. Tôi mới qua được hai ngày   I just came over two days ago
    anh ạ.   (older brother).

bị	to experience, undergo, be subjected to (something undesirable)
bất	not, without
ngờ	to suspect, believe, expect

bất-ngờ	sudden(ly), unexpected(ly)

12. Bị đi bất-ngờ nên không   [I] had to leave unexpectedly,
    viết thơ cho anh biết được.   so [I] couldn't write (a letter)
                                  [and] let you know.

Mr. Tâm

tìm ra   to find

13. Nhà tôi ở trong hẻm thế này   You're pretty clever to have
    mà anh tìm ra kể cũng giỏi   found my house in an alley like
    lắm.   this (My house is in an alley
                                  like this yet you found [it]
                                  indicates [that you're] pretty
                                  clever).

Mr. Howard

đâu	emphatic negative (restricted)
đâu có	not at all
nhờ	to rely on, thanks to
mấy	some, several
bé (= nhỏ)	small
đầu	head
dẫn	to lead

14. Đâu có! Nhờ mấy em bé ở đầu   Not at all! [I] asked (relied
    hẻm dẫn đường đó anh ạ.   on) some kids at the head of
                                  the alley to show [me] the way.

Mr. Tâm

vợ con   wife and children, family

15. Anh có vợ con gì chưa?   Do you have any family yet?

Mr. Howard

vẫn	still, as usual
vẫn còn	still, as usual
độc-thân	to be single, unmarried

16. Vẫn còn độc-thân anh ạ.   [I'm] still single (older bro-
                                  ther).

Mr. Tâm

ở lại   to stay, stay on, stay
                                          behind

| dùng cơm | to have a meal |
| nhé (= nghe) | mild imperative particle |

17. À, mời anh ở lại dùng cơm với chúng tôi nhé? — Well, won't you (please) stay [and] have a meal with us?

mình	body, self; I; we (intimate, inclusive)
thì-giờ	time
nói chuyện	to converse, chat

18. Mình có nhiều thì-giờ nói chuyện hơn. — We'll have a lot more time to chat.

B. GRAMMAR NOTES

1a. <u>Thưa as a Vocative Particle</u> (Drill 1)

<u>Thưa</u> is a polite vocative word which is used in speaking to social equals or superiors. It has roughly the force of English 'Please, ...', as in

| <u>Thưa</u>, có phải đây là nhà ông Tâm không? | <u>Please</u>, is this Mr. Tâm's house? |
| <u>Thưa</u> ông, nhà giấy thép ở đâu? | <u>Please</u> Sir, where is the post office? |

Where no term of address is used, <u>thưa</u> can be translated 'Sir' or 'Madam', as in

| <u>Thưa</u>, phải. | Right, (<u>Sir</u> or <u>Madam</u>). |

1b. <u>Có phải ... không?</u> (Drills 1, 2 and 7)

<u>Có phải ... không?</u> means 'Is it right that ... ?' or 'Am I correct that ... ?', as in

| <u>Có phải</u> đây là nhà ông Tâm <u>không</u>? | <u>Is it right that</u> this is Mr. Tâm's house? |
| <u>Có phải</u> ông là ông Howard <u>không</u>? | <u>Am I correct that</u> you are Mr. Howard? |

This form is more polite than the following tag questions:

Đây là nhà ông Tâm, <u>phải</u>   This is Mr. Tâm's house, <u>right</u>?
    <u>không</u>?
Ông là ông Howard, <u>phải</u>   You're Mr. Howard, <u>right</u>?
    <u>không</u>?

The most direct (and least polite) form of the above questions
(so far as foreign speakers of Vietnamese are concerned) is

Đây là nhà ông Tâm <u>không</u>?   Is this Mr. Tâm's house?
Ông là ông Howard <u>không</u>?   Are you Mr. Howard?

2a. <u>Mời as a Polite Imperative</u> (Drill 3)

<u>Mời</u> 'to invite' at the beginning of an imperative sentence
means 'May I invite you to ...', 'Be invited to ...', or simply
'Please ...', as in

<u>Mời</u> ông vô trong nhà.   <u>Please</u> (Sir) come into the house.
<u>Mời</u> ông đi uống nước với   <u>May I invite</u> you (Sir) to go
    tôi.   have a drink with me?

2b. <u>Cũng as an Indefinitizing Adverb</u> (Drills 4 and 5)

<u>Cũng</u> is frequently used to soften, downgrade, or render
indefinite or noncommital, the verb or adverb which it modifies.
Consider, for example, the following:

Dạ, <u>cũng</u> ngon.   Yes, it is good (It's O.K.)
Dạ, <u>cũng</u> được.   Yes, [that'll] be alright (It'll
                                  do).

The same effect is seen in the sentence

Nhà tôi <u>cũng sắp</u> về.   My husband will be back <u>pretty
                                  soon</u>.

as opposed to the more definite

Nhà tôi <u>sắp</u> về.   My husband will be back <u>soon</u>.

4. <u>Hân-hạnh được</u> + Verb

<u>Hân-hạnh được</u> is a polite phrase meaning 'I'm pleased to be
able to ...' or 'It's a privilege to (have the opportunity to)
...', as in

Hân-hạnh được biết ông.   I'm pleased to (have the oppor-
                                   tunity to) know you.

Hân-hạnh được làm việc   It's a privilege to work with
  với anh.   you.

5a. Ông nhà, bà nhà (Drill 8)

You have met nhà tôi meaning 'my husband/wife', as in

Nhà tôi cũng sắp về.   My husband will be back pretty
                                   soon.

Ông nhà is a polite way to say 'your husband' (literally 'master
of the house'), while bà nhà means 'your wife' ('mistress of the
house'), as in

Tôi quen với ông nhà lâu   I've known your husband for a
  rồi.   long time.

Bà nhà có ở nhà không?   Is your wife at home?

(Ông nhà and bà nhà may not be used, however, to refer to one's
own husband or wife. In such cases, ông nhà tôi 'my husband' and
bà nhà tôi 'my wife' are used).

5b. Từ hồi after a Verb (Drill 9)

While it is true that Vietnamese, like other Asian languages,
does not have grammatical tense, it is possible to indicate time
relationships unambiguously in Vietnamese as well as in other
Asian languages. For example, the construction Verb + từ hồi
might be compared to the "perfect progressive" in European
languages, and means 'to have been (doing something) since ...',
as in

Tôi quen với ông nhà từ   I've known your husband since
  hồi chúng tôi học ở Mỹ.   (the time) we studied in
                                   the States.

Tôi làm việc ở đó từ hồi   I've been working there ever
  tôi ra trường.   since I got out of school.

8. Kìa after a Verb (Drill 10)

Kìa after verbs of motion such as về 'return (home)', tới

'arrive', đến 'come', and đi 'go' can be translated 'There
(comes/goes) ...', as in
    Nhà tôi về kìa.   There comes my husband (home)
                              [now].

    Ông đi kìa.   There he goes [now].

9. Có + a Clause (Drill 11)

    When có precedes a clause, it has the familiar meaning 'There
is/exists (the following situation)', but its translation in this
context must be something like 'We have' or 'Here's', as in
    Có ông Howard tới thăm.   Here's Mr. Howard [who's] come
                              to visit.
In the following example, however, có cannot be translated:
    Có anh Thiện hỏi mượn một   Thiện has asked to borrow a
        cuốn sách.   book (We have the situation
                              that Thiện has asked to
                              borrow a book).

11. Được + Quantitative Expression (Summary of được) (Drill 12)

    We have now met được in the following four functions:
    1) as a main verb, meaning 'to get, obtain, receive', as in
    Ông được mấy cháu rồi?   How many children do you
                            have (have you received)?

    Tôi được nam tram đồng   I get (earn) 500 piasters
        một tháng.   a month.
    2) before a verb, with the meaning 'to have the opportunity
to, to get to (do something enjoyable)', as in
    Tôi cũng mong được học-   I also hope to have the
        hỏi thêm nơi anh.   opportunity to learn
                            more from you.

    Hân-hạnh được biết ông.   I'm pleased to (have the
                            chance to) know you.

    3) after a verb, with the meaning 'to be able to', as in
    Tôi đi được.   I can go.
    Tôi không đi được.   I can't go.

                     or
          Tôi đi không được.   I can't go.
     4) Được before a quantitative expression means 'to the ex-
tent of, as much as, for', as in
          Ông qua đây được bao lâu   (For) how long have you been
               rồi?   over here?
          Tôi mới qua đây được hai   I've just been over here for
               ngày.   (to the extent of) two
                                                  days.

          Tôi đọc được hai mươi   I read only as much as
               trang thôi.   twenty pages.
While these four uses of được have different functions, they
nevertheless share a common semantic element -- something like
'to obtain, achieve, benefit'.

12a. Bị vs. được (Drill 13)

     You have learned that được before a verb means 'to have the
opportunity to, to undergo (something desirable)', as in
          Hân-hạnh được biết ông.   It's a privilege to (have the
                                                  opportunity to) know you.
          Tôi được đi Việt-Nam.   I had the opportunity to go to
                                                  Vietnam.
Bị before a verb, on the other hand, means 'to experience or
undergo (something undesirable)', as in
          Bị đi bất-ngờ.   [I] had to leave unexpectedly.
          Tôi bị đi Việt-Nam.   I had to go to Vietnam (against
                                                  my will).

12b. Nên, Conjunction (Drill 14)

     Nên is a coordinating conjunction which precedes a resultative
clause with the meaning 'so, and so, therefore', as in
          Tôi đau, nên không đi được.   I was sick, so [I] couldn't go.
          Bị đi bất-ngờ, nên tôi   [I] had to leave unexpectedly,
               không viết thơ được.   so I couldn't write (a letter)

13. Clauses as Subjects (Drill 15)

In Vietnamese an entire clause, or in some cases a sequence
of clauses, may serve as the subject of the main verb. In the
following sentence the embedded compound sentence

>   Nhà tôi ở trong hẻm thế   My house is in an alley like
>   này mà anh tìm ra.   this yet you found it.

serves as the subject of

>   Kể cũng giỏi lắm.   Shows [that you're] pretty clever.

In English we would supply the dummy subject 'The fact that ...',
as in '[The fact that] my house is in an alley like this yet you
found it shows [that you're] pretty clever'.

14a. Đâu có as an Emphatic Negative (Drill 16)

Đâu có is an idiomatic negative used to show emphatic nega-
tion to what has been stated or suggested by a previous speaker;
its meaning is 'not at all', but literally it is similar to the
English rhetorical negative 'Where is there any ...?!', or 'What
do you mean ...?!'. Đâu có may occur alone, or before the main
verb, as in

>   Tôi đâu có giỏi!   I'm not clever at all!
>   Tiệm này đâu có rẻ!   This shop is not cheap at all!

14b. Mấy as an Indefinite Adjective (Drills 17 and 18)

You have met mấy as an interrogative adjective meaning 'how
many?', as in

>   Bây giờ mấy giờ rồi?   What time is it now? (How many
>   hours is it now?)
>   Ông được mấy cháu rồi?   How many children do you have
>   (already)?

Mấy, like other interrogatives such as gì and nào, may also occur
with an indefinite meaning, in which case it means 'some, several,
a few', as in

>   Tôi nhờ mấy em bé làm   I let some kids do [it] for me.
>   giùm tôi.
>   Bà ấy đi mấy bữa rồi.   She's been gone for several days
>   already.

16. <u>Vẫn còn as a Compound Auxiliary</u> (Drills 19 and 20)

The auxiliaries <u>vẫn</u> and <u>còn</u>, both of which mean 'still, as usual', may be used together in a more conversational style with the meaning 'still, just the same as always', as in

<u>Vẫn còn</u> độc-thân anh ạ.   Oh, [I'm] <u>still</u> single (older
                                       brother).

17. <u>Nhé as a Final Particle</u> (Drill 21)

We have met the final particle <u>nghe</u>, which is as mild im-perative or hortatory particle soliciting agreement or compliance, as in

Ông kêu ông ấy giùm tôi   Call him for me, <u>would you</u>?
   nghe.
Đừng an cái đó nghe!   Don't eat that, <u>O.K.</u>?
In some dialects, especially in the North, <u>nhé</u> is used instead of <u>nghe</u>, as in

Mời anh ở lại dùng cơm <u>nhé</u>? <u>Won't</u> you please stay over and
                                      have a meal?

Đừng an cái đó <u>nhé</u>!   Don't eat that, <u>you hear</u>?

18. <u>Nhiều ... hơn</u> (Drill 22)

You have learned that <u>nhiều hơn</u> 'more, more than' is the comparative form of <u>nhiều</u> 'much, many', as in

Tôi có <u>nhiều hơn</u> anh.   I have <u>more than</u> you [do].
However, when <u>nhiều hơn</u> modifies a noun, or even a noun phrase, it takes the form <u>nhiều</u> + NP + <u>hơn</u>, as in

Tôi có <u>nhiều</u> tiền <u>hơn</u> anh. I have <u>more</u> money <u>than</u> you [do].
Mình có <u>nhiều</u> thì-giờ nói   We'll have <u>a lot more</u> time to
   chuyện <u>hơn</u>.   chat.

C. DRILLS

1. Substitution Drill

Thưa, có phải đẫy là <u>nhà ông Tâm</u> không?	Is this <u>Mr. Tâm's house</u>?
Thưa, có phải đẫy là <u>tiệm ăn</u> không?	Is this <u>a restaurant</u>?
Thưa, có phải đẫy là <u>thư-viện</u> không?	Is this <u>a library</u>?
Thưa, có phải đẫy là <u>trường Văn-khoa</u> không?	Is this <u>the Faculty of Letters</u>?
Thưa, có phải đẫy là <u>đường Gia-Long</u> không?	Is this <u>Gia-Long Street</u>?
Thưa, có phải đẫy là <u>sú-quán Mỹ</u> không?	Is this <u>the U.S. Embassy</u>?
Thưa, có phải đẫy là <u>nhà giẫy thép</u> không?	Is this <u>the post office</u>?
Thưa, có phải đẫy là <u>Nhà Thương Sài-gòn</u> không?	Is this <u>Saigon Hospital</u>?

2. Response Drill

Có phải đẫy là nhà ông Tâm không?	Is this Mr. Tâm's house?
Dạ không, đẫy không phải là nhà ông Tâm.	No, this is not Mr. Tâm's house.
Có phải đẫy là tiệm ăn không?	Is this a restaurant?
Dạ không, đẫy không phải là tiệm ăn.	No, this is not a restaurant.
Có phải đẫy là thư-viện không?	Is this a library?
Dạ không, đẫy không phải là thư-viện.	No, this is not a library.
Có phải đẫy là trường Văn-khoa không?	Is this the Faculty of Letters?
Dạ không, đẫy không phải là trường Văn-khoa.	No, this is not the Faculty of Letters.

Có phải đây là đường Gia-Long không?	Is this Gia-Long Street?
Dạ không, đây không phải là đường Gia-Long.	No, this is not Gia-Long Street.
Có phải đây là sứ-quán Mỹ không?	Is this the U.S. Embassy?
Dạ không, đây không phải là sứ-quán Mỹ.	No, this is not the U.S. Embassy.
Có phải đây là nhà giấy thép không?	Is this the post office?
Dạ không, đây không phải là nhà giấy thép.	No, this is not the post office.
Có phải đây là Nhà Thương Sài-Gòn không?	Is this Saigon Hospital?
Dạ không, đây không phải là Nhà Thương Sài-gòn.	No, this is not Saigon Hospital.

3. Substitution Drill

Mời ông <u>vô trong nhà ngồi chơi</u> chút.	Please <u>come in (to the house) [and] sit down (and relax)</u> for a while.
Mời ông <u>đến nhà tôi chơi</u> chút.	Please <u>come to my house (to relax)</u> for a while.
Mời ông <u>ghé lại đây</u> chút.	Please <u>stop by here</u> for a while.
Mời ông <u>đi uống nước với tôi</u> chút.	Please <u>go have a drink with me</u> for a while.
Mời ông <u>đợi ở đây</u> chút.	Please <u>wait here</u> for a while.
Mời ông <u>đi qua bên này</u> chút.	Please <u>cross over to this side</u> for a while.

4. Substitution Drill

Nhà tôi cũng sáp <u>về</u>.	My husband/wife will <u>be back</u> pretty soon.
Nhà tôi cũng sáp <u>đi</u>.	My husband/wife will <u>go</u> pretty soon.

Nhà tôi cũng sáp <u>ra</u>.

My husband/wife will <u>come out</u> pretty soon.

Nhà tôi cũng sáp <u>vô</u>.

My husband/wife will <u>come in</u> pretty soon.

Nhà tôi cũng sáp <u>tới</u>.

My husband/wife will <u>arrive</u> pretty soon.

Nhà tôi cũng sáp <u>lại</u>.

My husband/wife will <u>come over</u> pretty soon.

Nhà tôi cũng sáp <u>xong</u>.

My husband/wife will <u>be finished</u> pretty soon.

Nhà tôi cũng sáp <u>đi làm</u>.

My husband/wife will <u>go to work</u> pretty soon.

5. Transformation Drill

Nhà tôi sáp về.

My husband/wife will be back soon.

   Nhà tôi <u>cũng</u> sáp về.

   My husband/wife will be back <u>pretty</u> soon.

Anh Quang sáp đi làm.

(Older brother) Quang will go to work soon.

   Anh Quang <u>cũng</u> sáp đi làm.

   (O.B.) Quang will go to work <u>pretty</u> soon.

Ông Bình sáp đến đây.

Mr. Bình will arrive here soon.

   Ông Bình <u>cũng</u> sáp đến đây.

   Mr. Bình will arrive here <u>pretty</u> soon.

Tôi sáp phải đi.

I'll have to go soon.

   Tôi <u>cũng</u> sáp phải đi.

   I'll have to go <u>pretty</u> soon.

Tôi sáp xong.

I'll be finished soon.

   Tôi <u>cũng</u> sáp xong.

   I'll be finished <u>pretty</u> soon.

Nhà tôi sáp qua đây.

My husband/wife will come over here soon.

   Nhà tôi <u>cũng</u> sáp qua đây.

   My husband/wife will come over here <u>pretty</u> soon.

Chúng tôi sáp về Mỹ.

We'll go back to America soon.

   Chúng tôi <u>cũng</u> sáp về Mỹ.

   We'll go back to America <u>pretty</u> soon.

6. Substitution Drill

Tôi hân-hạnh được <u>biết ông</u>.	I'm pleased to <u>know you</u>.
Tôi hân-hạnh được <u>gặp ông</u>.	I'm pleased to <u>meet you</u>.
Tôi hân-hạnh được <u>làm việc với ông</u>.	I'm pleased to <u>work with you</u>.
Tôi hân-hạnh được <u>ở gần anh</u>.	I'm pleased to <u>live near you</u>.
Tôi hân-hạnh được <u>học với bà</u>.	I'm pleased to <u>study with you</u>.
Tôi hân-hạnh được <u>chị đến chơi</u>.	I'm pleased to <u>have you come</u>.

7. Transformation Drill

Ông là ông Howard, phải không?	You're Mr. Howard, aren't you?
Có phải ông là ông Howard không?	Are you Mr. Howard?
Đây là nhà ông Tâm, phải không?	This is Mr. Tâm's house, isn't it?
Có phải đây là nhà ông Tâm không?	Is this Mr. Tâm's house?
Đó là bà Tâm, phải không?	That's Mrs. Tâm, isn't it?
Có phải đó là bà Tâm không?	Is that Mrs. Tâm?
Cô là cô Phương, phải không?	You're Miss Phương, aren't you?
Có phải cô là cô Phương không?	Are you Miss Phương?
Cái này của anh, phải không?	This (thing) belongs to you, doesn't it?
Có phải cái này của anh không?	Does this (thing) belong to you?
Anh đang đọc tờ báo này, phải không?	You're reading this newspaper, aren't you?
Có phải anh đang đọc tờ báo này không?	Are you reading this newspaper?
Anh định đi coi chiếu bóng, phải không?	You plan to go to (see) the movies, don't you?
Có phải anh định đi coi chiếu bóng không?	Do you plan to go to (see) the movies?
Bà ấy nói vậy, phải không?	She said so, didn't she?
Có phải bà ấy nói vậy không?	Did she say so?

8. Transformation Drill

Chào bà. Ông nhà có ở nhà không? | Hello, Madam. Is your husband at home?

  Chào ông. Bà nhà có ở nhà không? | Hello, Sir. Is your wife at home?

Thưa bà, ông nhà về chưa? | Madam, has your husband come back yet?

  Thưa ông, bà nhà về chưa? | Sir, has your wife come back yet?

Thưa bà, ông nhà có đi Huế không? | Madam, did your husband go to Huế?

  Thưa ông, bà nhà có đi Huế không? | Sir, did your wife go to Huế?

Chào bà. Sáng nay ông nhà có đi làm không? | Hello, Madam. Did your husband go to work this morning?

  Chào ông. Sáng nay bà nhà có đi làm không? | Hello, Sir. Did your wife go to work this morning?

Thưa bà, ông nhà mạnh-giỏi không? | Madam, how's your husband?

  Thưa ông, bà nhà mạnh-giỏi không? | Sir, how's your wife?

Thưa bà, chừng nào ông nhà về? | Madam, when will your husband be back?

  Thưa ông, chừng nào bà nhà về? | Sir, when will your wife be back?

9. Substitution Drill

Tôi quen với ông từ hồi <u>chúng tôi học ở Mỹ</u>. | I've known him since the time <u>we studied in the States</u>.

Tôi quen với ông từ hồi <u>chúng tôi ở bên Mỹ</u>. | I've known him since the time <u>we were in the States</u>.

Tôi quen với ông từ hồi <u>ông còn độc-thân</u>. | I've known him since the time <u>he was still a bachelor</u>.

Tôi quen với ông từ hồi <u>chúng tôi còn đi học</u>. | I've known him since the time <u>we were still in school</u>.

Tôi quen với ổng từ hồi   I've known him since the time
   tôi mới bắt đầu học tiếng   I began to study Viet-
   Việt.   namese.
Tôi quen với ổng từ hồi tôi   I've known him since the time
   còn lái tác-xi.   I was still a taxi driver.
Tôi quen với ổng từ hồi nhà   I've known him since the time
   ổng còn ở trong hẻm.   his house was still in an
                                    alley.
Tôi quen với ổng từ hồi con   I've known him since the time
   ổng học với tôi.   his children were studying
                                   with me.

10. Substitution Drill

Nhà tôi về kìa.   There comes my husband/wife
                                 (home) [now].

Bà Liễn về kìa.   There comes Mrs. Liễn (home)
                                 [now].

Mẹ về kìa.   There comes Mother (home) [now].
Chị Lan về kìa.   There comes (Older sister) Lan
                                 (home) [now].

Chú Tám về kìa.   There comes Uncle Tám (home)
                                 [now].

Anh Tâm về kìa.   There comes (Older brother) Tâm
                                 (home) [now].

Ổng về kìa.   There he comes (home) [now].
Bả về kìa.   There she comes (home) [now].

11. Substitution Drill

Có ông Howard tới thăm.   Here's Mr. Howard [who's] come
                                 to visit.

Có ông Howard tới chơi.   Here's Mr. Howard [who's] come
                                 to visit.

Có ông Howard tới hỏi cô.   Here's Mr. Howard [who's] come
                                 to ask for you.

Có ông Howard tới <u>nghe</u>.   Here's Mr. Howard [who's] come
                                              to listen.

Có ông Howard tới <u>làm việc</u>.   Here's Mr. Howard [who's] come
                                              to work.

Có ông Howard tới <u>mượn một   Here's Mr. Howard [who's] come
cuốn sách</u>.   to borrow a book.

12. <u>Response Drill</u>

Ông qua đây được bao lâu rồi?   How long have you been (over)
(hai ngày)   here? (two days)
    Tôi mới qua đây được hai   I've just been (over) here
    ngày.   for two days.
Bà đi được bao lâu rồi? (ba   How long have you been away?
tuần)   (three weeks)
    Tôi mới đi được ba tuần.   I've just been away for
                                          three weeks.

Cô tới đây được bao lâu rồi?   How long have you been here?
(một tháng)   (a month)
    Tôi mới tới đây được một   I've just been here for a
    tháng.   month.
Anh làm việc ở đây được bao lâu   How long have you worked here?
rồi? (bảy tháng)   (seven months)
    Tôi mới làm việc ở đây được   I've just worked here for
    bảy tháng.   seven months.
Các anh học tiếng Việt được   How long have you (plural) studied
bao lâu rồi? (một nam rưỡi)   Vietnamese? (a year and a half)
    Chúng tôi mới học tiếng Việt   We've just studied Vietnamese
    được một nam rưỡi.   for a year and a half.
Chị về đây được bao lâu rồi?   How long have you been back here?
(hai tháng rưỡi)   (two and a half months)
    Tôi mới về đây được hai   I've just been back here
    tháng rưỡi.   for two and a half months.
Anh ở đó được bao lâu rồi? (sáu   How long have you lived there?
tháng)   (six months)
    Tôi mới ở đó được sáu tháng.   I've just lived there for
                                          six months.

13. Transformation Drill

Tôi được đi Việt-Nam.

    Tôi bị đi Việt-Nam.

Tôi được ở lại.

    Tôi bị ở lại.

Cô ấy được về Nha-trang.

    Cô ấy bị về Nha-trang.

Anh ấy được đi xe buýt.

    Anh ấy bị đi xe buýt.

Chúng tôi được học tiếng Việt.

    Chúng tôi bị học tiếng Việt.

Anh có được đi không?

    Anh có bị đi không?

I had the opportunity to go to Vietnam.
    I had to go to Vietnam (against my will).

I had the opportunity to stay behind.
    I had to stay behind (against my will).

She had the opportunity to return to Nhatrang.
    She had to return to Nha-trang (against her will).

He had an opportunity to go by bus.
    He had to go by bus (against his will).

We had the opportunity to study Vietnamese.
    We had to study Vietnamese (against our will).

Did you have the opportunity to go?
    Did you have to go (against your will)?

14. Combination Drill

Bị đi bất ngờ. Tôi không viết thơ được.
    Bị đi bất ngờ, nên tôi không viết thơ được.
Bị đi mua xăng. Tôi không đến sớm được.
    Bị đi mua xăng, nên tôi không đến sớm được.

[I] had to go unexpectedly. I couldn't write (a letter).
    [I] had to leave unexpectedly, so I couldn't write (a letter).
[I] had to go to buy gas. I couldn't come early.
    [I] had to go to buy gas, so I couldn't come early.

Bị đi làm. Tôi không đi chơi   [I] had to go to work.
được.   I couldn't go out (for fun).

    Bị đi làm, <u>nên</u> tôi không đi   [I] had to go to work, <u>so</u> I
    chơi được.   couldn't go out (for fun).

Bị gặp người quen. Tôi không ra   [I] had to meet an acquaintance.
ngay được.   I couldn't come out right away.

    Bị gặp người quen, <u>nên</u> tôi   [I] had to meet an acquaint-
    không ra ngay được.   ance, <u>so</u> I couldn't come out
                                           right away.

Bị nói chuyện với ông Tâm. Tôi   [I] had to talk to Mr. Tâm.
không đi với anh được.   I couldn't go with you.

    Bị nói chuyện với ông Tâm,   [I] had to talk to Mr. Tâm,
    <u>nên</u> tôi không đi với anh   <u>so</u> I couldn't go with you.
    được.

15. Combination-Expansion Drill

Nhà tôi khó tìm. Anh tìm ra.   My house is difficult to find.
                                       You've found [it].

    Nhà tôi khó tìm mà anh tìm   [That] you found my house
    ra kể cũng giỏi lắm.   even though [it's] hard to
                                           find shows [that you're]
                                           pretty clever.

Chữ này khó. Anh đọc được.   This word is difficult. You can
                                       read [it].

    Chữ này khó mà anh đọc được   [That] you can read this
    kể cũng giỏi lắm.   word even though [it's]
                                           difficult shows [that you're]
                                           pretty clever.

Chỗ này xa. Anh đi bộ được.   This place is far. You could walk.
    Chỗ này xa mà anh đi bộ được   [That] you could walk to this
    kể cũng giỏi lắm.   place even though [it's] far
                                           away shows [that you're a]
                                           pretty good [walker].

Món này cay. Anh an được.

This dish is spicy. You could eat [it].

    Món này cay mà anh an được kể cũng giỏi lắm.

    [That] you could eat this dish even though [it's] spicy shows [that you're] pretty good (i.e. at eating spicy food).

Nhà này nóng. Anh ở được.

This house is hot. You can live [in it].

    Nhà này nóng mà anh ở được kể cũng giỏi lắm.

    [That] you can live [in] this house even though [it's] hot shows [that you're] pretty good (i.e. at standing heat).

16. Response Drill

Anh giỏi lắm!
You're very clever!
    Đâu có, tôi đâu có giỏi.
    No, I'm not clever at all.
Anh chậm lắm!
You're very slow!
    Đâu có, tôi đâu có chậm.
    No, I'm not slow at all.
Cô đẹp lắm!
You're very pretty!
    Đâu có, tôi đâu có đẹp.
    No, I'm not pretty at all.
Ông đến trễ lắm!
You came very late!
    Đâu có, tôi đâu có đến trễ.
    No, I didn't come late at all.
Cái này mắc lắm!
This (thing) is very expensive!
    Đâu có, cái này đâu có mắc.
    No, this (thing) is not expensive at all.

Cuốn sách này dở lắm!
This book is very uninteresting (dull)!

    Đâu có, cuốn sách này đâu có dở.
    No, this book is not dull at all.
Tiệm này rẻ lắm!
This shop is very cheap!
    Đâu có, tiệm này đâu có rẻ.
    No, this shop is not cheap at all.

Ở đây nóng lắm!
It's very hot here!
    Đâu có, ở đây đâu có nóng.
    No, it's not hot here at all.

17. Substitution Drill

Tôi nhờ mấy em bé làm giùm tôi.   I let (relied on) some kids
                                             do [it] for me.

Tôi nhờ mấy sinh-viên làm giùm   I let (relied on) some students
  tôi.   do [it] for me.

Tôi nhờ mấy người làm giùm tôi.   I let (relied on) some people
                                             do [it] for me.

Tôi nhờ mấy người bạn làm giùm   I let (relied on) some friends
  tôi.   do [it] for me.

Tôi nhờ mấy cô làm giùm tôi.   I let (relied on) some ladies
                                           do [it] for me.

Tôi nhờ mấy bà làm giùm tôi.   I let (relied on) some (older)
                                           ladies do [it] for me.

Tôi nhờ mấy người thơ-ký làm   I let (relied on) some secre-
  giùm tôi.   taries do [it] for me.

18. Response Drill

Ai làm giùm anh? (em bé)   Who did [it] for you? (kids)
  Mấy em bé làm giùm tôi.   Some kids did [it] for me.
Anh mua gì? (cuốn sách này)   What did you buy? (these books)
  Tôi mua mấy cuốn sách này.   I bought these (several) books
Anh nói chuyện với ai? (người   Whom are you talking with?
này)   (these people)
  Tôi nói chuyện với mấy người   I'm talking with these
  này.   (several) people.
Anh định đi đâu? (chỗ này)   Where do you plan to go? (these
                                 places)
  Tôi định đi mấy chỗ này.   I plan to go to these
                                 (several) places.
Ai cho anh qua đây? (ông này)   Who let you come over here?
                                 (these gentlemen)
  Mấy ông này cho tôi qua đây.   These (several) gentlemen
                                 let me come over here.
Bà ấy đi bao lâu rồi? (bữa)   How long has she been gone? (days)
  Bà ấy đi mấy bữa rồi.   She's been gone for a few
                                 days already.

19. <u>Transformation Drill</u>

Tôi còn độc-thân.	I'm still single.
Tôi vẫn còn độc-thân.	[Same]
Cô ấy còn làm việc ở đây.	She's still working here.
Cô ấy vẫn còn làm việc ở đây.	[Same]
Anh ấy còn đi học.	He's still going to school.
Anh ấy vẫn còn đi học.	[Same]
Ông ấy còn ở Việt-Nam.	He's still in Vietnam.
Ông ấy vẫn còn ở Việt-Nam.	[Same]
Hôm nay còn nóng.	It's still hot today.
Hôm nay vẫn còn nóng.	[Same]
Tôi còn đói bụng.	I'm still hungry.
Tôi vẫn còn đói bụng.	[Same]
Sao anh còn đến trễ?	Why do you still come late?
Sao anh vẫn còn đến trễ?	[Same]

20. <u>Response Drill</u>

Anh có vợ con gì chưa? (độc-thân)	Do you have any family yet? (single)
Dạ chưa, vẫn còn độc-thân.	Not yet; [I'm] still single.
Con anh đi học chưa? (ở nhà)	Do your children go to school yet? (stay home)
Dạ chưa, vẫn còn ở nhà.	Not yet; [they're] still at home.
Ông Liêm đi làm về chưa? (ở sở)	Has Mr. Liêm returned from work yet? (at the office)
Dạ chưa, vẫn còn ở sở.	Not yet; [he's] still at the office.
Bà Liên mạnh chưa? (ở nhà thương)	Is Mrs. Liên well yet? (in the hospital)
Dạ chưa, vẫn còn ở nhà thương.	Not yet; [she's] still in the hospital.
Anh Thanh về chưa? (ở Huế)	Has Thanh come back yet? (in Huế)
Dạ chưa, vẫn còn ở Huế.	Not yet; [he's] still in Huế.

Chị Ba đi ngủ chưa? (học bài)   Has (older sister) Ba gone to
                                        bed yet? (study her lessons)

    Dạ chưa, vẫn còn học bài.   Not yet; [she's] still
                                            studying her lessons.

Cô ấy rảnh chưa? (đọc báo)   Is she free yet? (read the paper)
    Dạ chưa, vẫn còn đọc báo.   Not yet; [she's] still
                                            reading the paper.

21. Transformation Drill

Mời anh ở lại dùng cơm nghe.   Won't you (please) stay and have
                                        a meal?

    Mời anh ở lại dùng cơm nhé.   [Same]
Mời anh đi ăn với tôi nghe.   Won't you (please) go to eat
                                        with me?

    Mời anh đi ăn với tôi nhé.   [Same]
Mời chị ở lại chơi nghe.   Won't you (please) stay?
    Mời chị ở lại chơi nhé.   [Same]
Mời ông đi phố với tôi nghe.   Won't you (please) go downtown
                                        with me?

    Mời ông đi phố với tôi nhé.   [Same]
Mời bà đợi một chút nghe.   Won't you (please) wait for a
                                        moment?

    Mời bà đợi một chút nhé.   [Same]
Mời cô ghé lại nhà tôi một   Won't you (please) stop at my
chút nghe.   house for a moment?

    Mời cô ghé lại nhà tôi một   [Same]
    chút nhé.

22. Substitution Drill

Mình có nhiều thì-giờ nói   We'll have a lot more time to
  chuyện hơn.   chat.
Mình có nhiều thì-giờ học hơn.   We'll have a lot more time to
                                          study.

Mình có nhiều thì-giờ đi chơi   We'll have a lot more time to
  hơn.   go out.

Mình có nhiều thì-giờ <u>đọc sách</u> hơn.	We'll have a lot more time <u>to read (books)</u>.
Mình có nhiều thì-giờ <u>viết</u> hơn.	We'll have a lot more time <u>to write</u>.
Mình có nhiều thì-giờ <u>làm việc</u> hơn.	We'll have a lot more time <u>to work</u>.

D. NARRATION

Anh Howard đến trước một can nhà và hỏi người đàn bà anh gặp có phải đó là nhà của anh Tâm không. Người đàn bà trả lời là phải và mời anh Howard vào nhà vì chồng bà cũng sắp về. Anh Howard cảm ơn và tự giới-thiệu mình là bạn của anh Tâm từ lúc hai người học ở bên Mỹ. Vừa lúc ấy anh Tâm về. Anh ấy hỏi anh Howard qua Việt-Nam hồi nào. Anh Howard trả lời là mới qua có hai ngày. Vì đi bất-ngờ nên anh ấy không viết thơ cho anh Tâm biết được. Anh Tâm khen anh Howard vì nhà anh ấy ở trong hẻm khó tìm mà anh Howard tìm ra được. Anh Howard nói là ảnh phải nhờ mấy em bé ở đầu hẻm chỉ đường. Anh Tâm hỏi anh Howard đã lập gia-đình chưa. Anh Howard cho biết là vẫn còn độc-thân. Sau đó anh Tâm mời anh Howard ở lại dùng cơm để hai người có nhiều thì-giờ nói chuyện hơn.

<u>Vocabulary and Notes</u>

can	compartment, section (of a larger building)
can nhà	apartment, flat (in a row of attached houses)
đàn	flock, herd, group, category
đàn bà	women (in general)
vào (SVN: vô)	to enter, come in, go in
tự	self, oneself, on one's own
lúc	time, when (conjunction)
vừa lúc ấy	just then, at that moment
khen	to praise, commend, congratulate
đã	to have already (done something), first, beforehand, already

lập   to set up, establish
lập gia-đình   to get married, establish a family
cho biết   to inform, let it be known

E. QUESTIONS ON THE NARRATION

1. Khi đến trước một can nhà   Whom did Howard meet when he
   thì anh Howard gặp ai?   arrived in front of a house?

2. Anh ta hỏi người đàn bà đó   What did he ask that woman?
   gì?

3. Người đàn bà đó là ai?   Who was that woman?

4. Bà ấy mời anh Howard làm gì?   What did she ask (invite) Howard
                                         to do?

5. Chừng nào anh Tâm về?   When would Tâm be back?

6. Anh Howard tự giới-thiệu mình   How did Howard introduce himself?
   ra sao?

7. Anh Howard qua Việt-Nam hồi   When did Howard come to Viet-
   nào?   nam?

8. Tại sao anh Howard không   Why didn't Howard write to Tâm?
   viết thơ cho anh Tâm?

9. Tại sao anh Tâm khen anh   Why did Tâm praise Howard?
   Howard?

10. Anh Howard giải-thích thế nào?   How did Howard explain it?

11. Anh Howard đã lập gia-đình   Has Howard gotten married yet?
    chưa?

12. Tại sao anh Tâm mời anh   Why did Tâm invite Howard to
    Howard ở lại dùng cơm?   stay for a meal?

F. SUPPLEMENTARY VOCABULARY

1. Receiving guests:

Mời (term of address) vào chơi!   Please come in!
Mời (term of address) ngồi chơi!   Please sit down!
ở lại một chút   stay awhile

nói chuyện	to converse, chat
Mời (term of address) hút thuốc!	Please have a cigarette!
Mời (term of address) uống trà!	Please have a cup of tea!
Mời (term of address) ăn cơm!	Please have a meal!
tham	to visit
trở lại	to come back again

2. <u>Furniture</u>:

(cái) bàn table	(cái) tủ cabinet, closet
(cái) ghế chair	(cái) tủ áo wardrobe
(cái) ghế đầu tall stool	(cái) gạt tàn thuốc ashtray
(cái) đòn low stool	(cái) tủ lạnh refrigerator
(cái) giường bed	(cái) đèn lamp
(cái) bếp stove	(cái) phản a low flat platform for sitting or sleeping
(chiếc) chiếu mat	(cái) võng hammock

LESSON FIVE: PLANNING AN EVENING OUT

A. DIALOGUE

Anh Tài

rảnh   to be free, at leisure

1. Anh Steve, tối nay anh có rảnh không?   (Older brother) Steve, are you free tonight?

Anh Steve

bận   to be busy, occupied

2. Tối nay tôi bận, nhưng tối mai thì rảnh; có gì vậy?   I'm busy tonight, but [I'm] free tomorrow night; [do you] have something [in mind] (then)?

Anh Tài

nhậu   to snack and drink (alcohol), have drinks and hors d'oeuvres

hát   to sing, perform (an opera)

đi coi hát   to go to a movie, play, opera, etc.

3. Tôi định mời anh đi nhậu rồi đi coi hát.   I'd intended to invite you to go [have something] to eat and drink [and] then go to a movie.

Anh Steve

nghe   to hear, listen, sound, seem, smell

hấp-dẫn   to be attractive, interesting

4. Chà, nghe hấp-dẫn quá! Tối mai được không?   Hey, [that] sounds very interesting! [Will] tomorrow night be O.K.?

Anh Tài

5. Tối mai cũng được. Mấy giờ anh rảnh?   Tomorrow night will be fine (too). What time are you free?

Anh Steve

| tan | to dissolve, melt, disperse |
| tan sở | after work |

6. Tan sở là tôi rảnh.   After work (then) I'm free.

Anh Tài

lên	to go up
Thủ-đúc	name of a district north of Saigon
lai-rai	intermittent, leisurely

7. Vậy, mai sáu giờ mình lên   Then tomorrow at six o'clock let's
   Thủ-đúc nhậu lai-rai nhé.   go up to Thủ-đúc [and] take [our]
                                    time eating and drinking.

Anh Steve

8. Nhậu lai-rai là làm sao?   What do you mean by 'nhậu lai-
                                    rai'?

Anh Tài

bia	beer
món	dish (of menu), course (of meal); item (of budget), kinds, etc.
món an chơi	hors d'oeuvre, appetizer

9. Nhậu lai-rai là mình vừa uống   'Nhậu lai-rai' means (is) that
   bia vừa an mấy món an chơi.   we drink beer and (at the same
                                    time) eat several dishes of hors
                                    d'oeuvres.

| cải-lương | Vietnamese opera |

10. Anh coi cải-lương lần nào   Have you ever seen an Vietnamese
    chưa?   opera yet?

Anh Steve

11. Chưa. Tôi định hôm nào đi   Not yet. I've been intending to
    coi thử.   go see [it] someday (and try it)

Anh Tài

Nguyễn Van Hảo   name of a theater in Saigon

	tuồng	play, piece, performance
	Lương Sơn Bá, Chúc Anh Đài	name of a well-known Chinese opera
12.	Vậy, tốt lắm. ở rạp Nguyễn Van Hảo đang hát tuồng 'Lương Sơn Bá, Chúc Anh Đài' hay lắm.	Then fine; at the Nguyễn Van Hảo Theatre they're performing the play 'Lương Sơn Bá, Chúc Anh Đài' [it's] very good (interesting).

Anh Steve

13.	Chuyện như thế nào anh?	What's the story like?

Anh Tài

	mất	to lose; to spend; to die
14.	Kể trước mất hay.	[If I] tell [you] beforehand [it'll] lose interest [for you].
15.	Ngày mai coi sẽ biết.	[You'll] find out [when you] see [it] tomorrow.

B. GRAMMAR NOTES

1. <u>Có in Questions</u> (Drills 1 and 2)

The auxiliary <u>có</u> occurs much more frequently in questions than in statements. In this interrogative use <u>có</u> seems to function rather like the reinforcing verbs 'to do' and 'to be' in English questions; e.g.

Anh <u>có</u> quen ai không?	<u>Do</u> you know anybody?
Anh <u>có</u> đi Hà-nội không?	<u>Did</u> you go to Hà-nội?
Ông ấy <u>có</u> giỏi không?	<u>Is</u> he good?
Anh <u>có</u> rảnh không?	<u>Are</u> you free?

Additionally, the use of <u>có</u> in a question seems to imply a prior assumption about the situation, or to anticipate an affirmative answer; contrast:

Anh quen ai không?	Do you know anybody? (No prior assumption.)
Anh <u>có</u> quen ai không?	Do you (<u>in fact</u>) know anybody? (I don't.)

Tối nay anh rảnh không?	Are you free tonight? (No prior assumption.)
Tối nay anh có rảnh không?	Are you (perhaps) free tonight? (I have something in mind.)

2. Nhưng ... thì (Drills 3, 4 and 5)

Nhưng 'but' is a conjunction which commonly introduces a coordinate clause; the construction nhưng ... thì means 'but as for ... on the other hand', or 'but if it's ... then ...', as in

Tối nay tôi bận, nhưng tối mai thì rảnh.	Tonight I'm busy, but (if it's) tomorrow night (then) [I'm] free.

Notice that, although it would not be translated as such in English, the above example is a complex clause which is structurally parallel with

Anh có quen ai, thì giới-thiệu với tôi đi.	[If] you know anybody, (then) introduce [him] to me.

3. Mời as a Main Verb (Drill 6)

You have met mời as a polite imperative word, as in

Mời ông vô trong nhà.	Please come into the house.

Mời also occurs as a main verb meaning 'to invite', as in

Tôi định mời anh đi nhậu rồi đi coi hát.	I'd like to invite you to go [have something] to eat and drink [and] then go to (see) a movie.

4. Nghe as an Intransitive Verb (Drills 7 and 8)

You have met nghe 'to hear, listen (to)' as a transitive verb, as in

Tôi không nghe gì.	I don't hear anything.

Nghe may also occur as an intransitive verb with the meaning 'to sound, seem, smell', as in

Nghe hấp-dẫn quá!	[That] sounds very interesting!

Coi 'to see, watch' may be used in the same way to mean 'to look,

seem, appear', as in
    Cô ấy <u>coi</u> đẹp quá!   She <u>looks</u> very beautiful!
In this use, nghe and <u>coi</u> function like the intrinsically intran-
sitive verbs <u>trông</u> 'to look, appear, seem' and <u>có vẻ</u> 'to have the
appearance of, to seem'.

5. <u>Cũng: the 'Wet Blanket' Effect</u> (Drill 9)
    One of the basic meanings of <u>cũng</u> is 'too, also', as in
    Tôi <u>cũng</u> đi máy bay.   I'm <u>also</u> going [by] plane.
    Tôi mai <u>cũng</u> được.   Tomorrow night will be O.K., <u>too</u>.
In many contexts, however, <u>cũng</u> implies a noncommittal or even
begrudging concession on the part of the speaker, as in
    Tôi mai <u>cũng</u> được.   Tomorrow night will be O.K., <u>too</u>
                                 (if you insist).
    Cô ấy <u>cũng</u> đẹp.   She's pretty, <u>too</u>. (She's O.K.)
    Bia này <u>cũng</u> ngon.   This beer is good, <u>too</u>. (I've
                                 had better.)
Thus it can be seen that a simple 'also' is not always an adequate
translation for <u>cũng</u>.

6. <u>Là vs. thì</u> (Drills 10 and 11)
    <u>Là</u> and <u>thì</u> both occur as conditional clause markers in complex
sentences with very little difference in meaning. <u>Thì</u> is perhaps
more common in this use, but when <u>là</u> occurs instead of <u>thì</u>, it
implies 'in general, habitually, as a usual thing', while <u>thì</u>
usually refers to a more specific context, situation, or occur-
rence; compare:
    Tan sở <u>là</u> tôi rảnh.   After work (<u>then</u>) I'm free
                                 (habitually).
                                 or
                                 I'm <u>usually</u> free after work.
    Tan sở <u>thì</u> tôi rảnh.   After work (<u>then</u>) I'm free.
                                 or
                                 I'll be free after work (<u>this</u>
                                 <u>time</u>).

7a. <u>Mình ... nhé</u> (Drill 12)

You have met <u>mình</u> as an intimate inclusive first person
plural pronoun meaning 'we', as in

<u>Mình</u> có nhiều thì-giờ nói   We'll have a lot more time to
    chuyện hơn.   chat.

When <u>mình</u> as a subject is followed at the end of the sentence by
the hortatory particle <u>nhé</u>, it means 'Let's ..., O.K.?', or 'Shall
we ...?', as in

Mai sáu giờ <u>mình</u> lên Thủ-   Tomorrow at six o'clock <u>let's</u> go
    đức nhậu lai-rai <u>nhé</u>.   eating and drinking up at
                              Thủ-đức, <u>O.K.</u>?

<u>Mình</u> đi coi hát <u>nhé</u>.   Shall <u>we</u> go to a movie?

7b. <u>Lai-rai</u> (Drill 13)

When the adverb <u>lai-rai</u> follows a verb, it means (to do some-
thing) 'intermittently, off and on, in a leisurely fashion, not
very seriously', as in

Mình đi nhậu <u>lai-rai</u> nhé.   Let's go eating and drinking (<u>in</u>
                              <u>a leisurely fashion</u>), O.K.?

Hôm nay mưa <u>lai-rai</u> thôi.   It rained only <u>intermittently</u>
                              today.

8, 9. <u>Là làm sao</u> (Drill 14)

In Lesson One you met <u>là làm sao</u> with the **rather** idiomatic
meaning 'how?, in what way?', as in

Cũng hơi khó <u>là làm sao</u>?   <u>In what way</u> was [it] rather
                              difficult?

In this lesson, <u>là làm sao</u> may be translated more literally 'is to
do how?, is how?', as in

Nhậu lai-rai <u>là làm sao</u>?   'Nhậu lai-rai' <u>is to do how</u>?
                              or, more idiomatically
                              <u>What do you mean by</u> 'nhậu lai-
                              rai'?

11a. <u>Verb + thử</u> (Drill 15)

Thử as a main verb means 'to try, to try out, to experiment with', as in

Ông thử món đó lần nào   Have you ever <u>tried</u> that dish?
   chưa?

After a verb, however, thử means 'as a trial, as an experiment, experimentally, tentatively'; this idea is expressed in English by 'try + V + ing', as in

Ông muốn đi thử chiếc xe   Would you like to <u>try riding</u>
   máy này không?   this bicycle?

Tôi định hôm nào đọc thử   I've been intending to <u>try</u>
   cuốn sách đó.   <u>reading</u> that book someday.

Tôi định hôm nào đi <u>coi</u>   I've been meaning to go see [it]
   <u>thử</u>.   someday (<u>and see how I like</u>
                                   <u>it</u>).

11b. <u>Indefinite use of hôm nào</u> (Drill 16)

You have met <u>hôm nào</u> as an interrogative adverb, as in

Ông tới đây <u>hôm nào</u>?   <u>When (what day)</u> did you get here?

Like all interrogatives in Vietnamese, it may also occur as an indefinite, as in

Tôi định <u>hôm nào</u> ăn thử.   I've been meaning to try eating
                                 [it] <u>someday</u>.

Anh muốn <u>hôm nào</u> đi Huế   Do you want to visit (go for fun)
   chơi không?   Huế <u>someday</u>?

13. <u>Như thế nào</u> (Drill 17)

<u>Như thế nào</u> is an interrogative phrase which means 'be like what?, be how?, be of what kind?', as in

Chuyện <u>như thế nào</u> anh?   What's the story <u>like</u> (Older
                                  Brother)?

Cô ấy <u>như thế nào</u>?   What's she <u>like</u>?

14, 15. <u>Unmarked Subordinate Clauses Again</u> (Drills 18 and 19)

In Lesson Two we pointed out that subordinate clauses fre-

quently have no overt marking, and the appropriate subordinating
conjunction must be 'supplied' in English, as in

   Anh có quen ai, giới-thiệu [If] you know anybody, intro-
     với tôi đi.   duce [him] to me.

The nature of the conditional clause (i.e. which conjunction must
be used in English) must be determined from the context,

   Kể trước mất hay.   [If I] tell [you] in advance,
                [it'll] lose interest (no
                longer be interesting).

   Ngày mai coi sẽ biết.   [When you] see [it] tomorrow,
                [you'll] find out (know).

C. DRILLS

1. Substitution Drill

Tối nay anh có <u>rảnh</u> không?	Are you <u>free</u> tonight?
Tối nay anh có <u>bận</u> không?	Are you <u>busy</u> tonight?
Tối nay anh có <u>làm gì</u> không?	Are you <u>doing anything</u> tonight?
Tối nay anh có <u>đi đâu</u> không?	Are you <u>going anywhere</u> tonight?
Tối nay anh có <u>học</u> không?	Are you <u>studying</u> tonight?
Tối nay anh có <u>đi chơi</u> không?	Are you <u>going out</u> tonight?

2. Expansion Drill (See Grammar Note 1)

Tối nay anh rảnh không?	Are you free tonight?
Tối nay anh có rảnh không?	[Same]
Tối nay anh bận không?	Are you busy tonight?
Tối nay anh có bận không?	[Same]
Tối nay anh làm gì không?	Are you doing anything tonight?
Tối nay anh có làm gì không?	[Same]
Tối nay anh đi đâu không?	Are you going anywhere tonight?
Tối nay anh có đi đâu không?	[Same]
Tối nay anh học không?	Are you studying tonight?
Tối nay anh có học không?	[Same]

Tối nay anh đi chơi không?   Are you going out tonight?
    Tối nay anh có đi chơi không?   [Same]

3. Multiple Substitution Drill

Tối nay tôi bận nhưng tối mai   I'm busy tonight, but I'm free
    thì rảnh.   tomorrow night.
Sáng nay tôi bận nhưng sáng   I'm busy this morning, but I'm
    mai thì rảnh.   free tomorrow morning.
Chiều nay tôi bận nhưng chiều   I'm busy this afternoon, but
    mai thì rảnh.   I'm free tomorrow afternoon.
Thứ ba tôi bận nhưng thứ tư   I'm busy Tuesday, but I'm free
    thì rảnh.   Wednesday.
Tuần này tôi bận nhưng tuần   I'm busy this week, but I'm
    sau thì rảnh.   free next week.
Tháng này tôi bận nhưng tháng   I'm busy this month, but I'm
    sau thì rảnh.   free next month.

4. Multiple Substitution Drill

Tối nay tôi bận nhưng tối mai   I'm busy tonight, but I'm free
    thì rảnh.   tomorrow night.
Tối nay tôi rảnh nhưng tối mai   I'm free tonight, but I'm busy
    thì bận.   tomorrow night.
Tối nay tôi đi nhưng tối mai   I'm going tonight, but I'm not
    thì không đi.   going tomorrow night.
Tối nay tôi ở nhà nhưng tối mai   I'm staying home tonight, but
    thì đi chơi.   I'm going out tomorrow night.
Tối nay tôi học nhưng tối mai   I'm studying tonight, but I'm
    thì rảnh.   free tomorrow night.
Tối nay tôi đi thư-viện nhưng   I'm going to the library, but
    tối mai thì ở nhà.   I'm staying home tomorrow
                                       night.
Tối nay tôi ở nhà nhưng tối mai   I'm staying home tonight, but
    thì đi coi hát.   I'm going to a movie
                                       tomorrow night.

5. Combination Drill

Tối nay tôi bận. Tối mai tôi
rảnh.

    Tối nay tôi bận nhưng tối
    mai thì rảnh.

Sáng nay tôi rảnh. Sáng mai tôi
bận.

    Sáng nay tôi rảnh nhưng sáng
    mai thì bận.

Chiều nay tôi đi. Chiều mai tôi
không đi.

    Chiều nay tôi đi nhưng chiều
    mai thì không đi.

Thứ ba tôi ở nhà. Thứ tư tôi đi
chơi.

    Thứ ba tôi ở nhà nhưng thứ
    tư thì đi chơi.

Sáng nay tôi đi học. Chiều nay
tôi rảnh.

    Sáng nay tôi đi học nhưng
    chiều nay thì rảnh.

Tuần này tôi đi thư-viện. Tuần
sau tôi ở nhà.

    Tuần này tôi đi thư-viện
    nhưng tuần sau thì ở nhà.

I'm busy tonight. I'm free to-
morrow night.

    I'm free tonight, but I'm
    free tomorrow night.

I'm free this morning. I'm busy
tomorrow morning.

    I'm free this morning, but
    I'm busy tomorrow morning.

I'm going this afternoon. I'm
not going tomorrow afternoon.

    I'm going this afternoon,
    but I'm not going tomorrow
    afternoon.

I'm staying home on Tuesday. I'm
going out on Wednesday.

    I'm staying home on Tuesday,
    but I'm going out on Wednesday.

I'm going to school this morning.
I'm free this afternoon.

    I'm going to school this
    morning, but I'm free this
    afternoon.

I'm going to the library this
week. I'm staying home next week.

    I'm going to the library
    this week, but I'm staying
    home next week.

6. Transformation Drill

Tôi định đi nhậu rồi đi coi hát.

    Tôi định mời anh đi nhậu rồi
    đi coi hát.

I intend to go [have something]
to eat and drink [and] then go
to a movie.

    I intended to invite you to
    go [have something] to eat
    and drink [and] then go to
    a movie.

Tôi định đi an rồi đi phố.   I intend to go eating [and]
                                              then go to town.

   Tôi định mời anh đi an rồi   I intended to invite you to
   đi phố.   go eating [and] then go to
                                                 town.

Tôi định đi coi cải-lương rồi   I intend to go to see an opera
đi uống cà-phê.   [and] then go drink coffee.

   Tôi định mời anh đi coi cải-   I intended to invite you to
   lương rồi đi uống cà-phê.   go to see an opera [and]
                                                 then go drink coffee.

Tôi định đi ra sân máy bay rồi   I intend to go (out) to the air-
về nhà an cơm.   port [and] then come home for
                                              dinner.

   Tôi định mời anh đi ra sân   I intended to invite you to
   máy bay rồi về nhà an cơm.   go (out) to the airport [and]
                                                 then come home for dinner.

Tôi định lên Thủ-đức rồi ra   I intend to go (up) to Thủ-đức
Vũng-Tàu.   [and] then go (out) to Vũng-tàu.

   Tôi định mời anh lên Thủ-   I intended to invite you to
   đức rồi ra Vũng-Tàu.   go (up) to Thủ-đức [and]
                                                 then go (out) to Vũng-Tàu.

Tôi định đi tham anh Liêm rồi   I intend to go visit Liêm [and]
đi chơi.   then go out (for a good time).

   Tôi định mời anh đi tham anh   I intended to invite you to
   Liêm rồi đi chơi.   go visit Liêm [and] then
                                                 go out (for a good time).

7. <u>Substitution Drill</u>

   [New Vocabulary: buồn 'to be sad, gloomy']

Cái này nghe <u>hấp-dẫn</u> quá!   This sounds very <u>interesting</u>!
Cái này nghe <u>hay</u> quá!   This sounds very <u>good</u>.
Cái này nghe <u>được</u> quá!   This sounds very <u>good</u> (alright)!
Cái này nghe <u>dở</u> quá!   This sounds very <u>dull</u>!
Cái này nghe <u>buồn</u> quá!   This sounds very <u>sad</u>!

8. Expansion Drill

[New Vocabulary: trông 'to look, appear, seem'
                   có vẻ 'to have the appearance, to seem']

Cái này hấp-dẫn quá! (nghe)
   Cái này nghe hấp-dẫn quá!
Cái này đẹp quá! (coi)
   Cái này coi đẹp quá!
Cái này hay quá! (trông)
   Cái này trông hay quá!
Cái này ngon lắm. (có vẻ)
   Cái này có vẻ ngon lắm.
Cái này dở quá! (nghe)
   Cái này nghe dở quá!
Cái này được lắm. (có vẻ)
   Cái này có vẻ được lắm.
Cái này buồn quá! (trông)
   Cái này trông buồn quá!
Cái này xấu quá! (coi)
   Cái này coi xấu quá!

This is very interesting! (sound)
   This sounds very interesting!
This is very beautiful! (look)
   This looks very beautiful!
This is very interesting! (look)
   This looks very interesting!
This is very delicious. (seem)
   This seems very delicious.
This is very dull! (sound)
   This sounds very dull!
This is alright. (seem)
   This seems alright.
This is very sad! (look)
   This looks very sad!
This is very ugly! (look)
   This looks very ugly!

9. Response Drill

Tối mai được không anh?
   Tối mai cũng được.

Tối mai rảnh không anh?
   Tối mai cũng rảnh.

Tối nay bận không anh?
   Tối nay cũng bận.
Chiều mai tiện không anh?

   Chiều mai cũng tiện.

[Will] tomorrow night be O.K.?
   Tomorrow night [will] be
   fine (too).
[Will you] be free tomorrow night?
   [I'll] be free tomorrow
   night (too).
[Will you] be busy tonight?
   [I'll] be busy tonight (too).
[Will it] be convenient [for
you] tomorrow afternoon?
   [It'll] be convenient tomorrow
   afternoon (too).

Sáng chủ-nhựt bất-tiện khổng   [Will it] be inconvenient [for
anh?   you] Sunday morning?
    Sáng chủ-nhựt cũng bất-tiện.   [It'll] be inconvenient Sun-
                                      day morning (too).

10. Substitution Drill

    [New Vocabulary: khỏe 'strong, healthy, well'
                      thấy khỏe 'to feel good; feel well'
                      mệt 'tired, exhausted']

Tan sở là tôi rảnh.   After work (then) I'm free.
Tan sở là tôi về nhà.   After work (then) I go home.
Tan sở là tôi phải đi.   After work (then) I have to go.
Tan sở là tôi thấy khỏe.   After work (then) I feel good.
Tan sở là tôi thấy mệt.   After work (then) I feel exhausted.
Tan sở là tôi bận.   After work (then) I'm busy.
Tan sở là tôi đi học.   After work (then) I go to school.

11. Transformation Drill

Tan sở là tôi rảnh.   After work (then) I'm free
                                      (habitually).

    Tan sở thì tôi rảnh.   I'll be free after work
                                      (this time).

Tan sở là tôi thấy mệt.   After work (then) I feel exhausted
                                      (habitually).

    Tan sở thì tôi thấy mệt.   I felt exhausted after work
                                      (this time).

Tan sở là tôi phải đi.   After work (then) I have to go
                                      (habitually).

    Tan sở thì tôi phải đi.   I'll have to go after work
                                      (this time).

Tan sở là tôi về nhà.   After work (then) I go home
                                      (habitually).

    Tan sở thì tôi về nhà.   I'll go home after work
                                      (this time).

Tan sở <u>là</u> tôi thấy khỏe.

  Tan sở <u>thì</u> tôi thấy khỏe.

Tan sở <u>là</u> tôi đi học.

  Tan sở <u>thì</u> tôi đi học.

Tan sở <u>là</u> tôi bận.

  Tan sở <u>thì</u> tôi bận.

After work (then) I feel good (habitually).

  I felt good after work (this time).

After work (then) I go to school (habitually).

  I'll go to school after work (this time).

After work (then) I'm busy (habitually).

  I'll be busy after work (this time).

12. Substitution Drill

Mai sáu giờ mình <u>lên Thủ-đức nhậu lai-rai</u> nhé.

Mai sáu giờ mình <u>đi coi hát</u> nhé.

Mai sáu giờ mình <u>ra sân máy bay</u> nhé.

Mai sáu giờ mình <u>đi chợ mua đồ</u> nhé.

Mai sáu giờ mình <u>đi coi nhà</u> nhé.

Mai sáu giờ mình <u>đi phố chơi</u> nhé.

Tomorrow at six o'clock let's <u>go up to Thủ-đức [and] take [our] time eating and drinking</u>.

Tomorrow at six o'clock let's <u>go to a movie</u>.

Tomorrow at six o'clock let's <u>go (out) to the airport</u>.

Tomorrow at six o'clock let's <u>go to the market to do some shopping</u>.

Tomorrow at six o'clock let's <u>go look at [a few] houses</u>.

Tomorrow at six o'clock let's <u>go downtown (for fun)</u>.

13. Response Drill

Hôm nay mưa nhiều không?

  Không, hôm nay mưa lai-rai thôi.

Anh ấy làm việc giỏi không?

  Không, anh ấy làm việc lai-rai thôi.

Did it rain a lot today?

  No, it just rained inter-mittently today.

Does he work hard?

  No, he just works off and on.

Anh học nhiều không?   Are you studying hard?
   Không, tôi học lai-rai thôi.   No, I'm just studying off
                                           and on.

Chị làm việc bận không?   Are you busy with your work?
   Không, tôi làm việc lai-rai   No, I'm just working off
   thôi.   and on.

Ông đọc nhiều không?   Do you read much?
   Không, tôi đọc lai-rai   I just read off and on.
   thôi.

Anh ấy uống nhiều không?   Does he drink much?
   Không, anh ấy uống lai-rai   No, he just drinks off and
   thôi.   on.

14. Response Drill

Nhậu lai-rai là làm sao? (vừa   What do you mean by 'nhậu lai-
uống bia vừa an mấy món an chơi)   rai'? (drink beer and eat several
                                        dishes of hors d'oeuvres at the
                                        same time)

   Nhậu lai-rai là vừa uống bia   'Nhậu lai-rai' is to drink
   vừa an mấy món an chơi.   beer and (at the same time)
                                           eat several dishes of hors
                                           d'oeuvres.

Đi chơi là làm sao? (đi an   What do you mean by 'đi chơi'?
uống với bạn)   (eat out with friends)
   Đi chơi là đi an uống với   'Đi chơi' is to eat out with
   bạn.   friends.

Làm công-chức là làm sao? (làm   What do you mean by 'làm công-
việc cho chánh-phủ)   chức'? (work for the government)
   Làm công-chức là làm việc   'Làm công-chức' is to work
   cho chánh-phủ.   for the government.

Rẻ hơn là làm sao? (trả tiền ít   What do you mean by 'rẻ hơn'?
hơn)   (pay less money)
   Rẻ hơn là trả tiền ít hơn.   'Rẻ hơn' is to pay less money.

Có gia-đình là làm sao? (có vợ   What do you mean by 'có gia-đình'?
con)   (have a wife and children)
   Có gia-đình là có vợ con.   'Có gia-đình' is to have a
                                           wife and children.

15. Substitution Drill

Tôi định hôm nào <u>đi coi</u> thử.	I've been intending to <u>go see</u> [it] someday (and try it).
Tôi định hôm nào <u>ăn</u> thử.	I've been intending to <u>eat</u> [it] someday (and try it).
Tôi định hôm nào <u>làm</u> thử.	I've been intending to <u>do</u> [it] someday (and try it).
Tôi định hôm nào <u>đọc</u> thử.	I've been intending to <u>read</u> [it] someday (and try it).
Tôi định hôm nào <u>hỏi</u> thử.	I've been intending to <u>ask about</u> [it] someday (and try it).
Tôi định hôm nào <u>nghe</u> thử.	I've been intending to <u>listen to</u> [it] someday (and try it).
Tôi định hôm nào <u>đi tìm</u> thử.	I've been intending to <u>go look for</u> [it] someday (and try it).

16. Response Drill

[New Vocabulary: chả giò 'eggroll']

Anh coi cải-lương chưa? Chưa. Tôi định hôm nào coi thử.	Have you seen an opera yet? Not yet. I've been intending to see [it] someday (and try it).
Anh ăn chả giò chưa? Chưa. Tôi định hôm nào ăn thử.	Have you eaten eggrolls yet? Not yet. I've been intending to try (eating) [them] someday.
Anh đọc cuốn sách này chưa? Chưa. Tôi định hôm nào đọc thử.	Have you read this book yet? Not yet. I've been intending to try (reading) [it] someday.
Anh hỏi ông Long chưa? Chưa. Tôi định hôm nào hỏi thử.	Have you asked Mr. Long yet? Not yet. I've been intending to try asking [him] someday.
Anh làm cái đó chưa? Chưa. Tôi định hôm nào làm thử.	Have you done that yet? Not yet. I've been intending to try (doing) [it] someday.

Anh đi tìm nhà chưa?   Have you gone look for a house
                                          yet?

  Chưa. Tôi định hôm nào đi   Not yet. I've been intending
  tìm thử.   to go look for [one] someday
                                             (and see).

Anh nghe cải-lương chưa?   Have you listened to an opera
                                          yet?

  Chưa. Tôi định hôm nào nghe   Not yet. I've been intending
  thử.   to listen to [one] someday
                                             (and see how I like it).

17. Substitution Drill

Chuyện như thế nào anh?   What's the story like?
Tuồng như thế nào anh?   What's the play like?
Cuốn đó như thế nào anh?   What's that book like?
Cô ấy như thế nào anh?   What's she like?
Ông ấy như thế nào anh?   What's he like?
Cái nhà đó như thế nào anh?   What's that house like?
Bia đó như thế nào anh?   What's that beer like?
Món đó như thế nào anh?   What's that dish like?

18. Substitution Drill

Kể trước mất hay.   [If I] tell [you] beforehand
                                          [it'll] lose interest [for
                                          you].

Coi trước mất hay.   [If I let you] see [it] before-
                                          hand [it'll] lose interest
                                          [for you].

Nghe trước mất hay.   [If I let you] listen to [it]
                                          beforehand [it'll] lose
                                          interest [for you].

Biết trước mất hay.   [If I let you] know [it] before-
                                          hand [it'll] lose interest
                                          [for you].

Làm trước mất hay.   [If I let you] <u>do</u> [it] before-
                                hand [it'll] lose interest
                                [for you].

Đọc trước mất hay.   [If I let you] <u>read</u> [it] before-
.   hand [it'll] lose interest
                                [for you].

19. <u>Multiple Substitution Drill</u>

Ngày mai <u>coi</u> sẽ <u>biết</u>.   [You'll] <u>find out</u> [when you]
                                <u>see</u> [it] tomorrow.

Ngày mai <u>đi</u> sẽ <u>thấy</u>.   [You'll] <u>see</u> [it when you] <u>go</u>
                                tomorrow.

Ngày mai <u>làm</u> sẽ <u>biết</u>.   [You'll] <u>find out</u> [when you] <u>do</u>
                                [it] tomorrow.

Ngày mai <u>gặp</u> sẽ <u>biết</u>.   [You'll] <u>find out</u> [when you]
                                <u>meet</u> [him] tomorrow.

Ngày mai <u>đọc</u> sẽ <u>thấy</u>.   [You'll] <u>see</u> [it when you] <u>read</u>
                                [it] tomorrow.

Ngày mai <u>nghe</u> sẽ <u>biết</u>.   [You'll] <u>find out</u> [when you]
                                <u>listen to</u> [him] tomorrow.

D. NARRATION

Anh Tài định mời anh Steve đi nhậu rồi đi coi hát tối nay.
Anh Steve trả lời là tối nay anh ấy bận nhưng tối mai thì rảnh.
Vì vậy, hai người quyết-định là tối mai sau khi tan sở sẽ đi lên
Thủ-đức. Hai anh sẽ nhậu lai-rai nghĩa là vừa uống bia vừa ăn
mấy món ăn chơi. Anh Tài hỏi anh Steve đã coi cải-lương lần nào
chưa. Anh Steve cho biết là chưa, nhưng nói tiếp là cũng định
hôm nào đi coi thử. Anh Tài nói ở rạp Nguyễn Văn Hảo đang hát
tuồng 'Lương Sơn Bá, Chúc Anh Đài'. Anh Steve muốn biết câu
chuyện ra sao, nhưng anh Tài nói để đi coi sẽ biết vì kể trước
mất hay.

Vocabulary and Notes

quyết   to decide (to), be determined (to)
quyết-định   to decide (to)
tiếp   to continue, be continued, add
nói tiếp   to say in addition
câu chuyện   story, conversation
ra sao   to be how, how is it?, how is it going?
muốn biết câu   want to know what the story was like
  chuyện ra
  sao

E. QUESTIONS ON THE NARRATION

1. Anh Tài định mời anh Steve   What did Tài intend to invite
   làm gì tối nay?   Steve to do tonight?

2. Anh Steve có rảnh tối nay   Will Steve be free tonight?
   không?

3. Chừng nào anh ấy rảnh?   When will he be free?

4. Hai người quyết-định làm gì   What did they decide to do to-
   tối mai?   morrow night?

5. Hai người quyết-định lên Thủ-   When did the two men decide to
   đúc lúc nào?   go to Thủ-đúc?

6. Nhậu lai-rai nghĩa là gì?   What does 'nhậu lai-rai' mean?

7. Anh Steve đã đi coi cải-   Has Steve ever seen an opera
   lương lần nào chưa?   yet?

8. Anh ấy định làm gì?   What did he intend to do?

9. Ở Rạp Nguyễn Van Hảo đang   What play are they performing at
   hát tuồng gì?   the Nguyễn Van Hảo Theatre?

.0. Anh Steve muốn biết gì?   What did Steve want to know?

.1. Anh Tài nói gì?   What did Tài say?

.2. Tại sao anh Tài không kể   Why didn't Tài tell the story
   trước?   beforehand?

F. SUPPLEMENT VOCABULARY

1. <u>Entertainment</u>

đi xi-nê } go to a movie
đi xem chiếu bóng }

đi coi hát go see a show

đi coi cải-lương see an opera

đi ăn tiệm eat out

đi ăn ngoài go out to eat

đi dạo go for a stroll

đi nhậu go drinking

đi nhảy go dancing

đi bơi go swimming

thăm bạn visit friends

đi xem cảnh go sightseeing

đi dự tiệc go to a party

đi bát phố go window-shopping

đi du-lịch take a pleasure trip

đi nghe diễn-thuyết go to a lecture

đi câu cá go fishing

2. <u>Places of Entertainment</u>

rạp chiếu bóng } movie-house
rạp xi-nê }

rạp hát theatre, opera house

bảo-tàng-viện museum

câu-lạc-bộ club, club house

sân vận-động stadium

tửu-quán bar

vũ-trường } dance hall
tiệm nhảy }

tiệm ăn restaurant

sòng bạc gambling casino

tiệm giải-khát } snack bar
tiệm nước }

A. DIALOGUE

Anh Lâm

thích	to like; be fond of
cơm	cooked rice; food, meal, cuisine

1. Anh Bill, anh thích ăn cơm Việt hay cơm Tàu?
   (Older Brother) Bill, would you like to have (eat) Vietnamese food or Chinese food?

Anh Bill

không ... mấy	not so much, not very, not to any extent

2. Tôi không thích cơm Tàu mấy.
   I don't like Chinese food very much.

thích ... hơn	to like more, prefer

3. Tôi thích cơm Việt hơn.
   I prefer Vietnamese food.

Anh Lâm

4. Anh thích món gì?
   What dish(es) do you like?

Anh Bill

ý-kiến	opinion, point of view, preference

5. Tôi không có ý-kiến gì hết.
   I don't have any preference at all.

tùy	it's up to, it depends on, to follow

6. Tùy anh muốn kêu gì cũng được.
   [It's] up to you; whatever [you] want to order is fine.

Anh Lâm

canh	soup, broth
mặn	salty

gỏi ~ meat or fish salad

7. Mình ăn ba món nhé: một món Let's have (eat) three dishes:
canh, một món mặn và một a soup dish, a salty dish, and
món gỏi. a meat salad.

nếu if
thiếu to be short of, to lack

8. Nếu thiếu thì kêu thêm. If [that's] not enough then
[we'll] order more.

Anh Bill

lươn eel

9. À, tôi ăn lươn không được; Oh, I can't eat eel; (you) don't
anh đừng kêu lươn nhé. order eel, O.K.?

Anh Lâm

cá lóc a kind of fresh water fish

10. Mình kêu canh chua cá lóc Let's have (order) cá lóc sour
nhé. soup.

Anh Bill

thứ sort, type, kind, category
thứ nào which kind

11. Còn món mặn, anh kêu thứ As for the salty dish, which
nào? kind [are] you [going to] order?

Anh Lâm

kho to braise in fish-sauce
chả giò egg roll, meat roll

12. Anh thích cá kho hay chả Would you like braised fish or
giò? meat rolls?

Anh Bill

13. Mình có cá rồi; thôi, kêu We've got fish already; so (then)
chả giò đi. [let's] order meat rolls.

Anh Lâm

đủ enough, sufficient

14. Một món gỏi nữa là đủ. A meat-salad dish yet [will] be
enough.

Anh Bill

chưa ... lần nào hết   never

15. Tôi chưa an gỏi lần nào hết,   I've never eaten meat-salad, so
    nên tùy anh.   [it's] up to you.

Anh Lâm

16. Gỏi gà nhé? Ngon lắm.   Chicken salad, O.K.? It's
                                    (very) delicious.

Anh Bill

nước ngọt   soft (sweet) drink

17. Dạ được. À, tôi uống nước   O.K. Oh, I'll just have (drink)
    ngọt thôi.   a soft drink.

B. GRAMMAR NOTES

1. Hay as a Conjunction (Drill 1)

    Hay is used like English 'or' to distinguish two alternatives,
as in

    Anh thích an cơm Việt hay   [Would] you like to eat Vietnamese
        cơm Tàu?   food or Chinese food?
In Vietnamese there is frequently no syntactic difference between
a statement and a question; e.g.,
    Ông ấy thường uống trà hay   He usually drinks tea or coffee.
        cà-phê(./?)   or
                                    Does he usually drink tea or
                                        coffee?
The difference must be determined both by context and by intonation;
be sure to imitate carefully the intonation of your teacher.

2. Không ... mấy (Drills 2 and 3)

    In 4:14 you met mấy as an indefinite adjective. After không,
it functions as an indefinite adverb, and the structure không ...
mấy means 'not so much, not very, not to any extent', as in
    Tôi không thích cơm Tàu   I don't like Chinese food very
        mấy.   much.

Ông ấy <u>không</u> tốt <u>mấy</u>.   He's <u>not very</u> nice.

3. <u>Thích ... hơn</u> (Drill 4)

   <u>Thích ... hơn</u> means 'to like (something) better (than some-
thing else), to prefer (something to something else)', as in

   Tôi không thích cơm Việt   I don't like Vietnamese food
       mấy; tôi <u>thích</u> cơm Tàu   much; I <u>like</u> Chinese food
       <u>hơn</u>.   <u>better</u> (or: I <u>prefer</u> Chinese
                                          food).

4, 5, 6. <u>Summary of Interrogative/Indefinite Words</u> (Drills 5 and 6)

   Sentences 4-6 illustrate three different uses (and their
translations) for <u>gì</u>:

   4. Anh thích món <u>gì</u>?   <u>What</u> (or: <u>What kind of</u>) dish(es)
                                          do you like?

   5. Tôi không có ý-kiến <u>gì</u>   I don't have <u>any</u> preference at
       hết.   all.

   6. Tùy anh muốn kêu <u>gì</u>   [It's] up to you; <u>whatever</u> [you]
       cũng được.   want to order is fine.

In sentence 4 <u>gì</u> is an <u>interrogative adjective</u>; in sentence 5 it
is an <u>indefinite adjective</u>; and in sentence 6 it is an <u>indefinite
pronoun</u>. Unlike English, the Vietnamese interrogatives <u>gì</u> 'what?'
<u>nào</u> 'which?', <u>ai</u> 'who?', <u>đâu</u> 'where?', and <u>mấy</u> 'how many' keep the
same form in their indefinite uses. The different functions of
these words, and the different translations required in English,
are illustrated in the following summary; refer to this summary
when you encounter these interrogative/indefinite words in future
lessons.

<u>Interrogative pronouns:</u>
       Ông làm <u>gì</u>?   <u>What</u> are you doing?
       <u>Ai</u> đi?   <u>Who</u> is going?
       Ông đi với <u>ai</u>?   With <u>whom</u> are you going?
<u>Interrogative adjectives:</u>
       Ông làm việc <u>gì</u>?   <u>What</u> (kind of) work do you do?
       Ông mua cuốn <u>nào</u>?   <u>Which</u> book are you buying?

Ông đi hôm <u>nào</u>?	<u>When</u> (which day) did you go?
Ông được <u>mấy</u> cháu rồi?	<u>How many</u> children do you have?

Interrogative adverb:

Ông đi <u>đâu</u>?	<u>Where</u> are you going?

Indefinite pronouns:

Tôi không làm <u>gì</u> hết.	I'm not doing <u>anything</u> at all.
Anh nên ăn <u>gì</u> trước khi đi.	You should eat <u>something</u> before you go.
Anh kêu <u>gì</u> cũng được.	<u>Whatever</u> you order will be O.K.
Tôi <u>không</u> có <u>gì</u> làm.	I have <u>nothing</u> to do.
Tôi không đi với <u>ai</u> hết.	I'm not going with <u>anybody</u> at all.
Có <u>ai</u> đến kiếm ông.	<u>Somebody</u> came looking for you.
<u>Ai</u> muốn đi cũng được.	<u>Whoever</u> wants to go may [go].
<u>Không ai</u> muốn đi.	<u>Nobody</u> wants to go.

Indefinite adjectives:

Tôi không làm việc <u>gì</u>.	I'm not doing <u>any</u> work.
Ông muốn kêu món <u>gì</u> không?	Would you like to order <u>some</u> dish?
Ông kêu món <u>gì</u> cũng được.	<u>Whatever</u> dish you order will be fine.
Tôi không mua cuốn <u>nào</u>.	I didn't buy <u>any</u> [of these] books.
Ông mua cuốn <u>nào</u> không?	Did you buy <u>some</u> [of these] books?
Ông mua cuốn <u>nào</u> cũng được.	<u>Whichever</u> book you buy will be fine.
Tôi không đi <u>hôm nào</u> hết.	I didn't go <u>any day</u> at all.
Tôi định <u>hôm nào</u> đi coi thử.	I've been intending to go see [it] <u>someday</u> (and try it)
Ông muốn đi <u>hôm nào</u> cũng được.	<u>Whenever</u> (whichever day) you want to go will be fine.
<u>Chỗ nào</u> cũng có.	[They] have [them] <u>everywhere</u> (whichever place).
Ông muốn đi <u>chỗ nào</u> cũng được.	<u>Wherever</u> (whichever place) you want to go will be fine.
Tôi không muốn đi <u>chỗ nào</u> hết.	I don't want to go <u>anywhere</u> (any place) at all.

Ông đi <u>lần nào chưa</u>?	Have you <u>ever</u> (any time yet) gone?
Tôi <u>chưa</u> đi <u>lần nào hết</u>.	I've <u>never</u> (not yet any time at all) gone.
<u>Mấy</u> em bé làm giùm tôi.	<u>Some</u> (several) kids did [it] for me.
Không có <u>mấy</u> người ở đó.	There aren't <u>so many</u> people there.
<u>Mấy</u> người muốn đi cũng được.	<u>However many</u> people want to go will be fine.

Indefinite adverbs:

Ông đi <u>đâu</u> không?	Are you going <u>somewhere</u>?
Tôi không đi <u>đâu</u> hết.	I'm not going <u>anywhere</u> at all.
Ông muốn đi <u>đâu</u> cũng được.	<u>Wherever</u> you want to go will be fine.
Tôi không thích cơm Tàu <u>mấy</u>.	I don't like Chinese food <u>very much</u>.

6. Telescoped Sentences (Drill 6)

<u>Tùy anh</u> means 'It depends on you' or 'It's up to you'. <u>Anh muốn kêu gì cũng được</u> means 'Whatever you want to order will be fine'. Sentence 6 combines both these sentences, with <u>anh</u> doing double duty as object of the verb <u>tùy</u> and subject of the verb phrase <u>muốn kêu gì</u>:

| Tùy anh muốn kêu gì cũng được. | [It's] up to you; whatever [you] want to order will be fine. |

Notice that the two sentences cannot be similarly telescoped in the English translation, and <u>anh</u> must be translated in both its functions.

8. The Subordinating Conjunction nếu

In 2:2 we pointed out that subordinate clauses are frequently (and perhaps most commonly) unmarked, and that the subordinating conjunction must be 'supplied' in English, as in

| Anh có quen ai, giới-thiệu với tôi đi. | [If] you know anybody, introduce [him/them] to me. |

However, the subordinating conjunction <u>nếu</u> may precede the sub-

ordinate clause when the speaker wishes to emphasize the if-clause,
or when the subordinate clause is unusually short. When néu does
occur, it must be accompanied by the conjunction thì 'then' before
the main clause, as in

    Néu thiéu thì kêu thêm.   If [that's] not enough then
                                       [we'll] order more.

    Néu đói thì an.   If [you're] hungry then eat.

9. The Negative Imperative đừng

The negative imperative đừng occurs before verbs with the
meaning 'don't'; it is usually accompanied by a final hortatory
particle such as nhé 'O.K.?, would you?', as in

    Anh đừng kêu lươn nhé.   Don't (you) order eel, O.K.?
    Anh đừng đi lại đó nhé.   Don't (you) go there, you hear?

10. Mình ... nhé (See 5:7; Drill 10)

11. Thú nào (Drill 11)

Thú nào means 'what kind?, which kind?' of a more general
category which has already been mentioned or implied by the context,
as in

    Còn món mạn, anh kêu thú   As for the salty dish (i.e. of
       nào?   salty dishes), which kind
                             [are] you [going to] order?

    Còn xe hơi, anh mua thú   As for cars, which kind [are]
       nào?   you [going to] buy?

13. Thôi at the Beginning of a Clause (Drill 12)

The basic meaning of thôi is 'to stop, cease, quit'. At the
beginning of an imperative clause, however, it has the meaning
'Say, let's ... , So, let's ... ', as in

    Mình có cá rồi; thôi, kêu   We've got fish already; so let's
       chả giò đi.   order meat roll.

The implication of the word here is related to its basic meaning,
i.e. 'Stop, Enough said, Hey, [let's]... ', e.g.

      <u>Thôi</u>, mình đi phố đi!   <u>Hey</u> (quit fooling around), let's
                                              go downtown!

14. Là đủ (Drills 13 and 14)

    The predicative construction <u>là đủ</u> means 'is enough, [will]
be enough, is sufficient', as in
    Một món gỏi nữa <u>là đủ</u>.   A meat-salad dish yet [will] <u>be</u>
                                        <u>enough</u>.

    Hai người nữa <u>là đủ</u>.   Two more persons [will] suffice.

15. <u>Chưa ... lần nào hết</u> (Drill 15)

    The construction <u>chưa ... lần nào hết</u> means literally 'not
yet ... any time at all'; in English it can be translated 'never,
never to have ...', as in
    Tôi <u>chưa</u> an gỏi <u>lần nào hết</u>. I've <u>never</u> eaten meat-salad.
    Tôi. <u>chưa</u> mướn xe <u>lần nào</u>   I've <u>never</u> rented a car.
        <u>hết</u>.

16. <u>Nhé after a Noun Phrase</u> (Drill 16)

    In 4:17 and 6:10 you met <u>nhé</u> as a sentence-final imperative
particle; when <u>nhé</u> occurs after a simple noun phrase, it urges
some action to be taken with regard to that noun phrase, the
nature of which must be determined from the context. For example,
following the sentence
    Một món gỏi nữa là đủ.   A meat-salad dish yet will be
                                enough.
the sentence <u>Gỏi gà nhé</u> can be interpreted to mean:
    [Let's order] chicken salad. O.K.?
               or
    How about [ordering] chicken salad?

17. <u>Thôi as a Final Particle</u> (Drill 17)

    In 6:13 you met <u>thôi</u> as a clause-initial particle; as a
clause-final particle it means 'only, just, only to that extent',
as in

Tôi uống nước ngọt <u>thôi</u>.   I'll <u>just</u> have (drink) a soft
                                          drink.

Tôi lấy cái nón <u>thôi</u>.   I'm taking <u>only</u> the hat.

C. DRILLS

1. <u>Multiple Substitution Drill</u>

   [New Vocabulary: chiếu bóng 'movie']

Anh thích <u>ăn cơm Việt</u> hay <u>cơm</u>   Would you like to <u>eat Vietnamese</u>
<u>Tàu</u>?   <u>food</u> or <u>Chinese food</u>?
Anh thích <u>đọc sách Pháp</u> hay   Would you like to <u>read French</u>
<u>sách Anh</u>?   <u>books</u> or <u>English books</u>?
Anh thích <u>coi chiếu bóng</u> hay   Would you like to <u>see a movie</u>
<u>cải-lương</u>?   or <u>an opera</u>?
Anh thích <u>đi Nha-trang</u> hay <u>Đà-</u>   Would you like to <u>go to Nha-</u>
<u>lạt</u>?   <u>trang</u> or <u>Đà-lạt</u>?
Anh thích <u>uống bia</u> hay <u>nước</u>   Would you like to <u>drink beer</u> or
<u>ngọt</u>?   <u>soft drink</u>?
Anh thích <u>đi máy bay</u> hay <u>xe đò</u>?   Would you like to <u>go by plane</u>
                                          or <u>by bus</u>?

2. <u>Substitution Drill</u>

Tôi không thích <u>cơm Tàu</u> mấy.   I don't like <u>Chinese food</u> very
                                          much.
Tôi không thích <u>sách Pháp</u> mấy.   I don't like <u>French books</u> very
                                          much.
Tôi không thích <u>cải-lương</u> mấy.   I don't like <u>opera</u> very much.
Tôi không thích <u>cô ấy</u> mấy.   I don't like <u>her</u> very much.
Tôi không thích <u>bia</u> mấy.   I don't like <u>beer</u> very much.
Tôi không thích <u>nước mắm</u> mấy.   I don't like <u>fish sauce</u> very much
Tôi không thích <u>Nha-trang</u> mấy.   I don't like <u>Nha-trang</u> very much.
Tôi không thích <u>cái nhà này</u>   I don't like <u>this house</u> very much
   mấy.

3. Response Drill

Anh thích cơm Việt không?	Do you like Vietnamese food?
Tôi không thích cơm Việt mấy.	I don't like Vietnamese food very much.
Cô ấy đẹp không?	Is she pretty?
Cô ấy không đẹp mấy.	She's not so very pretty.
Cuốn sách đó hay không?	Is that book interesting?
Cuốn sách đó không hay mấy.	That book is not so very interesting.
Có gì mới không?	Is there anything new?
Không có gì mới mấy.	There's nothing very new.
Chỗ đó xa không	Is that place far?
Chỗ đó không xa mấy.	That place isn't so very far.
Anh muốn làm việc ở đây không?	Do you want to work here?
Tôi không muốn làm việc ở đây mấy.	I don't want to work here so very much.
Ông ấy tốt không?	Is he nice (good)?
Ông ấy không tốt mấy.	He's not so very nice (good).

4. Response Drill

Anh thích cơm Việt hay cơm Tàu?	Would you like Vietnamese food or Chinese food?
Tôi không thích cơm Việt mấy. Tôi thích cơm Tàu hơn.	I don't like Vietnamese food very much. I like Chinese food better.
Anh thích bia hay nước ngọt?	Would you like beer or soft drink?
Tôi không thích bia mấy. Tôi thích nước ngọt hơn.	I don't like beer very much. I like soft drinks better.
Anh thích coi chiếu bóng hay cải-lương?	Would you like to see a movie or an opera?
Tôi không thích coi chiếu bóng mấy. Tôi thích coi cải-lương hơn.	I don't like (seeing) movies very much. I'd prefer to see an opera.

Bà ấy thích đi Nha-trang hay   Would she like to go to Nha-
Huế?   trang or Huế?

   Bà ấy không thích đi Nha-   She doesn't like to go to
   trang mấy. Bà ấy thích đi   Nha-trang very much. She
   Huế hơn.   would prefer to go to Huế.
Anh thích ở đây hay lại nhà   Would you like to stay here or
anh Long?   go over to Long's house?

   Tôi không thích ở đây mấy.   I don't like staying here
   Tôi thích lại nhà anh Long   very much. I would prefer
   hơn.   to go over to Long's house.
Anh thích báo Tin-Sáng hay   Would you like the Tin-Sáng daily
Nhân-dân?   or the Nhân-dân daily?

   Tôi không thích báo Tin-Sáng   I don't like the Tin-Sáng dai
   mấy. Tôi thích báo Nhân-dân   very much. I like the Nhân-
   hơn.   dân daily better.

5. Response Drill

Anh có ý-kiến gì không?   Do you have any preference
                                    (opinion)?

   Tôi không có ý-kiến gì hết.   I don't have any preference
                                       at all.
Anh có anh chị em nào không?   Do you have any brothers and
                                    sisters?

   Tôi không có anh chị em nào   I don't have any brothers
   hết.   and sisters at all.
Anh có cuốn sách tiếng Anh nào   Do you have any English books?
không?

   Tôi không có cuốn sách tiếng   I don't have any English
   Anh nào hết.   books at all.
Anh có mua gì không?   Did you buy anything?
   Tôi không có mua gì hết.   I didn't buy anything at all.
Anh muốn nói gì không?   Do you want to say anything?
   Tôi không muốn nói gì hết.   I don't want to say anything
                                       at all.

Cô ấy muốn hỏi gì không? | Does she want to ask anything?
 Cô ấy không muốn hỏi gì hết. | She doesn't want to ask anything at all.

6. Response Drill

Anh muốn tôi kêu gì? | What do you want me to order?
 Tùy anh muốn kêu gì cũng được. | It's up to you; whatever [you] want to order is fine.
Anh muốn tôi đi đâu? | Where do you want me to go?
 Tùy anh muốn đi đâu cũng được. | It's up to you; wherever [you] want to go is fine.
Anh muốn tôi trả bao nhiêu? | How much do you want me to pay?
 Tùy anh muốn trả bao nhiêu cũng được. | It's up to you; whatever amount [you] want to pay is fine.

Anh muốn tôi làm thế nào? | How do you want me to do?
 Tùy anh muốn làm thế nào cũng được. | It's up to you; whatever way [you] want to do is fine.
Anh muốn tôi nói gì? | What do you want me to say?
 Tùy anh muốn nói gì cũng được. | It's up to you; whatever [you] want to say is fine.
Anh muốn tôi mượn bao nhiêu? | How many/much do you want me to borrow?

 Tùy anh muốn mượn bao nhiêu cũng được. | It's up to you; whatever amount [you] want to borrow is fine.

Anh muốn tôi đợi ở đâu? | Where do you want me to wait?
 Tùy anh muốn đợi ở đâu cũng được. | It's up to you; wherever [you] want to wait is fine.

7. Substitution Drill

Nếu thiếu thì <u>kêu</u> thêm. | If [that's] not enough then <u>order</u> more.

Nếu thiếu thì <u>hỏi</u> thêm. | If [that's] not enough then <u>ask for</u> more.

Nếu thiếu thì <u>mua</u> thêm.   If [that's] not enough then <u>buy</u>
                                         more.

Nếu thiếu thì <u>mượn</u> thêm.   If [that's] not enough then
                                         <u>borrow</u> more.

Nếu thiếu thì <u>làm</u> thêm.   If [that's] not enough then <u>make</u>
                                         more.

Nếu thiếu thì <u>viết</u> thêm.   If [that's] not enough then
                                         <u>write</u> more.

8. Multiple Substitution Drill

Nếu <u>thiếu</u> thì <u>kêu</u> thêm.   If [that's] <u>not enough</u> then
                                         <u>order</u> more.

Nếu <u>đói</u> thì <u>ăn</u>.   If [you're] <u>hungry</u> then <u>eat</u>.
Nếu <u>không hiểu</u> thì <u>xin cắt-</u> If [you] <u>don't understand</u> then
   <u>nghĩa</u>.   ask [him] to explain.
Nếu <u>biết</u> thì <u>nói lên</u>.   If [you] <u>know</u> then <u>speak up</u>.
Nếu <u>rảnh</u> thì <u>đi chơi</u>.   If [you're] <u>free</u> then <u>go out</u>.
Nếu <u>bận</u> thì <u>ở nhà</u>.   If [you're] <u>busy</u> then <u>stay home</u>.

9. Expansion Drill

Tôi ăn lươn không được. (kêu   I can't eat eel. (order eel)
lươn)
   Tôi ăn lươn không được; anh   I can't eat eel; (you) don't
   đừng kêu lươn nhé.   order eel, O.K.?
Chỗ đó tôi không thích. (đi lại   I don't like that place. (go
đó)   there)
   Chỗ đó tôi không thích; anh   I don't like that place;
   đừng đi lại đó nhé.   (you) don't go there, O.K.?
Tôi uống bia không được. (kêu   I can't drink beer. (order beer)
bia)
   Tôi uống bia không được; anh   I can't drink beer; (you)
   đừng kêu bia nhé.   don't order beer, O.K.?
Tối nay tôi không về. (đợi)   I won't come back tonight. (wait)
   Tối nay tôi không về; anh   I won't come back tonight;
   đừng đợi nhé.   (you) don't wait [for me],
                                          O.K.?

Tôi đọc cuốn này chưa xong.
(đem trả)

I haven't finished reading this book. (return)

    Tôi đọc cuốn nay chưa xong;
    anh đừng đem trả nhé.

    I haven't finished reading
    this book; (you) don't
    (take and) return [it], O.K.?

Chiều nay có cô Liên đến thăm.
(đi chơi)

Miss Liên will come (for a visit) this afternoon. (go out)

    Chiều nay có cô Liên đến
    thăm; anh đừng đi chơi nhé.

    Miss Liên will come (for a
    visit) this afternoon; (you)
    don't go out, O.K.?

10. Substitution Drill

Mình kêu canh chua cá lóc nhé.

Let's order cá lóc sour soup, O.K.?

Mình đi coi chiếu bóng nhé.

Let's go to (see) a movie, O.K.?

Mình đi chơi nhé.

Let's go out (for fun), O.K.?

Mình đi Huế vài ngày nhé.

Let's go to Huế for a few days, O.K.?

Mình ở khách-sạn này nhé.

Let's stay at this hotel, O.K.?

Mình vô đây ăn nhé.

Let's come in here to eat. O.K.?

Mình ngồi đây nhé.

Let's sit here, O.K.?

11. Multiple Substitution Drill

Còn món mặn, anh kêu thứ nào?

As for the salty dish, which kind [are] you [going to] order?

Còn xe hơi, anh mua thứ nào?

As for cars, which kind [are] you [going to] buy?

Còn nước ngọt, anh uống thứ nào?

As for soft drinks, which kind [are] you [going to] drink?

Còn giấy, anh muốn thứ nào?

As for paper, which kind [do] you want?

Còn đồng hồ, anh coi thứ nào?

As for watches, which kind [are] you [going to] look at?

Còn áo mưa, anh mua thứ nào?

As for raincoats, which kind [are] you [going to] buy?

12. Response Drill

[New Vocabulary: viết mực   '(ink) pen'
                   chọn 'to choose, select']

Mình kêu cá hay chả giò?
  Mình có cá rồi; thôi kêu chả
  giò đi.

Shall we order fish or meat roll?
  We've got fish already; so
  (then) [let's] order meat
  roll.

Mình mua viết chì hay viết mực?
  Mình có viết chì rồi; thôi
  mua viết mực đi.

Shall we buy pencils or pens?
  We've got pencils already
  so (then) [let's] buy pens.

Mình đem dù hay áo mưa?

  Mình có dù rồi; thôi đem áo
  mưa đi.

Shall we bring umbrellas or rain-
coats?
  We've got umbrellas already;
  so (then) [let's] bring
  raincoats.

Mình mượn tự-điển Anh-Việt hay
tự-điển Việt-Anh?

  Mình có tự-điển Anh-Việt
  rồi; thôi mượn tự-điển Việt-
  Anh đi.

Shall we borrow an English-Viet-
namese dictionary or a Vietnamese-
English dictionary?
  We've got an English-Vietnames
  dictionary already; so (then)
  [let's] borrow a Vietnamese-
  English dictionary.

Mình mua trà hay cà-phê?
  Mình có trà rồi; thôi mua
  cà-phê đi.

Shall we buy tea or coffee?
  We've got tea already; so
  (then) [let's] buy coffee.

Mình chọn cái lớn hay cái nhỏ?

  Mình có cái lớn rồi; thôi
  chọn cái nhỏ đi.

Shall we choose the big one or
the small one?
  We've got the big one already;
  so (then) [let's] choose the
  small one.

13. Substitution Drill

Một món gỏi nữa là đủ.

One meat-salad dish yet [will]
  be enough.

Một chiếc xe nữa là đủ.

One car yet [will] be enough.

Một tách trà nữa là đủ.   One more <u>cup of tea</u> [will] be
                                  enough.

Một người nữa là đủ.   One more <u>person</u> [will] suffice.
Một cuốn sách nữa là đủ.   One <u>book</u> yet [will] be enough.
Một tờ báo nữa là đủ.   One <u>newspaper</u> yet [will] be
                                  enough.

Một trang nữa là đủ.   One more <u>page</u> [will] be enough.

14. Response Drill

Mình cần mấy món nữa? (một)   How many more dishes do we need?
                                  (one)
  Một món nữa là đủ.   One more dish [will] be
                                    enough.

Mình còn phải đi mấy chỗ nữa?   How many more places do we still
(hai)   have to go? (two)
  Hai chỗ nữa là đủ.   Two more places [will] be
                                    enough.

Mình còn phải mua mấy thứ nữa?   How many more items do we still
(nam)   have to buy? (five)
  Nam thứ nữa là đủ.   Five more items [will] be
                                    enough.

Anh còn phải viết mấy trang   How many more pages do you still
nữa? (ba)   have to write? (three)
  Ba trang nữa là đủ.   Three more pages [will] be
                                    enough.

Anh muốn mượn mấy cuốn nữa?   How many more books do you want
(bốn)   to borrow? (four)
  Bốn cuốn nữa là đủ.   Four more books [will] be
                                    enough.

Anh cần mấy người nữa? (bảy)   How many more persons do you
                                  need? (seven)
  Bảy người nữa là đủ.   Seven more persons [will]
                                    be enough.

Anh ở đây mấy tháng nữa? (sáu)   How many more months [are] you
                                  [going to] stay here? (six)
  Sáu tháng nữa là đủ.   Six more months [will] be
                                    enough.

15. Substitution Drill

Tôi chưa <u>ăn gỏi</u> lần nào hết,   I've never <u>eaten meat-salad</u>, so
    nên tùy anh.   [it's] up to you.

Tôi chưa <u>đi lại đó</u> lần nào hết,   I've never <u>gone there</u>, so [it's]
    nên tùy anh.   up to you.

Tôi chưa <u>mướn xe</u> lần nào hết,   I've never <u>rented a car</u>, so
    nên tùy anh.   [it's] up to you.

Tôi chưa <u>coi cải-lương</u> lần nào   I've never <u>seen an opera</u>, so
    hết, nên tùy anh.   [it's] up to you.

Tôi chưa <u>đi xe xích-lô</u> lần nào   I've never <u>taken (gone by) a</u>
    hết, nên tùy anh.   <u>pedicab</u>, so [it's] up to you.

Tôi chưa <u>hút thuốc đó</u> lần nào   I've never <u>smoked that [brand</u>
    hết, nên tùy anh.   <u>of] cigarette</u>, so [it's] up
                                              to you.

Tôi chưa <u>uống bia đó</u> lần nào   I've never <u>had (drunk) that</u>
    hết, nên tùy anh.   <u>[brand of] beer</u>, so [it's]
                                              up to you.

16. Response Drill

Anh kêu gì nữa? (gỏi gà, ngon)   What else are you ordering?
                                    (chicken salad, delicious)
  Gỏi gà nhé? Ngon lắm.   Chicken salad, O.K.? [It's]
                                        (very) delicious.

Mình đi đâu nữa? (Đà-lạt, đẹp)   Where else shall we go? (Đà-lạt,
                                    pretty)
  Đà-lạt nhé? Đẹp lắm.   Đà-lạt, O.K.? [It's] (very)
                                        pretty.

Mình đi coi gì nữa? (cải-lương,   What else shall we go to see?
hay)   (an opera, interesting)
  Cải-lương nhé? Hay lắm.   An opera, O.K.? [It's] (very)
                                        interesting.

Mình mua gì nữa? (đường, cần)   What else shall we buy? (sugar,
                                    necessary)
  Đường nhé? Cần lắm.   Sugar, O.K.? [It's] (very)
                                        necessary.

Mình mượn gì nữa? (cuốn này, hay)

    Cuốn này nhé? Hay lắm.

What else shall we borrow? (this book, interesting)

    This book, O.K.? [It's] (very) interesting.

Mình coi gì nữa? (Chợ Bến-Thành, đẹp)

    Chợ Bến-Thành nhé? Đẹp lắm.

What else shall we see? (Bến-Thành Market, beautiful)

    Bến-Thành Market, O.K.? [It's] (very) beautiful.

17. Response Drill

Anh uống gì? (nước ngọt)

    Tôi uống nước ngọt thôi.

What do you drink? (soft drink)

    I'll just have (drink) a soft drink.

Chị định đi đâu? (chợ)

    Tôi định đi chợ thôi.

Where do you intend to go? (market)

    I intend to just go to the market.

Cô mua gì? (một cái nón)

    Tôi mua một cái nón thôi.

What did you buy? (a hat)

    I just bought a hat.

Anh lấy gì? (cái áo mưa)

    Tôi lấy cái áo mưa thôi.

What are you taking? (the rain-coat)

    I'm just taking the rain-coat.

Ông ăn gì? (bánh mì)

    Tôi ăn bánh mì thôi.

What do you eat? (bread)

    I'll just have (eat) bread.

Bà đợi ai? (ông Long)

    Tôi đợi ông Long thôi.

Who are you waiting for? (Mr. Long)

    I'm just waiting for Mr. Long.

D. NARRATION

    Anh Lâm và anh Bill đi ăn tiệm. Anh Lâm hỏi anh Bill thích ăn cơm Tàu hay cơm Việt. Anh Bill trả lời là thích ăn cơm Việt hơn. Anh Lâm mời hỏi anh Bill thích món gì. Anh Bill cho biết

là không có ý-kiến gì hết và tùy anh Lâm muốn kêu gì cũng được.
Anh Lâm đề-nghị kêu ba món: một món canh, một món mạn và một món
gỏi. Nếu ba món ấy mà thiếu thì sẽ kêu thêm sau. Anh Bill nói
với anh Lâm đừng kêu lươn vì anh ấy ăn lươn không được. Anh Lâm
đề-nghị kêu món canh chua cá lóc. Anh Bill hỏi anh Lâm sẽ kêu
gì cho món mạn. Anh Lâm nói cá kho hay chả giò cũng được. Anh
Bill muốn kêu chả giò vì đã có cá rồi. Còn món gỏi thì anh Lâm
đề-nghị gỏi gà vì ảnh nghĩ là gỏi gà ngon lắm. Anh Bill đồng ý
và nói chỉ muốn uống nước ngọt thôi.

Vocabulary and Notes

đi ăn tiệm	go out to eat, go out to a restaurant, eat out
cho	as, serving as; for
... hay ... cũng được	either ... or ... will be O.K.
nghĩ	to think
đồng ý	to agree

E. QUESTIONS ON THE NARRATION

1. Anh Lâm và anh Bill đi ăn ở đâu?
   Where did Lâm and Bill go to eat?

2. Anh Lâm hỏi gì anh Bill?
   What did Lâm ask Bill?

3. Anh Bill thích ăn cơm gì hơn?
   What kind of food did Bill prefer to eat?

4. Khi anh Lâm hỏi anh Bill thích món gì, anh Bill trả lời thế nào?
   When Lâm asked Bill what dishes he liked, what (how) was his answer?

5. Anh Lâm đề-nghị kêu mấy món?
   How many dishes did Lâm suggest that they order?

6. Đó là những món gì?
   What were those dishes?

7. Tại sao anh Bill nói anh Lâm đừng kêu lươn?
   Why did Bill tell Lâm not to order eel?

8. Anh Lâm đề-nghị kêu canh gì?
   What kind of soup did Lâm suggest that they order?

9. Anh Bill muốn kêu gì cho   What did Bill want to order for
    món mặn?   the salty dish?
10. Tại sao anh ấy muốn kêu   Why did he want to order meat
    chả giò?   rolls?
11. Tại sao anh Lâm đề-nghị kêu   Why did Lâm suggest that they
    gỏi gà?   order chicken salad?
12. Anh Bill muốn uống gì?   What did Bill want to drink?

F. SUPPLEMENTARY VOCABULARY

1. Popular Dishes   2. Beverages
cá kho braised fish   chai bia bottle of beer
cá chiên fried fish   chai rượu bottle of wine
cá hấp steamed fish   ly nước glass of water
thịt kho Tàu Chinese braised   ly sữa glass of milk
              pork   ly nước cam glass of orange juice
thịt gà kho sả chicken braised   ly nước dừa glass of coconut
              with lemon grass   juice
thịt bò xào stir-fried beef   ly nước mía glass of sugar cane
sườn xào chua ngọt sweet and   juice
                sour spare   ly nước ngọt glass of soft drink
                ribs   tách trà cup of tea
rau cải xào stir-fried cabbage   tách cà-phê cup of coffee
canh bún tàu soybean noodle soup   chai xô-đa bottle of soda
canh cải cabbage soup
cơm chiên fried rice   3. Culinary Terms
mì egg noodle soup   nấu to cook, cause to boil
mì xào fried noodle with meat   xào to stir-fry
tôm chiên chua ngọt sweet and   chiên to deep-fry
                sour shrimp   nướng to barbecue (over a fire),
phở rice noodle soup   to roast, to bake
nem chua fermented pork roll   rang to dry-fry, to roast (e.g.
chả giò spring roll, egg roll   peanuts, popcorn)

lùi to roast in ashes (e.g.   hấp to steam (with double
     potatoes, sugar cane)   boiler)
luộc to cook in boiling water   kho to braise (fish or meat)

A. DIALOGUE

Chuẩn

cậu	uncle (mother's brother); Master (general title or classifier for young men); second person pronoun used between close friends in urban circles (as here)
sau khi	after (the time [that])
ra trường	get out of school, graduate

1. Thanh, cậu định làm gì sau khi ra trường?

Thanh, what do you plan to do after [you] graduate?

Thanh

mình	I, me (see Lesson 4)
tập-sự	be in training, be an apprentice
luật	law
luật-sư	attorney at law, lawyer

2. Mình cũng chưa biết, nhưng có lẽ mình sẽ xin tập-sự luật-sư.

I don't really know yet, but perhaps I'll apply to be an apprentice lawyer.

3. Còn cậu thì sao?

How about you?

Chuẩn

ngân-hàng	a bank; banking
làm ngân-hàng	do banking, work in a bank

4. Mình thì xin đi làm ngân-hàng.

As for me, [I'm going to] apply to work in a bank.

Thanh

về sau	later on, afterwards

giàu (NVN: giầu)   to be rich, wealthy
5. Chà, vậy thì về sau cậu giàu   Oh, then you'll be very rich
   lắm.   later on.

Chuẩn

già   old, elderly, aged
ông già mình   my dad, my old man (slang)
bác-sĩ   medical doctor
lại   on the other hand, contrarily
nghề   occupation, profession, trade
6. Ông già mình muốn mình làm   My dad wants me to be a doctor
   bác-sĩ như ông, nhưng mình   like him, but I (on the other
   lại không thích nghề ấy.   hand) don't like that profession.
   vì vậy mà   that's why ...
7. Vì vậy mà mình học luật.   That's why I studied law.

Thanh

công-chức   civil servant
làm công-chức   work for the government,
                                     be a government employee
8. Cậu thích làm công-chức   Would you like to work for the
   không?   government?

Chuẩn

ghét   to hate, detest, dislike
9. Công-chức và giáo-sư là hai   [Being] a civil servant and a
   nghề mình ghét nhứt.   teacher are the two professions
                                  I hate most.

Thanh

bảo   to instruct, tell, advise
nên   should
tránh   to avoid, dodge
10. Ông già mình cũng bảo mấy   My dad also advised my (several)
    anh mình nên tránh hai   older brothers [that they] should
    nghề đó.   avoid those two professions.

Chuẩn

anh cả   eldest brother

ngoại-giao   diplomacy, foreign relations

làm ngoại-giao   be a diplomat

loại   kind, type, category

11. Ông anh cả mình làm ngoại-   My eldest brother is a diplomat,
giao, cũng một loại công-   also a kind of civil servant.
chức.

Thanh

thằng   title or classifier for
                        young boys or inferiors

thằng em mình   my kid brother

phóng-viên   journalist, reporter

12. Thằng em mình lại thích làm   My kid brother, on the other
phóng-viên.   hand, would like to be a jour-
     nalist.

báo-chí   journalism, the press

13. Nó đang xin đi Đà-lạt học   He's applying to go to Đà-lạt
báo-chí.   to study journalism.

Chuẩn

chỉ   only, merely, simply, just

nhà quê   countryside, rural area;
                        rural, rustic, unsophis-
                        ticated

14. Mình có ông cậu chỉ thích   I have an uncle [who] only likes
ở nhà quê.   to live in the country.

ruộng   (wet) rice field

làm ruộng   be a (wet rice) farmer

tự-do   be free

15. Ông nói làm ruộng thì tự-   He says [that] farming provides
do nhứt.   the most freedom. (He says that
     [if one] farms [he is] freest.)

Thanh

nội   paternal side of the family
                        (lit.: inside)

ông nội   paternal grandfather (father's
                        father)

hỏi	time; when (in the past)
sống	to be alive, be living
cả	all of, the whole
nhà	family, household

16. Ông nội mình hỏi còn sống
    cũng nói như vậy, nhưng cả
    nhà không ai theo ông hết.

My (paternal) grandfather, when
he was alive, said the same
thing (also said like that),
but in the whole family nobody
at all listened to (followed)
him.

B. GRAMMAR NOTES

1. Sau khi (Drill 1)

Sau khi means literally 'after the time [when]'; in English
it can be translated by the conjunction 'after', as in

Cậu định làm gì sau khi   What do you plan to do after
    ra trường?   [you] get out of school?

Before a noun, however, sau alone occurs, and is equivalent to
the English preposition 'after', as in

Sau bốn giờ.   After four o'clock.

2a. Mình as a First Person Singular Pronoun (Drills 2, 3, 6, 7, 13 and 15)

In 2:12 you met chúng mình as the 1st person plural pronoun
'We (inclusive)' used between close friends, as in

Chúng mình học cùng môn.   We're studying the same subject.

In 6:13 you met mình alone as a somewhat more intimate 'we', as
in

Mình có cá rồi.   We've got fish already.

Then in 4:9 you met mình as a 2nd person singular pronoun 'you'
used between husband and wife, as in

Mình à, có ông Howard tới   Dear (you), here's Mr. Howard
    tham.   [who has] come to visit.

In this lesson you find that mình may also be used as a 1st person
singular pronoun 'I, me', as in

    Mình cũng chưa biết.   I don't really know yet.

    Mình thì xin đi làm ngân-   [As for] me, [I'm going to] apply
        hàng.   to work in a bank.

Vietnamese pronouns are context-oriented; that is to say that the
pronouns chosen depend on the relationship between the speaker
and the person addressed or referred to, whether superior to in-
ferior, inferior to superior, father to son, son to father, inti-
mate friends, etc. Furthermore, certain pronouns tend to be re-
ciprocal, or paired; for example, if one decides to use mình for
'I', it implies the use of cậu for 'you', and vice versa, as in

    Mình cũng chưa biết. Còn   I don't really know yet. How
      cậu thì sao?   about you?

In this lesson the reciprocal pronouns mình and cậu are used
throughout the Dialogue to familiarize you with them. However,
for some of the Drills, tôi is used instead of mình, since you
will rarely need to use mình and cậu yourself.

2b. Cũng chưa biết (Drill 2)

    Cũng 'also' in the sentence

    Mình cũng chưa biết could mean 'I don't know yet either'.
However, in this context, its meaning is something like 'I don't
really know yet (surprisingly, contrary to what you might expect)'.
You have seen this meaning of cũng in

    Cũng hơi khó.   [It was] (nevertheless) rather
                            difficult.

    Cũng còn lâu tôi mới xong. I won't be finished for a long
                            time though.

3, 4. Thì as a Topic Marker (Drill 3)

    Thì frequently serves to mark off a topic from the comment
which follows, in which case its meaning is something like 'as
for, with regard to, if it's ... we're talking about', as in

Mình <u>thì</u> xin đi làm ngân-   <u>As for</u> me, [I'm going to] apply
   hàng.   to work in a bank.

When <u>còn</u> 'as for' precedes the topic, then <u>thì</u> is redundant in
English, but it still serves the same grammatical function in
Vietnamese; e.g.

Còn cậu <u>thì</u> sao?   How about you? (<u>As for</u> you,
                                                (<u>then</u>) how?)

5. <u>Về sau</u> (Drill 4)

<u>Về sau</u> means 'later on, afterward (after some point either
in the past or in the future'; the tense used in English must be
determined from the context; e.g.

Vậy thì <u>về sau</u> cậu giàu   Then you'll be very rich <u>later</u>
   lắm.   <u>on</u>.
<u>Về sau</u> anh về nhà.   <u>Afterward</u> he went home.

6a. <u>Muốn Introducing an Embedded Clause</u> (Drill 5)

<u>Muốn</u> 'to want' may precede an embedded clause with the
meaning 'want (someone to do something)', as in

Ông già mình <u>muốn</u> mình làm   My dad [would] <u>like</u> [that] I
   bác-sĩ như ông.   be a doctor like him.
                                                or (more colloquially):
                                                My dad wants me to be a doctor
                                                like him.

6b. <u>Lại as a Contrastive Auxiliary</u> (Drills 6 and 7)

In 1:7 you saw that <u>lại</u> following a verb means 'again, back
again, in the contrary direction', as in

Các anh xếp sách <u>lại</u>.   All of you close [your] books
                                                (<u>again</u>).

As a preverbal auxiliary <u>lại</u> has a different function, but a
related meaning: 'by contrast, on the other hand, contrarily',
as in

Ông già mình muốn mình   My dad wants me to be a doctor
   làm bác-sĩ như ông,   like him, but I (<u>on the</u>
   nhưng mình <u>lại</u> không   <u>other hand</u>) don't like
   thích nghề ấy.   that profession.

<u>Lại</u> is not always translatable in English, since its meaning is
subsumed under 'but'.

7. <u>Vì vậy mà</u> (Drill 8)

    <u>Vì vậy mà</u> is an idiomatic expression which introduces
clauses; its meaning is 'that's why ..., that's the reason that
...', as in

<u>Vì vậy mà</u> mình học luật.   <u>That's why</u> I studied law.
<u>Vì vậy mà</u> tôi không an gì   <u>That's the reason that</u> I didn't
   hết.   eat anything.

9. <u>Hơn vs. nhứt</u> (Drill 10)

    In Vietnamese, the comparative degree is expressed by the
adverb <u>hơn</u> 'more (than)', while the superlative degree is expressed
by the adverb <u>nhứt</u> 'most, first'; e.g.

Tôi thích nghề này.   I like this profession.
Tôi thích nghề này <u>hơn</u>.   I like this profession <u>better</u>
                                  (more).
Tôi thích nghề này <u>hơn</u>   I like this profession <u>better</u>
   nghề đó.   (more) <u>than</u> that profession.
Tôi thích nghề này <u>nhứt</u>.   I like this profession <u>most</u>.

The superlative may also be expressed by the adverbial phrase
<u>hơn hết</u> 'most, the most, most of all', as in

Tôi thích nghề này <u>hơn hết</u>. I like this profession <u>most of</u>
                                  <u>all</u>.

Another example:

Tiệm đó rẻ.   That store is cheap.
Tiệm đó rẻ <u>hơn</u>.   That store is cheap<u>er</u>.
Tiệm đó rẻ <u>hơn</u> tiệm này.   That store is cheap<u>er than</u> this
                                  store.
Tiệm đó rẻ <u>nhứt</u>.   That store is <u>the</u> cheap<u>est</u>.

Tiệm đó rẻ hơn hết.   That store is <u>the</u> cheapest of
                              <u>all</u>.

9, 10, 11, 14, 15. <u>Omission of Relative Pronouns</u> (Drills 9, 11,
                   12, 13, and 14)

     In 1:9 we pointed out that relative pronouns are omitted in
Vietnamese much more frequently than in English, as in
     Câu chúng ta vừa đọc xong.   The sentence [<u>which</u>] we've just
                                  read.
In the above sentence, as well as in sentences 9, 11, and 15
below, the relative pronoun may also be omitted in colloquial
English, but in sentences 10 and 14, a relative pronoun must be
used in the English translation:

9. Công-chức và giáo-sư là   [Being] a civil servant and a
   hai nghề tôi ghét nhứt.   teacher are the two pro-
                                     fessions [<u>that</u>] I hate most.

10. Ông già mình cũng bảo   My dad also advised my (several)
    mấy anh mình nên tránh   brothers [<u>that</u> they] should
    hai nghề đó.   avoid those two professions.

11. Ông anh cả mình làm ngoại-   My eldest brother is a diplomat,
    giao, cũng một loại công-   [<u>which</u> is] also a kind of
    chức.   civil servant.

14. Mình có ông cậu chỉ thích   I have an uncle [<u>who</u>] only likes
    ở nhà quê.   to live in the country.

15. Ông nói làm ruộng thì tự-   He says [<u>that</u>] farming [provides]
    do nhứt.   the most freedom.

13. <u>Chỉ as an Auxiliary</u> (vs. <u>thôi</u>) (Drill 13)

     <u>Chỉ</u> as an auxiliary precedes verbs with the meaning 'only
(only that and nothing else)', as in
     Mình có ông cậu <u>chỉ</u> thích   I have an uncle [who] <u>only</u>
          ở nhà quê.   likes to live in the country.
                                             or
                                  I have an uncle [who] likes to
                                       live <u>only</u> in the country.

The meaning of chỉ must be distinguished from the final particle thôi, which means 'only (just to that extent and no more)', as in

    Tôi uống nước ngọt thôi.   I'll just have a soft drink
                                    (that's all).

14. A General Definition of Thì (Drill 14)

In 7:3, 4 we said that thì may function as a topic marker, as in

    Mình thì xin đi làm ngân-   As for me, [I'm going to] apply
        hàng.   to work in a bank.

In 3:10 we said that thì may function as a marker of conditional clauses, as in

    Tới đường Lê Lợi thì quẹo   [When you] get to Lê Lợi Street
        tay trái.   (then) turn left.

In fact, in Vietnamese the word thì has the same grammatical function wherever it occurs, although it is difficult to pin a label on it, since there is no equivalent function word in English. The best general definition of thì might be 'given A, then B'. Try to see this function of thì in sentence 14 below:

    Ông nói làm ruộng thì tự-   He says [that if one] farms
        do nhứt.   (then) [he] is freest.

Of course, the sentence can be translated more smoothly as 'He says that farming is freest', but such a translation does not accurately reflect the structure of the Vietnamese sentence.

15. Hồi as a Past Time Marker (Drill 15)

Hồi 'time (when)' always indicates past time, as opposed to khi 'time, occasion (when)', which is indifferent as to time:

    Ông qua đây hồi nào?   When (what time in the past)
                             did you come over here?

    Ông nội mình hồi còn sống   My grandfather, when (in the
        cũng nói như vậy.   past) [he] was alive, said
                             the same thing.

16. Không ai (Drill 16)

Không ai is an idiomatic negative expression meaning 'nobody there is nobody [who]', as in

Cả nhà không ai theo ông   [In] the whole family, nobody
    hết.   listens to him at all.
Ở đó không ai biết.   [There is] nobody there [who]
                                        knows.

                                             or

                                 Nobody there know.

C. DRILLS

1. Substitution Drill

Thanh, cậu định làm gì sau khi   Thanh, what do you plan to do
    ra trường?   after [you] graduate?
Thanh, cậu định làm gì sau khi   Thanh, what do you plan to do
    ăn cơm?   after [you] eat dinner?
Thanh, cậu định làm gì sau khi   Thanh, what do you plan to do
    gặp ông Long?   after [you] meet with Mr.
                                        Long?
Thanh, cậu định làm gì sau khi   Thanh, what do you plan to do
    tan sở?   after work (the office lets
                                        out)?
Thanh, cậu định làm gì sau khi   Thanh, what do you plan to do
    đi coi hát?   after [you] go to the movies?
Thanh, cậu định làm gì sau khi   Thanh, what do you plan to do
    đi bác-sĩ?   after [you] go to see the
                                        doctor?
Thanh, cậu định làm gì sau khi   Thanh, what do you plan to do
    ra nhà thương?   after [you] leave the hospital?

2. Response Drill
    [New vocabulary: xi-nê 'cinema'
                      đi hớt tóc 'go to the barber's']

Cậu định làm gì sau khi ra
trường? (xin tập-sự luật-sư)

   Mình cũng chưa biết, nhưng
   có lẽ mình sẽ xin tập-sự
   luật-sư.
Cậu định làm gì sau khi ăn cơm?
(đi xi-nê)
   Mình cũng chưa biết, nhưng
   có lẽ mình sẽ đi xi-nê.

Cậu định làm gì sau khi gặp
ông Long? (đi về nhà)

   Mình cũng chưa biết, nhưng
   có lẽ mình sẽ đi về nhà.
Cậu định làm gì sau khi tan sở?
(đi hớt tóc)
   Mình cũng chưa biết, nhưng
   có lẽ mình sẽ đi hớt tóc.

Cậu định làm gì sau khi đi coi
hát? (đi uống cà-phê)

   Mình cũng chưa biết, nhưng
   có lẽ mình sẽ đi uống cà-
   phê.
Cậu định làm gì sau khi đi bác-
sĩ? (đi về sở)

   Mình cũng chưa biết, nhưng
   có lẽ mình sẽ đi về sở.

What do you plan to do after
[you] graduate? (apply to be
an apprentice lawyer)
   I don't really know yet, but
   perhaps I'll apply to be an
   apprentice lawyer.
What do you plan to do after
dinner? (go to a movie)
   I don't really know yet,
   but perhaps I'll go to a
   movie.
What do you plan to do after
[you] meet with Mr. Long? (go
home)
   I don't really know yet,
   but perhaps I'll go home.
What do you plan to do after
work? (go to the barber's)
   I don't really know yet,
   but perhaps I'll go to the
   barber's.
What do you plan to do after
[you] go to the theater? (go
drink coffee)
   I don't really know yet,
   but perhaps I'll go drink
   coffee.
What do you plan to do after
[you] go to see the doctor?
(go back to the office)
   I don't really know yet,
   but perhaps I'll go back
   to the office.

3. <u>Response Drill</u>

Còn cậu thì sao? (xin đi làm ngân-hàng)	How about you? (apply to work in a bank)
Mình thì xin đi làm ngân-hàng.	As for me, [I'm going to] apply to work in a bank.
Còn cậu thì sao? (làm bác-sĩ)	How about you? (be a doctor)
Mình thì làm bác-sĩ.	As for me, [I'm going to] be a doctor.
Còn cậu thì sao? (xin tập-sự luật-sư)	How about you? (apply to be an apprentice lawyer)
Mình thì xin tập-sự luật-sư.	As for me, [I'm going to] apply to be an apprentice lawyer.
Còn cậu thì sao? (làm ruộng)	How about you? (be a farmer)
Mình thì làm ruộng.	As for me, [I'm going to] be a farmer.
Còn cậu thì sao? (lái xe tắc-xi)	How about you? (drive a taxi cab)
Mình thì lái xe tắc-xi.	As for me, [I'm going to] drive a taxi cab.
Còn cậu thì sao? (làm công-chức)	How about you? (work for the government)
Mình thì làm công-chức.	As for me, [I'm going to] work for the government.
Còn cậu thì sao? (làm giáo-sư)	How about you? (be a teacher)
Mình thì làm giáo-sư.	As for me, [I'm going to] be a teacher.

4. <u>Substitution Drill</u>

    [New Vocabulary: nghèo 'poor'
                 sung-sướng 'happy']

Cha, vậy thì về sau cậu <u>giàu</u> lắm.	Oh, then you'll be very <u>rich</u> later on.
Chà, vậy thì về sau cậu <u>giỏi</u> lắm.	Oh, then you'll be very <u>capable</u> later on.

Chà, vậy thì về sau cậu <u>nghèo</u> lám.	Oh, then you'll be very <u>poor</u> later on.
Chà, vậy thì về sau cậu <u>sung-sướng</u> lám.	Oh, then you'll be very <u>happy</u> later on.
Chà, vậy thì về sau cậu <u>buồn</u> lám.	Oh, then you'll be very <u>sad</u> later on.
Chà, vậy thì về sau cậu <u>khá</u> lám.	Oh, then you'll be much <u>better off</u> later on.

5. Substitution Drill

Ông già mình muốn mình <u>làm bác-sĩ</u> như ổng.	My dad wants me to <u>be a doctor</u> like him.
Ông già mình muốn mình <u>làm luật-sư</u> như ổng.	My dad wants me to <u>be a lawyer</u> like him.
Ông già mình muốn mình <u>làm giáo-sư</u> như ổng.	My dad wants me to <u>be a teacher</u> like him.
Ông già mình muốn mình <u>làm thơ-ký</u> như ổng.	My dad wants me to <u>be a clerk</u> like him.
Ông già mình muốn mình <u>làm ngoại-giao</u> như ổng.	My dad wants me to <u>be a diplomat</u> like him.
Ông già mình muốn mình <u>làm công-chức</u> như ổng.	My dad wants me to <u>be a civil servant</u> like him.

6. Expansion Drill

Ông già mình muốn mình làm bác-sĩ như ổng.	My dad wants me to be a doctor like him.
Ông già mình muốn mình làm bác-sĩ như ổng, nhưng mình lại không thích nghề ấy.	My dad wants me to be a doctor like him, but I (on the other hand) don't like that profession.
Ông già mình muốn mình làm ruộng như ổng.	My dad wants me to be a farmer like him.
Ông già mình muốn mình làm ruộng như ổng, nhưng mình lại không thích nghề ấy.	My dad wants me to be a farmer like him, but I (on the other hand) don't like that profession.

Ông già mình muốn mình làm
công-chức như ông.

   Ông già mình muốn mình làm
   công-chức như ông, nhưng
   mình lại không thích nghề
   ấy.

Ông già mình muốn mình làm
thơ-ký như ông.

   Ông già mình muốn mình làm
   thơ-ký như ông, nhưng mình
   lại không thích nghề ấy.

Ông già mình muốn mình làm
luật-sư như ông.

   Ông già mình muốn mình làm
   luật-sư như ông, nhưng mình
   lại không thích nghề ấy.

Ông già mình muốn mình làm
ngoại-giao như ông.

   Ông già mình muốn mình làm
   ngoại-giao như ông, nhưng
   mình lại không thích nghề
   ấy.

Ông già mình muốn mình làm
giáo-sư như ông.

   Ông già mình muốn mình làm
   giáo-sư như ông, nhưng mình
   lại không thích nghề ấy.

My dad wants me to be a civil
servant like him.

   My dad wants me to be a
   civil servant like him, but
   I (on the other hand) don't
   like that profession.

My dad wants me to be a clerk
like him.

   My dad wants me to be a
   clerk like him, but I (on
   the other hand) don't like
   that profession.

My dad wants me to be a lawyer
like him.

   My dad wants me to be a
   lawyer like him, but I (on
   the other hand) don't like
   that profession.

My dad wants me to be a diplomat
like him.

   My dad wants me to be a
   diplomat like him, but I
   (on the other hand) don't
   like that profession.

My dad wants me to be a teacher
like him.

   My dad wants me to be a
   teacher like him, but I (on
   the other hand) don't like
   that profession.

7. <u>Combination Drill</u>

   [New Vocabulary: lập gia-đình 'to get married']

Ông già mình muốn mình làm
bác-sĩ. Mình không thích nghề
ấy.

My dad wants me to be a doctor.
I don't like that profession.

   Ông già mình muốn mình làm
bác-sĩ, nhưng mình lại không
thích nghề ấy.

   My dad wants me to be a
doctor, but I (on the other
hand) don't like that
profession.

Anh tôi muốn tôi đi Mỹ học. Tôi
không muốn đi.

My older brother wants me to go
to the U.S. to study. I don't
want to go.

   Anh tôi muốn tôi đi Mỹ học,
nhưng tôi lại không muốn đi.

   My older brother wants me
to go to the U.S. to study,
but I (on the other hand)
don't want to go.

Bạn tôi mời tôi uống bia. Tôi
không biết uống.

My friend offered me beer. I
don't (know how to) drink [it].

   Bạn tôi mời tôi uống bia,
nhưng tôi lại không biết
uống.

   My friend offered me beer,
but I (on the other hand)
don't (know how to) drink
[it].

Bà già mình muốn mình học tiếng
Nga. Mình không thích tiếng đó.

My mom wants me to study Russian.
I don't like that language.

   Bà già mình muốn mình học
tiếng Nga, nhưng mình lại
không thích tiếng đó.

   My mom wants me to study
Russian, but I (on the other
hand) don't like that language.

Ông Long mời mình tới nhà ông
chơi. Mình không có thì-giờ.

Mr. Long has invited me over to
his house. I don't have the time.

   Ông Long mời mình tới nhà
ông chơi, nhưng mình lại
không có thì-giờ.

   Mr. Long has invited me over
to his house, but I (on the
other hand) don't have the
time.

Mẹ tôi muốn tôi lập gia-đình.
Tôi chưa muốn.

My mother wants me to get married.
I don't want [to get married] yet.

   Mẹ tôi muốn tôi lập
gia-đình, nhưng tôi lại
chưa muốn.

   My mother wants me to get
married, but I (on the other
hand) don't want to yet.

8. Combination Drill

Tôi không thích nghề ấy. Tôi học luật.	I don't like that profession. I studied law.
Tôi không thích nghề ấy; vì vậy mà tôi học luật.	I don't like that profession; that's why I studied law.
Tôi không đói bụng. Tôi không ăn gì hết.	I'm not hungry. I don't eat anything.
Tôi không đói bụng; vì vậy mà tôi không ăn gì hết.	I'm not hungry; that's why I don't eat anything.
Tôi không biết ông ấy. Tôi không chào.	I don't know him. I didn't greet him.
Tôi không biết ông ấy; vì vậy mà tôi không chào.	I don't know him; that's why I didn't greet [him].
Tôi bận. Tôi không đi chơi được.	I'm busy. I can't go out.
Tôi bận; vì vậy mà tôi không đi chơi được.	I'm busy; that's why I can't go out.
Tiệm đó mắc. Tôi không muốn ghé lại.	That store is expensive. I didn't want to stop by.
Tiệm đó mắc; vì vậy mà tôi không muốn ghé lại.	That store is expensive; that's why I didn't want to stop by.
Hôm nay trời mưa. Bà ấy không muốn đi làm.	It's raining today. She doesn't want to go to work.
Hôm nay trời mưa; vì vậy mà bà ấy không muốn đi làm.	It's raining today; that's why she doesn't want to go to work.

9. Transformation Drill

[New Vocabulary: thành-phố 'city']

Tôi ghét nghề ấy.	I hate that profession.
Nghề ấy là nghề tôi ghét nhứt.	That profession is the one I hate most.
Tôi ghét cuốn đó.	I hate that book.
Cuốn đó là cuốn tôi ghét nhứt.	That book is the one I hate most.

Tôi thích cô ấy.   I like her.
  Cô ấy là cô tôi thích nhứt.   She's the one I like most.
Tôi thích món ấy.   I like that dish.
  Món ấy là món tôi thích nhứt.   That dish is the one I like
                         most.

Tôi thích loại xe ấy.   I like that kind of car.
  Loại xe ấy là loại tôi thích   That kind of car is the one
  nhứt.   I like most.
Tôi thích thành-phố Đà-lạt.   I like the city of Đà-lạt.
  Đà-lạt là thành-phố tôi   Đà-lạt is the city I like
  thích nhứt.   most.

10. Transformation Drill

   [New Vocabulary: thương 'to love']

Tôi thích nghề này hơn nghề đó.   I like this profession better
                         than that profession.
  Tôi thích nghề này nhứt.   I like this profession most.
Tôi ghét ông đó hơn ông này.   I hate that man more than this
                         man.
  Tôi ghét ông đó nhứt.   I hate that man most.
Tôi thương mẹ tôi hơn cha tôi.   I love my mother more than my
                         father.
  Tôi thương mẹ tôi nhứt.   I love my mother most.
Tôi thích Huế hơn Nha-trang.   I like Huế better than Nha-trang.
  Tôi thích Huế nhứt.   I like Huế best.
Tôi thích chuyện này hơn chuyện   I like this story better than
đó.   that story.
  Tôi thích chuyện này nhứt.   I like this story most.
Tôi thích chả giò hơn cá kho.   I like meat rolls better than
                         braised fish.
  Tôi thích chả giò nhứt.   I like meat rolls best.
Tôi thương chị tôi hơn anh tôi.   I love my older sister more
                         than my older brother.
  Tôi thương chị tôi nhứt.   I love my older sister most.

11. Substitution Drill

Ông già mình cũng bảo mấy anh
  mình nên tránh hai nghề đó.

My dad also advised my (several)
  older brothers [that they]
  should avoid those 2 professi‹

Ông già mình cũng bảo mấy anh
  mình nên tránh chỗ đó.

My dad also advised my (several)
  older brothers [that they]
  should avoid that place.

Ông già mình cũng bảo mấy anh
  mình nên tránh đường đó.

My dad also advised my (several)
  older brothers [that they]
  should avoid that street.

Ông già mình cũng bảo mấy anh
  mình nên tránh mấy người đó.

My dad also advised my (several)
  older brothers [that they]
  should avoid those people.

Ông già mình cũng bảo mấy anh
  mình nên tránh mấy rạp hát
  đó.

My dad also advised my (several)
  older brothers [that they]
  should avoid those theaters.

Ông già mình cũng bảo mấy anh
  mình nên tránh tiệm đó.

My dad also advised my (several)
  older brothers [that they]
  should avoid that store.

12. Expansion Drill

Tôi nên tránh hai nghề đó.

I should avoid those two pro-
fessions.

  Cha tôi bảo tôi nên tránh
  hai nghề đó.

  My father advised me [that
  I] should avoid those two
  professions.

Tôi nên đi Mỹ học.
  Cha tôi bảo tôi nên đi Mỹ
  học.

I should go to the U.S. to study.
  My father advised me [that
  I] should go to the U.S. to
  study.

Tôi nên ở nhà.
  Cha tôi bảo tôi nên ở nhà.

I should stay home.
  My father advised me [that
  I] should stay home.

Tôi nên nghỉ việc.

    Cha tôi bảo tôi nên nghỉ
    việc.

Tôi không nên đi chơi với cô
ấy.

    Cha tôi bảo tôi không nên
    đi chơi với cô ấy.

Tôi không nên làm việc nhiều
quá.

    Cha tôi bảo tôi không nên
    làm việc nhiều quá.

Tôi không nên hút thuốc.

    Cha tôi bảo tôi không nên
    hút thuốc.

I should quit my job (stop working)

    My father advised me [that
    I] should quit my job.

I shouldn't go out with that
girl.

    My father advised me [that
    I] shouldn't go out with
    that girl.

I shouldn't work too hard.

    My father advised me [that
    I] shouldn't work too hard.

I shouldn't smoke.

    My father advised me [that
    I] shouldn't smoke.

13. Transformation Drill

Mình có ông cậu thích ở nhà
quê.

    Mình có ông cậu chỉ thích
    ở nhà quê.

Tôi có thằng em thích chơi.

    Tôi có thằng em chỉ thích
    chơi.

Tôi muốn ở nhà.

    Tôi chỉ muốn ở nhà.

Bà Liễn thích làm giáo-sư.

    Bà Liễn chỉ thích làm giáo-
    sư.

Ông ấy muốn nghỉ việc.

    Ông ấy chỉ muốn nghỉ việc.

Tôi muốn nó ra khỏi nhà tôi.

    Tôi chỉ muốn nó ra khỏi nhà
    tôi.

I have an uncle [who] likes to
live in the country.

    I have an uncle [who] only
    likes to live in the country.

I have a younger brother [who]
likes to play.

    I have a younger brother
    [who] only likes to play.

I want to stay home.

    I only want to stay home.

Mrs. Liễn likes to be a teacher.

    Mrs. Liễn only likes to be
    a teacher.

He wants to quit his job.

    He only wants to quit his
    job.

I want him to get out of my house.

    I only want him to get out
    of my house.

Ông Hoàng có người con trai   Mr. Hoàng has a son [who] likes
thích làm phóng-viên.   to be a correspondent.

   Ông Hoàng có người con trai   Mr. Hoàng has a son [who]
chỉ thích làm phóng-viên.   only likes to be a corres-
                                     pondent.

14. Multiple Substitution Drill

Ông nói làm ruộng thì tự-do   He says [that] farming [provides]
nhút.   the most freedom.

Ông nói làm sinh-viên thì hay   He says [that] being a student
nhút.   is the most interesting
                                     [thing].

Ông nói làm ngân-hàng thì nhiều   He says [that] working in a
tiền nhút.   bank [provides] the most
                                     money.

Ông nói học bác-sĩ thì lâu   He says [that] studying to be a
nhút.   doctor [requires] the longest
                                     time.

Ông nói học báo-chí thì mau   He says [that] studying journalism
nhút.   [requires] the shortest time.

Ông nói học tiếng Việt thì khó   He says [that] studying Viet-
nhút.   namese is the most difficult.

15. Substitution Drill

Ông nội mình hồi còn sống cũng   My grandfather, when [he] was
nói như vậy.   alive, said the same thing.

Ông nội mình hồi còn giàu cũng   My grandfather, when [he] was
nói như vậy.   rich, said the same thing.

Ông nội mình hồi còn làm việc   My grandfather, when [he] was
cũng nói như vậy.   working, said the same
                                     thing.

Ông nội mình hồi còn mạnh cũng   My grandfather, when [he] was
nói như vậy.   strong, said the same thing.

Ông nội mình hồi còn dạy học   My grandfather, when [he] was
cũng nói như vậy.   teaching, said the same
                                     thing.

Ông nội mình hồi còn <u>ở trong nhà thương</u> cũng nói như vậy.	My grandfather, when [he] was <u>in the hospital</u>, said the same thing.
Ông nội mình hồi còn <u>nghèo</u> cũng nói như vậy.	My grandfather, when [he] was <u>poor</u>, said the same thing.

16. Multiple Substitution Drill

[New Vocabulary: giống 'to resemble, be alike']

Cả <u>nhà</u> không ai <u>theo ông</u> hết.	[In] the whole <u>family</u> nobody <u>listens to him</u> at all.
Cả <u>chợ</u> không ai <u>bán cái đó</u> hết.	[In] the whole <u>market</u> nobody <u>sells that (thing)</u> at all.
Cả <u>thành-phố</u> không ai <u>biết ông</u> hết.	[In] the whole <u>city</u> nobody <u>knows him</u> at all.
Cả <u>trường</u> không ai <u>nghe ông</u> hết.	[In] the whole <u>school</u> nobody <u>listens to him</u> at all.
Cả <u>sở</u> không ai <u>thích bà ấy</u> hết.	[In] the whole <u>office</u> nobody <u>likes her</u> at all.
Cả <u>nhà</u> không ai <u>giống ảnh</u> hết.	[In] the whole <u>family</u> nobody <u>resembles him</u> at all.

D. NARRATION

Anh Chuân và anh Thanh bàn về tương-lai. Anh Chuân hỏi anh Thanh định làm gì sau khi ra trường. Anh Thanh trả lời là anh ấy chưa biết, nhưng có lẽ sẽ xin tập-sự luật-sư. Anh Chuân thì nói ảnh sẽ xin đi làm ngân-hàng. Anh Thanh nói như vậy thì về sau chắc anh Chuân sẽ giàu lắm.

Anh Chuân cho biết là cha ảnh muốn ảnh làm bác-sĩ như ông ấy, nhưng ảnh không thích nên mới học luật. Anh Thanh hỏi anh Chuân có thích làm công-chức không. Anh Chuân trả lời là công-chức và giáo-sư là hai nghề ảnh ghét nhứt. Anh Thanh nói cha ảnh cũng khuyên mấy người anh của ảnh nên tránh hai nghề đó. Anh Chuân kể cho anh Thanh nghe ông anh cả của anh ấy làm ngoại-giao.

Theo anh làm ngoại-giao cũng là làm công-chức. Anh Thanh nói
người em trai của anh ấy thích làm phóng-viên và đang xin đi Đà-
lạt học báo-chí. Còn anh Chuẩn thì có một ông cậu chỉ thích ở
nhà quê làm ruộng vì ông ấy cho rằng nghề đó tự-do nhứt. Anh
Thanh cho biết là hồi còn sống ông nội anh cũng nói như vậy,
nhưng cả nhà không ai theo ông hết.

Vocabulary and Notes

bàn	to talk back and forth, carry on a discussion
bàn về	to discuss, talk over
tương-lai	future, the future
khuyên	to advise, recommend
theo	according to
rằng	as follows, that

E. QUESTIONS ON THE NARRATION

1. Anh Chuẩn và anh Thanh bàn   What did Chuẩn and Thanh discuss?
   về việc gì?

2. Anh Chuẩn hỏi gì anh Thanh?   What did Chuẩn ask Thanh?

3. Anh Chuẩn trả lời thế nào?   What was Thanh's answer?

4. Anh Chuẩn định sẽ làm gì?   What did Chuẩn plan to do?

5. Anh Thanh nói gì?   What did Thanh say?

6. Cha anh Chuẩn muốn anh ấy   What had Chuẩn's father wanted
   làm gì?   him to be?

7. Tại sao anh Chuẩn học luật?   Why did Chuẩn study law?

8. Anh Chuẩn ghét nghề nào   Which professions does Chuẩn
   nhứt?   hate most?

9. Ông anh cả của anh Chuẩn   What does Chuẩn's eldest brother
   làm gì?   do?

10. Em trai của anh Thanh thích   What does Thanh's younger bro-
    làm gì?   ther like to do?

11. Tại sao cậu anh Thanh thích   Why did Thanh's uncle like to
    ở nhà quê làm ruộng?   live in the country and
                                       farm?

12. Cả nhà có ai theo ông nội   Had anybody in the whole family
    anh Thanh không?   listened to Thanh's grand-
                                          father?

F. SUPPLEMENTARY VOCABULARY

1. <u>Occupations</u>   2. <u>Attributes</u>

giáo-sư professor (university);   giàu wealthy
    teacher (secondary   nghèo poor
    school)   mạnh-khỏe healthy
giáo-viên teacher (elementary   sung-sướng happy
    school)   buồn sad
bác-sĩ medical doctor   bằng lòng satisfied
nha-sĩ dentist   thành-công successful
dược-sĩ pharmacist   khéo-léo skillful, clever
thợ hớt tóc barber   thông-minh intelligent
tài-xế tắc-xi taxi-driver   chăm-chỉ industrious
thương-gia businessman   bận, bận-rộn busy
thợ-thuyền blue-collar worker   rảnh, rảnh-rang free (unoccu-
nông-gia farmer   pied)
nhà ngoại-giao diplomat
công-chức civil servant

LESSON EIGHT: DISCUSSING THE WEATHER

A. DIALOGUE

Tom

trời	sky; weather
nhỉ (SVN: hả)	final particle soliciting agreement: right?, don't you think so?

1. Hôm nay trời đẹp quá, anh Hoàng nhỉ?

The weather's really nice (pretty) today, isn't it (Older Brother) Hoàng?

Hoàng

lúc	time, moment, instant
lúc này	now, these days, at the present
mùa	season; harvest
xuân	spring (season)
thời-tiết	weather, atmosphere
chịu	to bear, endure; consent, agree
dễ chịu	agreeable, pleasant (easy to bear)

2. Vâng, lúc này đang mùa xuân nên thời-tiết dễ chịu.

Right, it's springtime (now is the spring season)', so the weather is [quite] pleasant.

chớ	but (of course), but (obviously)
vài	a few, some, several
khó chịu	unpleasant, disagreeable, uncomfortable, hard to take

3. Chờ vài tháng nữa trời nóng thì khó chịu lắm.

But [in] a few more months [when] the weather is hot, [it'll] be very unpleasant.

Tom

sao?

then ...?!, so then ...?!, really?!

4. Uả, ở Việt-Nam cũng có bốn mùa sao?

Oh, in Vietnam there are four seasons then?

tưởng

to believe (wrongly), to have the wrong idea

mưa

rain; to rain

nắng

to be sunny, hot (of the weather)

mùa nắng

the hot season, sunny season

5. Tôi tưởng ở đây chỉ có mùa mưa và mùa nắng thôi.

I thought [you] had only a rainy season and a sunny season here.

Hoàng

quanh

around; to surround

quanh năm

throughout the year, the year round

6. Anh nói đúng đó. Ở đây nóng quanh năm.

You're right there (you speak correctly there); here [it's] hot the year round.

tuy

although, in spite of

tuy nhiên

however, nevertheless

lịch

calendar

hạ (= hè)

summer

thu

fall, autumn

đông

winter

7. Tuy nhiên, theo lịch thì cũng có bốn mùa: xuân, hạ, thu, đông.

Nevertheless, according to the calendar there are still four seasons: spring, summer, fall, [and] winter.

Tom

bao giờ

when?

bắt đầu   to begin (to)

8. Bao giờ thì trời bắt đầu   When does [it] (the sky) begin
   mưa, anh?   to rain, (Older Brother)?

Hoàng

lối   about, approximately

thường   ordinary, usual; ordinarily,
                                                       usually

9. Lối tháng sáu hay tháng bảy;   Around June or July; [it] usually
   ở đây thường mưa buổi chiều.   rains [in] the afternoon here.

Tom

hay   often (frequently)

lụt   a flood, flooding; to flood

10. Ở đây có hay bị lụt không   Do [you] often have (undergo)
    anh?   floods here (Older Brother)?

Hoàng

ít   few, small (in quantity);
                                                       rarely

miền   region

miền Trung   Central Vietnam (Annam)

11. Ít lắm. Nhưng ở miền Trung   Rarely, but in Central Vietnam
    thì năm nào cũng lụt.   [it] floods every year.

Tom

ngoài   outside

ở ngoài đó   out there

12. Ở ngoài đó chắc mưa nhiều   Out there [it] probably rains
    hơn ở đây?   more than here?

Hoang

liên-tiếp   continuously, incessantly,
                                                       without stopping

13. Hồi tôi ở Huế, ngày nào   When I was in Huế, [it] (the
    trời cũng mưa liên-tiếp   sky) rained every day for (in)
    trong ba tháng.   three months without stopping.

Tom

đi học   to go to school

| | cực | miserable, poor |
| 14. | Chà, như vậy chắc đi học cực lắm? | My goodness, then [it] must be really miserable to go to school [there]? |

Hoàng

	đã	to have already (done something)
	đã vậy mà còn ... nữa	not only that, but also ...
	bão	a storm
15.	Vâng. Đã vậy mà còn hay bị bão nữa.	Yes; not only that, but [they] often have (are subjected to) storms as well.

B. GRAMMAR NOTES

1. The Final Particle nhỉ (Drill 1)

Nhỉ is a final sentence particle which solicits agreement from an addressee; it can best be translated by the appropriate form of the tag question 'isn't it?', don't you?, don't you think so?', as in

| Hôm nay trời đẹp quá anh Hoàng nhỉ? | The weather's really nice today, isn't it (Older Brother) Hoàng? |
| Ổng nói tiếng Việt giỏi nhỉ? | He speaks Vietnamese well, doesn't he? |

2, 3a. Dễ chịu vs. Khó chịu (Drills 2 and 3)

Dễ chịu means literally 'easy to bear', hence 'agreeable, pleasant', as in

| Lúc này đang mùa xuân nên thời-tiết dễ chịu. | It's springtime, so the weather is pleasant. |

Khó chịu means literally 'hard to bear', hence 'unpleasant, disagreeable', as in

Chờ vài tháng nữa trời   But [in] a few more months when
nóng thì khó chịu lắm.   the weather is hot,[it'll]
                                    be very unpleasant.

3b. Chờ as a Conjunction (Drills 3 and 4)

You have already met chờ as a final sentence particle meaning
'of course, surely', as in

Dạ biết chờ.   Of course I know!
Ông có gia-đình rồi chờ?   You (already) have a family, of
                                    course?

When chờ occurs as a conjunction, it means 'but (of course), but
(obviously), but (you may be sure that)', as in

Chờ vài tháng nữa trời   But (of course) [in] a few more
nóng thì khó chịu lắm.   months when the weather is
                                    hot, it'll be very unpleasant.

Lúc này trời nắng, chờ vài   It's sunny now, but (you may be
tháng nữa trời mưa.   sure that) [it'll] rain [in]
                                    a few more months.

3c. Nhưng vs. chờ vs. mà 'but' (Drills 5, 6, and 7)

The three conjunctions nhưng, chờ, and mà may all be translated
'but', but their implications are quite different:
    1) nhưng 'but (on the other hand, in addition; semantically
                    the most neutral)'
    2) chờ   'but (of course, obviously, you may be sure)'
    3) mà   'but, yet (surprisingly, contrary to expectation)'
These meanings are illustrated in the following sentences:
    1) Tối nay tôi bận, nhưng   I'm busy tonight, but I'm free
       tối mai thì rảnh.   tomorrow night.
    2) Ông nói như vậy, chờ   He says (like) that, but (you
       ông nghĩ khác.   may be sure) he thinks
                                    otherwise.
    3) Cái đồng hồ đó rẻ mà   That watch is cheap, but (sur-
       rất tốt.   prisingly, nevertheless)
                                    [it's] very good.

Likewise, if these three conjunctions are used in the same context, the meaning of the sentence changes accordingly:

    1) Chiếc đó rẻ, <u>nhưng</u> rất   That car is cheap, <u>but</u> [it's]
        tốt.   very good (just adding in-
                                      formation).

    2) Chiếc đó rẻ, <u>chớ</u> rất   That car is cheap, <u>but</u> (you may
        tốt.   be sure) [it's] very good.

    3) Chiếc đó rẻ, <u>mà</u> rất tốt.   That car is cheap, <u>but</u> (surpris-
                                     ingly) [it's] very good.

4. Sao in Exclamatory-Interrogative Sentences (Drills 8 and 9)

You have met <u>sao</u> in a variety of functions:

<u>Sao</u> ông đi lâu vậy?	<u>Why</u> were you gone so long?
Còn ông thì <u>sao</u>?	<u>How</u> about you?
Không <u>sao</u>.	It doesn't <u>matter</u> (idiomatic).
Cũng hơi khó <u>là làm sao</u>?	<u>In what way</u> was [it] rather difficult?

As a final particle in exclamatory-interrogative sentences, <u>sao</u> means 'so then ...?!, really?!', as in

Ông quen với ông ấy <u>sao</u>?	<u>So</u> you know him?!
Ủa, ở Việt-Nam cũng có bốn mùa <u>sao</u>?	Oh, in Viet-nam there are also (nevertheless) four seasons <u>then</u>?!

5. Chỉ ... thôi (Drill 9)

The preverbal auxiliary <u>chỉ</u> 'only' may be reinforced by the final sentence particle <u>thôi</u> 'only, that's all'; in English the construction <u>chỉ ... thôi</u> may be translated 'only', treating the second 'only' as redundant, or it may be translated more literally (and colloquially) 'only ... that's all', as in

    Tôi tưởng ở đây <u>chỉ</u> có mùa   I thought [you] had <u>only</u> a rainy
    mưa và mùa nắng <u>thôi</u>.   season and a sunny season
                                  here (<u>that's all</u>).

7. Tuy nhiên (Drill 10)

Tuy nhiên is a coordinating conjunctional phrase meaning
'nevertheless, in spite of that', as in

 Ở đây nóng quanh năm; tuy   Here [it's] hot the whole year
  nhiên cũng có bốn mùa.   round; nevertheless there
              are still four seasons.

 Tôi rảnh; tuy nhiên tôi   I'm free; nevertheless I don't
  không muốn đi.   want to go.

Frequently tuy nhiên is reinforced by cũng 'still, nevertheless',
as in

 Thu-viện này lớn; tuy   This library is large; never-
  nhiên cũng không đủ   theless [it] still doesn't
  sách.   have enough books.

8. Bao giờ, chừng nào, and hồi nào (Drills 11, 12, and 13)

You have learned that chừng nào at the beginning of a question
means 'when (in the future)?', while hồi nào at the end of a
question means 'when (in the past)?', e.g.

 Chừng nào ông đến?   When will you arrive?
 Ông đến hồi nào?   When did you arrive?

Chừng nào may be replaced by bao giờ, and hồi nào may be replaced
by từ bao giờ, as in

 Bao giờ thì trời bắt đầu   When does (will) [it] (the sky)
  mưa?   begin to rain?

 Trời bắt đầu mưa từ bao   When did [it] (the sky) begin
  giờ?   to rain?

To summarize,

 Chừng nào ... ⎫
 Bao giờ ... ⎬ 'when (in the future)?'

 ... hồi nào? ⎫
 ... từ bao giờ? ⎬ 'when (in the past)?'

9a. Temporal Phrases (Drills 14 and 15)

Bao giờ and chừng nào 'when (in the future)?' are replaced
in a response by a time phrase, frequently introduced by chừng,

lối or độ 'about, approximately', as in the following exchange:

Bao giờ thì trời bắt đầu When will it begin to rain?
mưa?

 Lối tháng sáu thì trời It'll begin to rain around
 bắt đầu mưa.   June.

As with the temporal interrogative 'when?', temporal adverbs at
the beginning of a sentence indicate future time, while temporal
adverbs at the end of a sentence indicate past time; e.g.

Độ mười giờ thì tôi đi chợ. I'll go to the market about
          ten o'clock.

Tôi đi chợ hồi mười giờ. I went to the market at ten
          o'clock.

9b, 10. Thường vs. hay (Drills 16 and 17)

The auxiliaries thường and hay are both sometimes translated
'often', but more specifically thường means 'usually, ordinarily',
while hay means 'often, frequently', as in

Ở đây thường mưa buổi [It] usually rains [in] the
 chiều.   afternoon here.

Ở đây có hay bị lụt không Do you often have (undergo)
 anh?   flooding here?

11, 13a. Time Expression + nào (+ Actor +) cũng + Verb (Drills 18 and 20)

Nào cũng in the context Time expression + nào (+ Actor +)
cũng + Verb means 'every, any (at all)', as in

Nhưng ở miền Trung thì năm But in Central Vietnam [it]
 nào cũng lụt.   floods every year.

Hồi tôi ở Huế, ngày nào When I was in Huế, [it] rained
 trời cũng mưa.   every day.

Tối nào tôi cũng rảnh. I'm free any night at all.

(This construction will be treated more fully in Lesson 10).

12, 14. Chác in Questions (Drill 19)

The auxiliary chắc 'probably' frequently occurs in questions

expecting an affirmative or confirmatory answer, without any overt
question marker other than intonation, as in

    Ở ngoài đó <u>chắc</u> mưa nhiều   Out there [it] <u>probably</u> rains
       hơn ở đây?   more than here <u>?</u>

    Như vậy <u>chắc</u> đi học cực   Then [it] <u>must</u> really be miser-
       lắm?   able to go to school there<u>?</u>

13b. <u>Hồi as a Conjunction</u> (Drill 20)

    You know that <u>hồi nào</u> at the end of a question means 'when
(in the past)?' (see Note 8). As a conjunction, <u>hồi</u> also indicates
past time, as in

    <u>Hồi</u> tôi ở Huế, ngày nào   <u>When</u> I <u>was</u> in Huế, [it] rained
       trời cũng mưa.   every day.

In this context <u>hồi</u> may be replaced by <u>khi</u> 'when', which is in-
definite as to time. <u>Khi</u>, however, unlike <u>hồi</u>, may also be used
in non-past contexts, as in

    <u>Khi</u> tôi đi Huế, tôi định   <u>When</u> I go to Huế, I intend to
      tham vài người bạn.   visit a few friends.

15. <u>Đã vậy mà còn ... nữa</u> (Drill 21)

    <u>Đã vậy mà còn ... nữa</u> is an idiomatic phrase which means
'not only that, but also ...', as in

    <u>Đã vậy mà còn</u> hay bị bão   <u>Not only that, but</u> [they] often
       nữa.   have (undergo) storms <u>as well</u>.

When an overt subject occurs, it precedes <u>còn</u>, as in

    <u>Đã vậy mà</u> tôi <u>còn</u> bị bịnh   <u>Not only that, but</u> I got sick
       nữa.   <u>as well</u>.

C. DRILLS

1. <u>Expansion Drill</u>

Hôm nay trời đẹp quá.   The weather is really nice today.
   Hôm nay trời đẹp quá nhỉ?   The weather is really nice
                            today, isn't it?

Ông nói tiếng Việt giỏi.   He speaks Vietnamese well.
  Ông nói tiếng Việt giỏi nhỉ?   He speaks Vietnamese well,
                                    doesn't he?

Trời mưa lớn quá.   It's raining really hard.
  Trời mưa lớn quá nhỉ?   It's raining really hard,
                                    isn't it?

Lúc này trời lạnh.   It's cold these days.
  Lúc này trời lạnh nhỉ?   It's cold these days, isn't
                                    it?

Ở đây khó chịu quá.   It's really unpleasant here.
  Ở đây khó chịu quá nhỉ?   It's really unpleasant here,
                                    isn't it?

Món này ngon quá.   This dish is really delicious.
  Món này ngon quá nhỉ?   This dish is really delicious,
                                    isn't it?

Làm việc ở đây dễ chịu.   It's pleasant to work here.
  Làm việc ở đây dễ chịu nhỉ?   It's pleasant to work here,
                                    isn't it?

2. Transformation Drill

Lúc này thời-tiết dễ chịu.   The weather is pleasant these
                                    days.
  Lúc này thời-tiết khó chịu.   The weather is unpleasant
                                    these days.

Học ở đó khó chịu.   It's unpleasant to study there.
  Học ở đó dễ chịu.   It's pleasant to study
                                    there.

Làm việc ở đây dễ chịu.   It's pleasant to work here.
  Làm việc ở đây khó chịu.   It's unpleasant to work here.

Hôm nay tôi thấy khó chịu.   I feel unwell today.
  Hôm nay tôi thấy dễ chịu.   I feel well/pleasant today.

Ông Long khó chịu lắm.   Mr. Long is very unpleasant.
  Ông Long dễ chịu lắm.   Mr. Long is very pleasant.

Việc làm của anh dễ chịu không?   Is your work pleasant?
  Việc làm của anh khó chịu   Is your work unpleasant?
  không?

3. Substitution Drill

Chờ vài tháng nữa <u>trời nóng</u> thì khó chịu lắm.

But [in] a few more months [when] <u>the weather is hot</u>, [it'll] be very unpleasant.

Chờ vài tháng nữa <u>trời mưa</u> thì khó chịu lắm.

But [in] a few more months [when] <u>it rains</u>, [it'll] be very unpleasant.

Chờ vài tháng nữa <u>trời bão</u> thì khó chịu lắm.

But [in] a few more months [when] <u>there are storms</u>, [it'll] be very unpleasant.

Chờ vài tháng nữa <u>trời lụt</u> thì khó chịu lắm.

But [in] a few more months [when] <u>there are floods</u>, [it'll] be very unpleasant.

Chờ vài tháng nữa <u>trời lạnh</u> thì khó chịu lắm.

But [in] a few more months [when] <u>it gets cold</u>, [it'll] be very unpleasant.

Chờ vài tháng nữa <u>mình hết tiền</u> thì khó chịu lắm.

But [in] a few more months [when] <u>we run out of money</u>, [it'll] be very unpleasant.

Chờ vài tháng nữa <u>tôi mất việc</u> thì khó chịu lắm.

But [in] a few more months [when] <u>I lose [my] job</u>, [it'll] be very unpleasant.

4. Combination Drill

Lúc này trời lạnh. Vài tháng nữa trời nóng.

   Lúc này trời lạnh, chờ vài tháng nữa trời nóng.

It's cold now. It'll be hot [in] a few more months.

   It's cold now, but [in] a few more months it'll be hot.

Học ở đây dễ chịu. Học ở đó khó chịu.

   Học ở đây dễ chịu, chờ học ở đó khó chịu.

It's pleasant to study here. It's unpleasant to study there.

   It's pleasant to study here, but it's unpleasant to study there.

Lúc này trời nắng. Vài ngày nữa
trời mưa.

    Lúc này trời nắng, chớ vài
    ngày nữa trời mưa.

Hôm nay trời đẹp. Hôm qua trời
xấu.

    Hôm nay trời đẹp, chớ hôm
    qua trời xấu.

Hôm nay tôi khỏe. Hôm qua tôi
mệt.

    Hôm nay tôi khỏe, chớ hôm
    qua tôi mệt.

Tuần này tôi rảnh. Tuần sau tôi
bận.

    Tuần này tôi rảnh, chớ tuần
    sau tôi bận.

It's sunny now. It'll rain [in]
a few more days.

    It's sunny now, but it'll
    rain [in] a few more days.

The weather is fine today. The
weather was bad yesterday.

    The weather is fine today,
    but it was bad yesterday.

I feel well today. I felt ex-
hausted yesterday.

    I feel well today, but I
    felt exhausted yesterday.

I'm free this week. I'll be
busy next week.

    I'm free this week, but
    I'll be busy next week.

5. Transformation Drill

Lúc này trời lạnh, nhưng vài
tháng nữa trời nóng.

    Lúc này trời lạnh, chớ vài
    tháng nữa trời nóng.

Học ở đây dễ chịu, nhưng học ở
đó khó chịu.

    Học ở đây dễ chịu, chớ học
    ở đó khó chịu.

Lúc này trời nắng, nhưng vài
ngày nữa trời mưa.

    Lúc này trời nắng, chớ vài
    ngày nữa trời mưa.

It's cold now, but [in] a few
more months it'll be hot.

    It's cold now, but (of course)
    [in] a few more months it'll
    be hot.

It's pleasant to study here, but
It's unpleasant to study there.

    It's pleasant to study here,
    but (of course) it's un-
    pleasant to study there.

It's sunny now, but it'll rain
[in] a few more days.

    It's sunny now, but (of
    course) it'll rain [in] a
    few more days.

Hôm nay trời đẹp, nhưng hôm qua
trời xấu.
   Hôm nay trời đẹp, chớ hôm
   qua trời xấu.

Hôm nay tôi khỏe, nhưng hôm qua
tôi mệt.
   Hôm nay tôi khỏe, chớ hôm
   qua tôi mệt.

Tuần này tôi rảnh, nhưng tuần
sau tôi bận.
   Tuần này tôi rảnh, chớ
   tuần sau tôi bận.

The weather is fine today, but
it was bad yesterday.
   The weather is fine today,
   but (of course) it was bad
   yesterday.
I am well today, but I was ex-
hausted yesterday.
   I am well today, but (of
   course) I was exhausted
   yesterday.
I'm free this week, but I'll be
busy next week.
   I'm free this week, but (of
   course) I'll be busy next
   week.

6. Combination Drill

Cái đồng hồ đó rẻ. Cái đồng hồ
đó rất tốt.
   Cái đồng hồ đó rẻ mà rất
   tốt.
Ổng có nhiều tiền. Ổng không
mua nhà.
   Ổng có nhiều tiền mà không
   mua nhà.
Anh tôi có vợ lâu rồi. Anh tôi
chưa có con.

   Anh tôi có vợ lâu rồi mà
   chưa có con.

Tôi là người Mỹ. Tôi chưa đi
Nửu-Ước lần nào hết.
   Tôi là người Mỹ mà chưa đi
   Nửu-Ước lần nào hết.

That watch is cheap. That watch
is very good.
   That watch is cheap, but
   very good.
He has a lot of money. He doesn't
buy a house.
   He has a lot of money, but
   doesn't buy a house.
My older brother has been married
for a long time. My older brother
hasn't got any children.
   My older brother has been
   married for a long time,
   but hasn't got any children.
I'm an American. I have never
been to New York.
   I'm an American, but have
   never been to New York.

Tôi ở đây ba tháng rồi. Tôi
chưa quen với thời-tiết ở đây.

    Tôi ở đây ba tháng rồi mà
    chưa quen với thời-tiết ở
    đây.

Ông ấy già rồi. Ông ấy vẫn còn
làm việc.

    Ông ấy già rồi mà vẫn còn
    làm việc.

I've lived here for three months
already. I'm not used to the
weather here yet.

    I've lived here for three
    months already, but am not
    used to the weather here yet.

He's old already. He's still
working.

    He's old already, but is
    still working.

7. Transformation Drill

Cái đồng hồ đó rẻ nhưng rất
tốt.

    Cái đồng hồ đó rẻ mà rất
    tốt.

Ông có nhiều tiền nhưng không
mua nhà.

    Ông có nhiều tiền mà không
    mua nhà.

Anh tôi có vợ lâu rồi nhưng
chưa có con.

    Anh tôi có vợ lâu rồi mà
    chưa có con.

Tôi là người Mỹ nhưng chưa đi
Nữu-Ước lần nào hết.

    Tôi là người Mỹ mà chưa đi
    Nữu-Ước lần nào hết.

That watch is cheap, but very
good.

    That watch is cheap, but
    (surprisingly) very good.

He has a lot of money, but
doesn't buy a house.

    He has a lot of money, but
    (surprisingly) doesn't
    buy a house.

My older brother has been married
for a long time, but doesn't
have any children yet.

    My older brother has been
    married for a long time,
    but (surprisingly) doesn't
    have any children yet.

I'm an American, but have never
been to New York.

    I'm an American, but (sur-
    prisingly) have never been
    to New York.

Tôi ở đây ba tháng rồi <u>nhưng</u> chưa quen với thời-tiết ở đây.

I've lived here for three months already, <u>but</u> am not used to the weather here yet.

    Tôi ở đây ba tháng rồi <u>mà</u> chưa quen với thời-tiết ở đây.

    I've lived here for three months already, <u>but (sur-prisingly)</u> am not used to the weather here yet.

Ông ấy già rồi <u>nhưng</u> vẫn còn làm việc.

He's old already, <u>but</u> is still working.

    Ông ấy già rồi <u>mà</u> vẫn còn làm việc.

    He's old already, <u>but (sur-prisingly)</u> is still working.

8. Substitution Drill

Ủa, ở Việt-Nam cũng có <u>bốn mùa</u> sao?

Oh, in Vietnam there are <u>four seasons</u> then?

Ủa, ở Việt-Nam cũng có <u>tiệm cơm Tây</u> sao?

Oh, in Vietnam there are <u>French restaurants</u> then?

Ủa, ở Việt-Nam cũng có <u>xe hơi Ý</u> sao?

Oh, in Vietnam there are <u>Italian cars</u> then?

Ủa, ở Việt-Nam cũng có <u>sách tiếng Nga</u> sao?

Oh, in Vietnam there are <u>Russian books</u> then?

Ủa, ở Việt-Nam cũng có <u>mùa đông</u> sao?

Oh, in Vietnam there is <u>winter</u> then?

Ủa, ở Việt-Nam cũng có <u>báo tiếng Tàu</u> sao?

Oh, in Vietnam there are <u>Chinese newspapers</u> then?

9. Expansion Drill

Ủa, ở đây cũng có bốn mùa sao? (hai mùa)

Oh, there are four seasons here then? (two seasons)

    Tôi tưởng ở đây chỉ có hai mùa thôi.

    I thought there were only two seasons here.

Ủa, ở đây cũng có xe hơi Pháp sao? (xe hơi Nhựt)

Oh, there are French cars here then? (Japanese cars)

    Tôi tưởng ở đây chỉ có xe Nhựt thôi.

    I thought there were only Japanese cars here.

Ủa, ở đẩy cũng có tiệm cơm Tây
sao? (tiệm cơm Tàu)
   Tôi tưởng ở đẩy chỉ có tiệm
cơm Tàu thôi.

Oh, there are French restaurants
here then? (Chinese restaurants)
   I thought there were only
Chinese restaurants here.

Ủa, ở đẩy cũng có sách tiếng
Nga sao? (sách tiếng Anh)
   Tôi tưởng ở đẩy chỉ có sách
tiếng Anh thôi.

Oh, there are Russian books
here then? (English books)
   I thought there were only
English books here.

Ủa, ở đẩy cũng có mùa đông sao?
(mùa nóng)
   Tôi tưởng ở đẩy chỉ có mùa
nóng thôi.

Oh, there is winter here then?
(hot season)
   I thought there was only
a hot season here.

Ủa, ở đẩy cũng có báo tiếng
Tàu sao? (báo tiếng Việt)
   Tôi tưởng ở đẩy chỉ có báo
tiếng Việt thôi.

Oh, there are Chinese newspapers
here then? (Vietnamese newspapers)
   I thought there were only
Vietnamese newspapers here.

10. Combination Drill

Ở đẩy nóng quanh năm. Cũng có
bốn mùa.

   Ở đẩy nóng quanh năm; tuy
nhiên cũng có bốn mùa.

Here it's hot the whole year
round. There are also four
seasons.
   Here it's hot the whole
year round; nevertheless,
there are still four seasons.

Tôi đói bụng lắm. Tôi không
muốn ăn ở đó.
   Tôi đói bụng lắm; tuy nhiên
tôi không muốn ăn ở đó.

I'm very hungry. I don't want
to eat there.
   I'm very hungry; nevertheless,
I don't want to eat there.

Tôi rảnh. Tôi không muốn đi.
   Tôi rảnh; tuy nhiên tôi
không muốn đi.

I'm free. I don't want to go.
   I'm free; nevertheless, I
don't want to go.

Hôm nay trời nắng. Ngày mai
trời mưa.
   Hôm nay trời nắng; tuy nhiên
ngày mai trời mưa.

It's sunny today. It'll rain
tomorrow.
   It's sunny today; neverthe-
less, it'll rain tomorrow.

Thu-viện này lớn. Cũng không   This library is big. It still
đủ sách.   doesn't have enough books.
   Thu-viện này lớn; tuy nhiên   This library is big; never-
cũng không đủ sách.   theless, it still doesn't
                                  have enough books.

Ông ấy có xe hơi. Ông ấy thích   He has a car. He likes to walk.
đi bộ.
   Ông ấy có xe hơi; tuy nhiên   He has a car; nevertheless,
ông ấy thích đi bộ.   he likes to walk.

11. Transformation Drill

   [New Vocabulary: cưới vợ 'to get married (of a man only)']

Bao giờ thì trời bắt đầu mưa?   When does it begin to rain?
   Chừng nào thì trời bắt đầu   [Same]
   mưa?
Bao giờ thì ông đi Hà-nội?   When are you going to Hà-nội?
   Chừng nào thì ông đi Hà-nội?   [Same]
Bao giờ thì anh học xong?   When will you finish your studies?
   Chừng nào thì anh học xong?   [Same]
Bao giờ thì cô ấy rảnh?   When will she be free?
   Chừng nào thì cô ấy rảnh?   [Same]
Bao giờ thì anh cưới vợ?   When will you get married?
   Chừng nào thì anh cưới vợ?   [Same]
Bao giờ thì anh làm cho tôi?   When will you do [that] for me?
   Chừng nào thì anh làm cho   [Same]
   tôi?
Bao giờ thì anh về Việt-Nam?   When will you go back to Vietnam?
   Chừng nào thì anh về Việt-   [Same]
   Nam?

12. Transformation Drill

Bao giờ thì trời bắt đầu mưa?   When will it begin to rain?
   Trời bắt đầu mưa từ bao giờ?   When did it begin to rain?
Bao giờ thì ông đi Hà-nội?   When will you go to Hà-nội?
   Ông đi Hà-nội từ bao giờ?   When did you go to Hà-nội?

Bao giờ thì anh học xong?
  Anh học xong từ bao giờ?
	When will you finish your studies?
	  When did you finish your studies?

Bao giờ thì cô ấy rảnh?
  Cô ấy rảnh từ bao giờ?
	When will she be free?
	  When was she free?

Bao giờ thì anh cưới vợ?
  Anh cưới vợ từ bao giờ?
	When will you get married?
	  When did you get married?

Bao giờ thì anh làm cho tôi?
  Anh làm cho tôi từ bao giờ?
	When will you do [that] for me?
	  When did you do [that] for me?

Bao giờ thì anh về Việt-Nam?
  Anh về Việt-Nam từ bao giờ?
	When will you go back to Vietnam?
	  When did you go back to Vietnam?

13. Transformation Drill

Trời bắt đầu mưa từ bao giờ?
  Trời bắt đầu mưa hồi nào?
	When did it begin to rain?
	  [Same]

Ông đi Hà-nội từ bao giờ?
  Ông đi Hà-nội hồi nào?
	When did you go to Hà-nội?
	  [Same]

Anh học xong từ bao giờ?
  Anh học xong hồi nào?
	When did you finish your studies?
	  [Same]

Cô ấy rảnh từ bao giờ?
  Cô ấy rảnh hồi nào?
	When was she free?
	  [Same]

Anh cưới vợ từ bao giờ?
  Anh cưới vợ hồi nào?
	When did you get married?
	  [Same]

Anh làm cho tôi từ bao giờ?
  Anh làm cho tôi hồi nào?
	When did you do [that] for me?
	  [Same]

Anh về Việt-Nam từ bao giờ?
  Anh về Việt-Nam hồi nào?
	When did you go back to Vietnam?
	  [Same]

14. Response Drill

[New Vocabulary: hè sang năm 'next summer']

Bao giờ thì trời bắt đầu mưa?
(tháng sáu)
  Lối tháng sáu thì trời bắt đầu mưa.
	When will it begin to rain?
	(June)
	  It'll begin to rain around June.

Bao giờ thì ông đi Hà-nội?   When will you go to Hà-nội?
(thứ ba)   (Tuesday)
  Lối thứ ba thì tôi đi Hà-   I'll go to Hà-nội around
  nội.   Tuesday.
Bao giờ thì ông Long đến? (nam   When will Mr. Long arrive?
giờ)   (five o'clock)
  Lối nam giờ thì ông Long đến.   Mr. Long will arrive at
                                            around five o'clock.

Bao giờ thì anh rảnh? (tám giờ)   When will you be free? (eight
                                          o'clock)
  Lối tám giờ thì tôi rảnh.   I'll be free at around
                                            eight o'clock.

Bao giờ thì anh cưới vợ? (hè   When will you get married? (next
sang nam)   summer)
  Lối hè sang nam thì tôi   I'll get married some time
  cưới vợ.   next summer.
Bao giờ thì bà Lan lại đây?   When will Mrs. Lan come here?
(mười giờ)   (ten o'clock)
  Lối mười giờ thì bà Lan lại   Mrs. Lan will come here at
  đây.   around ten o'clock.

15. Transformation Drill

Lối tháng sáu thì trời bát đầu   It'll begin to rain around June.
mưa.
  Độ tháng sáu thì trời bát   [Same]
  đầu mưa.
Lối thứ ba thì tôi đi Hà-nội.   I'll go to Hà-nội around Tuesday.
  Độ thứ ba thì tôi đi Hà-nội.   [Same]
Lối nam giờ thì ông Long đến.   Mr. Long will arrive at around
                                          five o'clock.
  Độ nam giờ thì ông Long đến.   [Same]
Lối tám giờ thì tôi rảnh.   I'll be free at around 8 o'clock.
  Độ tám giờ thì tôi rảnh.   [Same]
Lối hè sang nam thì tôi cưới   I'll get married some time next
vợ.   summer.
  Độ hè sang nam thì tôi cưới   [Same]
  vợ.

Lối mười giờ thì bà Lan lại đây.   Mrs. Lan will come here at
                                     around ten o'clock.
     Độ mười giờ thì bà Lan lại   [Same]
     đây.

16. Substitution Drill

Tôi thường làm việc buổi chiều.   I usually work in the afternoon.
Tôi thường đi chơi buổi chiều.   I usually go out (for fun) in
                                     the afternoon.
Tôi thường đi học buổi chiều.   I usually go to school in the
                                     afternoon.
Tôi thường ở nhà buổi chiều.   I usually stay home in the after-
                                     noon.
Tôi thường đi làm buổi chiều.   I usually go to work in the
                                     afternoon.
Tôi thường đi thư-viện buổi   I usually go to the library in
     chiều.   the afternoon.
Tôi thường làm việc ở nhà buổi   I usually work at home in the
     chiều.   afternoon.

17. Transformation Drill

Tôi thường làm việc buổi chiều.   I usually work in the afternoon.
     Tôi hay làm việc buổi chiều.   I often work in the after-
                                         noon.
Ở đây có thường bị lụt không   Do you usually have floods here?
anh?
     Ở đây có hay bị lụt không   Do you often have floods
     anh?   here?
Anh có thường gặp cô Lan không?   Do you usually see Miss Lan?
     Anh có hay gặp cô Lan không?   Do you often see Miss Lan?
Tôi thường đi chợ buổi sáng.   I usually go to the market in
                                     the morning.
     Tôi hay đi chợ buổi sáng.   I often go to the market in
                                         the morning.

Buổi tối ông Tùng thường đến   Mr. Tùng usually comes here in
đây.   the evening.
   Buổi tối ông Tùng hay đến   Mr. Tùng often comes here
đây.   in the evening.
Tôi thường đi chơi bằng xe máy.   I usually have a bicycle ride.
   Tôi hay đi chơi bằng xe máy.   I often have a bicycle ride.
Nắng thường làm tôi mệt.   Sunshine (heat) usually makes
                                      me tired.

   Nắng hay làm tôi mệt.   Sunshine often makes me tired.

18. Progressive Substitution Drill

Ở miền Trung thì năm nào cũng   In Central Vietnam it floods
   lụt.   every year.
Ở miền Trung thì năm nào cũng   In Central Vietnam it's cold
   lạnh.   . every year.
Ở miền Trung thì tháng nào   In Central Vietnam it's cold
   cũng lạnh.   every month.
Ở miền Trung thì tháng nào   In Central Vietnam it rains
   cũng mưa.   every month.
Ở Nha-trang thì tháng nào cũng   In Nhatrang it rains every month.
   mưa.
Ở Nha-trang thì ngày nào cũng   In Nhatrang it rains every day.
   mưa.
Ở Nha-trang thì ngày nào cũng   In Nhatrang it's hot every day.
   nóng.
Ở Nha-trang thì khi nào cũng   In Nhatrang it's hot all the
   nóng.   time.

19. Substitution Drill

   [New Vocabulary: mát '(pleasantly) cool']

Ở ngoài đó chắc mưa nhiều hơn   Out there it probably rains
 ở đây?   more than here?
Ở ngoài đó chắc lạnh hơn ở đây?   Out there it's probably colder
                                      than here?

ở ngoài đó chác <u>nóng hơn</u> ở đây?   Out there it's probably <u>hotter</u>
                                                        <u>than</u> here?

ở ngoài đó chác <u>mát hơn</u> ở đây?   Out there it's probably <u>cooler</u>
                                                        <u>than</u> here?

ở ngoài đó chác <u>cực hơn</u> ở đây?   Out there it's probably <u>more</u>
                                                        <u>miserable than</u> here?

ở ngoài đó chác <u>náng hơn</u> ở đây?   Out there it's probably <u>sunnier</u>
                                                        <u>than</u> here?

20. <u>Transformation Drill</u>

    [New Vocabulary: dậy 'to rise, get up, wake up'
                      núi 'mountain, hill'
                      đi chơi núi 'to go hiking (in the mountains)']

Hồi tôi ở Huế, ngày nào trời   When I was in Huế, it rained
cũng mưa.   every day.
   Khi tôi ở Huế, ngày nào trời   [Same]
   cũng mưa.

Khi tôi ở bên Mỹ, ngày nào tôi   When I was in the U.S., I went
cũng đi chơi.   out (for fun) every day.
   Hồi tôi ở bên Mỹ, ngày nào   [Same]
   tôi cũng đi chơi.

Khi tôi còn đi học, sáng nào   When I was still in school, I
tôi cũng dậy sớm.   got up early every morning.
   Hồi tôi còn đi học, sáng   [Same]
   nào tôi cũng dậy sớm.

Hồi cô ấy học ở đây, tuần nào   When she studied here, she came
cô ấy cũng đến thăm tôi.   to visit me every week.
   Khi cô ấy học ở đây, tuần   [Same]
   nào cô ấy cũng đến thăm tôi.

Hồi tôi ở Đà-lạt, tuần nào tôi   When I was in Đà-lạt, I went
cũng đi chơi núi.   hiking every week.
   Khi tôi ở Đà-lạt, tuần nào   [Same]
   tôi cũng đi chơi núi.

Hồi tôi ở Hà-nội, tuần nào tôi   When I was in Hà-nội, I went
cũng đi coi cải-lương.   to see operas every week.
    Khi tôi ở Hà-nội, tuần nào   [Same]
    tôi cũng đi coi cải-lương.

21. Substitution Drill

    [New Vocabulary: bịnh/bệnh   'sickness
                       đói   'hunger, hungry'
                       mất mùa   'bad harvest, harvest failure'
                       thiên-tai 'natural disaster'
                       trộm-cướp 'burglary, robbery']

Đã vậy mà còn hay bị <u>bão</u> nữa.   Not only that, but [they] often
                                           have <u>storms</u> as well.

Đã vậy mà còn hay bị <u>lụt</u> nữa.   Not only that, but [they] often
                                           have <u>floods</u> as well.

Đã vậy mà còn hay bị <u>đói</u> nữa.   Not only that, but [they] often
                                           have <u>hunger</u> as well.

Đã vậy mà còn hay bị <u>thiên-tai</u>   Not only that, but [they] often
nữa.   have <u>natural disasters</u> as
                                           well.

Đã vậy mà còn hay bị <u>bịnh</u> nữa.   Not only that, but [they] often
                                           have <u>sickness</u> as well.

Đã vậy mà còn hay bị <u>trộm-cướp</u>   Not only that, but [they] often
nữa.   have <u>robberies</u> as well.

Đã vậy mà con hay bị <u>mất mùa</u>   Not only that, but [they] often
nữa.   have <u>harvest failures</u> as
                                           well.

                    D. NARRATION

    Anh Tom nói hôm nay trời đẹp quá. Anh Hoàng đáp lại là lúc
này đang mùa xuân nên thời-tiết dễ chịu, nhưng vài tháng nữa thì
trời sẽ nóng lắm. Anh Tom ngạc-nhiên và hỏi ở Việt-Nam cũng có
bốn mùa sao. Anh ấy tưởng ở Việt-Nam chỉ có mùa mưa và mùa nắng

thôi.   Anh Hoàng trả lời là ở Việt-Nam nóng quanh năm nhưng theo lịch thì cũng có đủ bốn mùa: xuân, hạ, thu, đông.   Anh Tom muốn biết khi nào thì mùa mưa bắt đầu.   Anh Hoàng nói là khoảng tháng sáu hay tháng bảy, và trời thường mưa vào buổi chiều.   Anh Tom lại hỏi nạn lụt có hay xảy ra không.   Anh Hoàng cho biết là ở miền Trung thì năm nào cũng bị nạn lụt, chớ ở trong Nam thì ít. Rồi anh tiếp là ở Huế trời thường mưa liên-tiếp trong ba tháng mà lại hay có bão nữa.

Vocabulary and Notes:

đáp lại	to reply, to respond
đủ	all, fully
đủ bốn mùa	all four seasons
khoảng	about, approximately
nạn	disaster, catastrophe, calamity
xảy ra (NVN: xẩy ra)	to happen, come about, occur, take place
tiếp	to continue, further, more

E. QUESTIONS ON THE NARRATION

1. Theo anh Tom thì hôm nay trời thế nào?

According to Tom, how is the weather today?

2. Theo anh Hoàng thì tại sao thời-tiết lúc nầy dễ chịu?

According to Hoàng, why is the weather pleasant these days?

3. Tại sao anh Tom ngạc-nhiên?

Why is Tom surprised?

4. Ở Việt-Nam trời như thế nào quanh năm?

How is the weather in Vietnam all year round?

5. Theo lịch thì ở Việt-Nam có mấy mùa?

According to the calendar, how many seasons are there in Vietnam?

6. Đó là những mùa gì?

What are those seasons?

7. Mùa mưa bắt đầu vào lúc nào?

When does the rainy season begin?

8. Trời thường mưa vào lúc nào?

When does it usually rain?

9. Anh Hoàng nói gì về nạn lụt?

What does Hoàng say about floods?

10. Ở Huế trời thường mưa liên-   For how long does it frequently
    tiếp trong bao lâu?   rain continuously in Huế?
11. Ở đâu hay có bão?   Where do they often have storms?

F. SUPPLEMENTARY VOCABULARY

1. Natural phenomena   miền đồng-bằng lowland, delta
mặt trời sun   đất soil, earth, land
mặt trăng moon   sa-mạc desert
(ngôi) sao star   bão storm
gió wind   sấm thunder
mưa rain   sét lightning
nước đá ice
sương dew; frost   2. Weather terms
sương mù fog, mist   nóng hot
tuyết snow   lạnh cold
bùn mud   ấm warm
lụt flood   mát cool
(khu) rừng forest   nắng sunny
(ngọn) núi mountain   gió windy
(ngọn) đồi hill   lạnh cóng freezing
(cái) biển sea   khô dry
(cái) thác waterfall   ẩm damp, humid
(con) suối spring, stream   mưa rainy
(con) sông river   dễ chịu pleasant
(cái) hồ lake   trong clear
(cánh) đồng (rice)field   sương mù foggy
cao-nguyên highland, plateau   sáng bright
cây-cối vegetation, plants and   nóng và ẩm muggy
        trees   lầy-lội muddy
hỏa-hoạn fire   tối dark
cao-độ elevation   khó chịu unpleasant

A. DIALOGUE

Lan

Ba	you (child to father)
1. Ba đi đâu đó, Ba?	Where are you going, Dad?

Ông Thùy

Ba	I, me, my (father to child)
vườn	garden, yard, orchard
trồng (NVN: giồng)	to plant, set out; to grow, cultivate
kiển	decorative plant, flower, shrub
2. Ba ra vườn trồng mấy cây kiển.	I'm coming out into the yard to set out some plants.

Lan

bông (= hoa)	flower
con	I, me, my (child to parent)
3. Ba trồng bông đi, Ba. Con thích bông lắm.	Why don't you plant [some] flowers, Dad. I really like flowers.

Ông Thùy

hồng	pink, rose (in color)
cây bông hồng	rosebush
cúc	chrysanthemum
(cây) bông cúc	chrysanthemum plant
để	to put, place, leave
nhà xe	garage
4. Ba cũng có mua mấy cây bông hồng và bông cúc để trong nhà xe kìa.	I also bought some roses and chrysanthemum (plants) [and] put [them] over there in the garage.

Lan

nụ	bud
mà	if (surprisingly, contrary to expectation)
nở	to bloom, open; to hatch, expand
nở bông	to flower, be in bloom, blossom
thơm	to be fragrant, smell good

5. Chà, mấy nụ này mà nở bông thì thơm lắm.

Oh, if these (several) buds blossom [they'll] really smell good. (Oh, several buds these if blossom then fragrant very).

Ông Thủy

con	you (parent to child)
cuốc	to hoe, dig (with a chopping motion)
cái cuốc	a hoe
cái xẻng	a spade

6. Lan, con kêu anh Hùng đem cái cuốc và cái xẻng ra đây cho Ba.

Lan, (you) tell (call) (your older brother) Hùng [to] bring the hoe and the spade out here for me.

xem	to watch, observe, see (here: see [if], find out [if])
giúp	to help, assist

7. Con con, vô trong nhà xem Má có cần giúp gì không.

As for you, go into the house [and] see [if your] mother needs any help (needs [you to] help in any way [or] not).

[Lan goes into the house.]

Lan

Má	you (child to mother)

8. Má đi chợ, cho con đi với.

[If] you're going to the market, let me go along.

Bà Thùy

nhà	we (i.e. the family, the house)
khách	guest
nhà có khách	we're having guests
lo	to worry (about), attend (to), take care (of)
dọn dẹp	to arrange, put in order
cửa	door, opening, entrance
nhà cửa	house, home

9. Hôm nay nhà có khách, con ở nhà lo dọn dẹp nhà cửa đi.

We're having guests today; you stay home [and] take care of straightening up the house.

lấy	to take, get
chổi	broom
quét	to sweep, brush
lau	to wipe, rub
bụi	dust, dirt
lau bụi	to dust
bàn	table
ghế	chair, bench
bàn ghế	furniture

10. Con lấy chổi quét nhà, rồi lau bụi bàn ghế.

You get the broom [and] sweep the house, then dust the furniture.

Lan

rửa	to wash (the surface of anything)
bát	large bowl
chén bát	dishes

11. Có rửa chén bát không, Má?

Shall [I] wash the dishes, Mom?

Bà Thùy

chị ở	maid, female servant
giặt	to wash (clothes), to launder
quần	trousers, pants
áo	shirt, blouse, coat

quần áo   clothes, clothing
12. Chén bát thì để chị ở giặt   [As for] the dishes, let the
    quần áo xong, chị ấy sẽ   maid finish doing the laundry,
    rửa.   [and] she'll wash [them].

                        Lan

    cơm trưa   noon meal, lunch
    cơm tối   evening meal, dinner
13. Mình mời khách ăn cơm trưa   Did we invite the guests for
    hay cơm tối, Má?   (to eat) lunch or dinner, Mom?

                     Bà Thùy

    cắm   to insert, put into, stick
                                     into
    lọ   vase, jar, bottle
14. Cơm tối, con ạ. À, con nhớ   [For] dinner, (child affectionate-
    ra vườn cắt vài cái bông   particle). By the way, (you)
    để cắm vô lọ.   remember to go out to the garden
                                     [and] cut a few flowers to put
                                     in a vase.

    cẩn-thận   to be careful, cautious,
                                     attentive
    bể (NVN: vỡ)   to break, shatter (iv);
                                     broken, shattered
    làm bể (NVN: đánh vỡ)   to break (tv)
15. Cẩn-thận, đừng làm bể nghe,   Be careful not to (don't) break
    con.   [it] now, Daughter (child).

                     B. GRAMMAR NOTES

1, 2, 3. <u>Reciprocal Kinship Pronouns</u> (Drills 1, 2, 3, and 4)

    We pointed out in 7:2 that Vietnamese pronouns are frequently
paired, or reciprocal; i.e. the choice of one specific pronoun
implies the use of another specific pronoun, as in

    <u>Mình</u> cũng chưa biết.   <u>I</u> don't really know yet.
    Còn <u>cậu</u> thì sao?   How about <u>you</u>?

Within a family, reciprocal kinship terms are normally used instead
of pronouns; i.e. the word which describes the speaker's relation-
ship to the addressee is used for the first-person pronoun 'I',
and the word which describes the addressee's relationship to the
speaker is used for the second-person pronoun 'you', as in the
following exchange:

Ba đi đâu đó?	Where are you (Father) going?
Ba đi chợ.	I (Father) am going to the market.
Con đang làm gì đó?	What are you (Child) doing there?
Con đang đọc sách.	I (Child) am reading a book.

Between a husband and wife or between sweethearts, anh (older
brother) for the man and em (younger sibling) for the woman may
be used, as in

Anh định làm gì?	What do you (Husband) plan to do?
Anh định làm việc.	I (Husband) am planning to work.
Còn em định làm gì?	And what do you (Wife) plan to do?
Em thì định đi chợ.	I (Wife) am planning to go to the market.

The following chart shows some of the reciprocal kinship pronouns
which would be used for 'I' and 'you' in specific contexts; terms
not yet introduced are preceded by an asterisk.

Context	1st Person	2nd Person
Husband to Wife	anh	em
Wife to Husband	em	anh
Older brother to Younger sibling	anh	em
Younger sibling to Older brother	em	anh
Older sister to Younger sibling	chị	em
Younger sibling to Older sister	em	chị
Father to Child	ba, cha	con
Child to Father	con	ba, cha
Mother to Child	má, mẹ	con
Child to Mother	con	má, mẹ
Grandfather to Grandchild	ông	cháu
Grandchild to Grandfather	cháu	ông

Context	1st Person	2nd Person
Grandmother to Grandchild	bà	cháu
Grandchild to Grandmother	cháu	bà
Uncle (i.e. father's older brother) or Aunt (i.e. wife of father's older brother) to Niece/Nephew	bác	cháu
Niece/Nephew to the above	cháu	bác
Uncle (i.e. father's younger brother) to Niece/Nephew	*chú	cháu
Niece/Nephew to the above	cháu	chú
Aunt (i.e. wife of father's younger brother) to Niece/Nephew	*thím	cháu
Niece/Nephew to the above	cháu	thím
Aunt (i.e. father's sister) to Niece/Nephew	cô	cháu
Niece/Nephew to the above	cháu	cô
Uncle (i.e. mother's brother) to Niece/Nephew	cậu	cháu
Niece/Nephew to the above	cháu	cậu
Aunt (i.e. wife of mother's brother) to Niece/Nephew	*mợ	cháu
Niece/Nephew to the above	cháu	mợ
Aunt (i.e. mother's sister) to Niece/Nephew	*dì	cháu
Niece/Nephew to the above	cháu	dì

(Note: A summary of Vietnamese kinship terms is included as
Supplementary Vocabulary to Lesson 12.)

4, 7. Coordinate Verbs (Drill 5)

In Vietnamese a series of two or more coordinate verbs may
occur without an intervening conjunction; the English translations
·of such sentences always require some coordinating conjunction
such as 'and, then, to'; e.g.

Ba cũng có mua mấy cây bông hồng và bông cúc để trong nhà xe kìa.	I (Father) also bought some roses and chrysanthemums [and] put [them] over there in the garage.

Còn con, vô trong nhà xem   As for you (Child), go into the
   Má có cần giúp gì không.   house [and] see [if your]
                            mother needs any help.

Má phải đi chợ mua đồ an.   I (Mother) have to go to the
                            market [to] buy food.

5. <u>Mà as a Subordinating Conjunction</u> (Drill 6)

In 2:9 and 8:3 you met <u>mà</u> as a coordinating conjunction with
the meaning 'but, yet (surprisingly)', as in

Anh ấy mới qua đây <u>mà</u> nói   He just came over here, <u>yet</u>
   tiếng Việt giỏi lắm.   <u>(surprisingly)</u> [he] speaks
                        Vietnamese very well.

Cái đồng hồ đó rẻ <u>mà</u> rất   That watch is cheap, <u>but (never-</u>
   tốt.   <u>theless)</u> [it's] very good.

<u>Mà</u> also occurs as a subordinating conjunction with the meaning
'if (contrary to the present situation), in the unlikely event
that', as in

Mấy nụ này <u>mà</u> nở bông thì   <u>If</u> these buds blossom, [they'll]
   thơm lắm.   smell really good.

Anh <u>mà</u> làm cái này được   <u>If</u> you can do this, [you'll] be
   thì giỏi lắm.   really clever.

<u>Mà</u> in this function differs semantically from <u>nếu</u> 'if', which is
neutral with regard to to possibility or likelihood of achievement,
as in

Nếu thiếu thì kêu thêm.   <u>If</u> [that's] not enough then
                        [we'll] order more.

<u>Mà</u> also differs syntactically from <u>nếu</u> in that it does not occur
initially in a sentence, but always introduces an embedded clause
following the topic to which it refers.

6a. <u>Cho as a Benefactive Preposition</u> (Drill 7)

You know that <u>cho</u> as a main verb means 'to give', as in

Cho tôi cuốn sách đó.   <u>Give</u> me that book.

As a causative verb, <u>cho</u> means 'let, permit', as in

Cho tôi đi với ông.   <u>Let</u> me go with you.

Cho also occurs before personal nouns and pronouns with the
meaning 'for, on behalf of, for the benefit of', as in

Con đem cái cuốc ra đây	(Child) bring the hoe out here
cho Ba.	for me (Dad).
Anh đóng của lại cho tôi	Would you close the door for
nhé.	me?

It is not entirely clear, from the standpoint of Vietnamese gram-
mar, whether cho in this function is in fact a preposition, or
whether it is a verb which must be translated as a preposition in
English.   However, it can be seen that all three functions of cho
shown above are in some way benefactive.

6b, 7. Unmarked Embedded Clauses (Drills 8 and 9)

Embedded clauses in Vietnamese are commonly introduced by
such verbs as kêu 'to call, order', nói 'to say, tell', and xem
'to see' without any overt marker; the equivalent sentences in
English must always have some overt marker, as in the following
examples:

Con kêu anh Hùng đem cái	(Child) call (Older Brother)
cuốc ra đây cho Ba.	Hùng [to] bring the hoe out
	here for me (Dad).
Vô trong nhà xem Má có cần	Go into the house [and] see [if
giúp gì không.	your] mother needs any help.
Nói Khánh đóng của lại	Tell Khánh [to] shut the door
giùm tôi.	for me.

8. (Refer to Grammar Notes 2:2 and 5:14) (Drill 10)

9. Lo + Verb (Drill 11)

When the verb lo 'to worry about, attend to, take care of'
precedes another verb, the second verb is translated by the English
gerund (or -ing form); e.g.

Con ở nhà lo dọn dẹp nhà	You (Child) stay home [and] take
của đi.	care of straightening up
	the house.

Tôi phải lo mua đồ an.   I have to attend to buying the
                                 food.

10. Rồi as a Conjunction (Drill 12)

   Sequential clauses may occur without a marker (see 3:11), or
they may be marked by the conjunction rồi 'then, and then', as in
   Con lấy chổi quét nhà, rồi   You (Child) get the broom [and]
      lau bụi bàn ghế.   sweep the house, then dust
                                      the furniture.

   Em rửa chén bát, rồi quét   You wash the dishes, and then
      nhà.   sweep the house.

In this use rồi must be distinguished from its use as a clause-
final perfective particle, where it means 'already', as in
   Tôi có gia-đình rồi.   I have a family already.
   Em rửa chén bát rồi, thì   [When] you've finished washing
      quét nhà.   the dishes, (then) sweep
                                      the house.

11. Có before an Interrogative Clause (Drill 13)

   The use of có here is structurally parallel with that des-
cribed in 4:9, except that it occurs here in a question.
   4:9: Có ông Howard tới   There's a Mr. Howard [who's]
          tham.   come to visit.
   9:11: Có rửa chén bát   Shall [I] wash the dishes, Mom?
          không, Má?   (literally: Is there the
                                      dish-washing (to be done)?)

12. Để before Embedded Clauses (Drill 14)

   In 3:3 we pointed out that để before a time expression can
best be translated 'wait [until], leave [it until]', as in
   Để mai anh ấy làm.   Wait [until] tomorrow [and]
                                      he'll do [it].

Then in 3:5 we pointed out that để before an embedded clause means
'to let, permit, allow (for the benefit of someone other than the
subject of the clause)', as in

Để tôi chỉ đường cho anh.   Let me show you the way.
In fact, however, from the standpoint of Vietnamese, there is
probably no semantic difference between these two uses of để, the
difference in translation being required by the semantic structure
of English. Note, for example, that the following sentence may
be translated both ways:

Chén bát thì để chị ở giặt   As for the dishes, <u>let</u> the maid
   quần áo xong, chị ấy sẽ   finish doing the laundry
   rửa.   [and] she'll wash [them].
                                 or
                       As for the dishes, <u>leave</u> [it
                       until] the maid finishes
                       the laundry [and] she'll
                       wash [them].

Perhaps the best approximation to the meaning of để would be
'leave [it for]', e.g.

Để mai tôi làm.   Leave [it for] tomorrow [and]
                                I'll do [it].

Để tôi chở anh đi.   Leave [it for] me to give you
                                a ride.

13. (Refer to Grammar Note 6:1) (Drill 15)

14. <u>Nhớ before a Clause</u> (Drill 16)

    Before a clause, <u>nhớ</u> means 'remember (to)', as in
    Con <u>nhớ</u> ra vườn cắt vài   (You) <u>remember</u> [to] go out to
       cái bông để cắm vô lọ.   the garden [and] cut some
                                flowers to put in a vase.
    Ba <u>nhớ</u> trồng bông·hồng nhé.   Dad, <u>remember</u> [to] plant [some]
                                   roses, O.K.?

15. <u>Cẩn-thận, đừng ... nghe</u> (Drill 17)

    <u>Cẩn-thận, đừng ... nghe</u> means literally 'be careful, don't
..., O.K.?'; it may be translated colloquially as 'be careful
not to ... now', as in

Cẩn-thận, đừng làm bể nghe, con.	Be careful not to break [it] now, (Child).
Cẩn-thận, đừng về trễ nghe, con.	Be careful not to come home late now, (Child).

16. Coordinate Noun Compounds (Drill 18)

A very common derivational technique in Vietnamese is the joining of two words of the same or similar meaning to form a cordinate compound whose meaning is more general than that of either constituent, or is the sum of the meanings of the two constituents. Following are some common examples:

bàn ghế	(table/chair) furniture
quần áo	(trousers/shirt) clothes
chén bát	(small bowl/large bowl) dishes
nhà cửa	(house/door) house, home
cha mẹ }	(father/mother) parents
ba má	
ông bà	(grandfather/grandmother) grandparents
anh em	(older brother/younger sibling) brothers and sister.

C. DRILLS

1. Substitution Drill

[New Vocabulary: bác 'uncle (father's older brother)'
                  cô   'aunt (father's sister)'
                  cháu 'grandchild; niece/nephew']

Ba đi đâu đó, Ba?	Where are you going, Dad?
Má đi đâu đó, Má?	Where are you going, Mom?
Con đi đâu đó, Con?	Where are you going, Child?
Ông đi đâu đó, Ông?	Where are you going, Grandpa?
Anh đi đâu đó, Anh?	Where are you going, (Older) Brother?
Chị đi đâu đó, Chị?	Where are you going, (Older) Sister?

<u>Em</u> đi đâu đó, <u>Em</u>?   Where are you going, (<u>Younger</u>)
                                             <u>Sibling</u>?

<u>Cháu</u> đi đâu đó, <u>Cháu</u>?   Where are you going, <u>Grandchild</u>?
<u>Bác</u> đi đâu đó, <u>Bác</u>?   Where are you going, <u>Uncle</u>?
<u>Cô</u> đi đâu đó, <u>Cô</u>?   Where are you going, <u>Aunt</u>?
<u>Bà</u> đi đâu đó, <u>Bà</u>?   Where are you going, <u>Grandma</u>?

2. Response Drill

Ba đi đâu đó, Ba? (ra vườn   Where are you going, Dad? (come
trồng mấy cây kiển)   out into the yard to set out
                                      some plants)
    Ba ra vườn trồng mấy cây   I'm coming out into the yard
    kiển.   to set out some plants.
Má đi đâu đó, Má? (đi chợ mua   Where are you going, Mom? (go
đồ an)   to the market to buy food)
    Má đi chợ mua đồ an.   I'm going to the market to
                                         buy food.
Con đi đâu đó, Con? (đi coi   Where are you going, Child? (go
chiếu bóng)   to a movie)
    Con đi coi chiếu bóng.   I'm going to a movie.
Ông đi đâu đó, Ông? (ra nhà   Where are you going, Grandpa?
giấy thép gởi thơ)   (go out to the post office to
                                      mail a letter)
    Ông ra nhà giấy thép gởi   I'm going out to the post
    thơ.   office to mail a letter.
Anh đi đâu đó, Anh? (đi phố   Where are you going, Older
mua đồ)   Brother? (go to town to do some
                                     shopping)
    Anh đi phố mua đồ.   I'm going to town to do
                                         some shopping.
Chị đi đâu đó, Chị? (đi thư-   Where are you going, Older Sister?
viện học)   (go to the library to study)
    Chị đi thư-viện học.   I'm going to the library to
                                         study.

Em đi đâu đó, Em? (ra vườn chơi)

Where are you going, Younger Sibling? (go out to the yard to play)

Em đi ra vườn chơi.

I'm going out to the yard to play.

Cháu đi đâu đó, Cháu? (đi mua nước đá)

Where are you going, Grandchild? (go to buy ice)

Cháu đi mua nước đá.

I'm going to buy ice.

Bác đi đâu đó, Bác? (đi thăm một người bạn)

Where are you going, Uncle? (go visit a friend)

Bác đi thăm một người bạn.

I'm going visit a friend.

Cô đi đâu đó, Cô? (ra nhà bang lấy tiền)

Where are you going, Aunt? (go out to the bank to get some money)

Cô ra nhà bang lấy tiền.

I'm going out to the bank to get some money.

Bà đi đâu đó, Bà? (đi coi cải-lương)

Where are you going, Grandma? (go to an opera)

Bà đi coi cải-lương.

I'm going to an opera.

3. Expansion Drill

Ba trồng bông đi, Ba. (Child)

Why don't you plant [some] flowers, Dad.

Ba trồng bông đi, Ba. Con thích bông lắm.

Why don't you plant [some] flowers, Dad. I really like

Con trồng bông đi, Con. (Father)

Why don't you plant [some] flowers, Child.

Con trồng bông đi, Con. Ba thích bông lắm.

Why don't you plant [some] flowers, Child. I really like flowers.

Ông trồng bông đi, Ông. (Grandchild)

Why don't you plant [some] flowers, Grandpa.

Ông trồng bông đi, Ông. Cháu thích bông lắm.

Why don't you plant [some] flowers, Grandpa. I really like flowers.

Cháu trồng bông đi, Cháu.   Why don't you plant [some]
(Grandfather)   flowers, Grandchild.
    Cháu trồng bông đi, Cháu.   Why don't you plant [some]
    Ông thích bông lắm.   flowers, Grandchild. I
                                           really like flowers.

Cô trồng bông đi, Cô. (Niece)   Why don't you plant [some]
                                       flowers, Aunt.
    Cô trồng bông đi, Cô. Cháu   Why don't you plant [some]
    thích bông lắm.   flowers, Aunt. I really
                                           like flowers.

Cháu trồng bông đi, Cháu.   Why don't you plant [some]
(Aunt)   flowers, Niece/Nephew.
    Cháu trồng bông đi, Cháu.   Why don't you plant [some]
    Cô thích bông lắm.   flowers, Niece. I really
                                           like flowers.

Má trồng bông đi, Má. (Child)   Why don't you plant [some]
                                       flowers, Mom.
    Má trồng bông đi, Má. Con   Why don't you plant [some]
    thích bông lắm.   flowers, Mom. I really like
                                           flowers.

Con trồng bông đi, Con. (Mother)   Why don't you plant [some]
                                       flowers, Child.
    Con trồng bông đi, Con. Má   Why don't you plant [some]
    thích bông lắm.   flowers, Child. I really
                                           like flowers.

Anh trồng bông đi, Anh. (Younger   Why don't you plant [some]
Sibling)   flowers, Older Brother.
    Anh trồng bông đi, Anh. Em   Why don't you plant [some]
    thích bông lắm.   flowers, Older Brother. I
                                           really like flowers.

Em trồng bông đi, Em. (Older   Why don't you plant [some]
Brother)   flowers, Younger Sibling.
    Em trồng bông đi, Em. Anh   Why don't you plant [some]
    thích bông lắm.   flowers, Younger Sibling.
                                           I really like flowers.

Chị trồng bông đi, Chị.   Why don't you plant [some]
(Younger Sibling)   flowers, Older Sister.
   Chị trồng bông đi, Chị. Em   Why don't you plant [some]
   thích bông lám.   flowers, Older Sister. I
                     really like flowers.

Em trồng bông đi, Em. (Older   Why don't you plant [some]
Sister)   flowers, Younger Sibling.
   Em trồng bông đi, Em. Chị   Why don't you plant [some]
   thích bông lám.   flowers, Younger Sibling.
                     I really like flowers.

Bác trồng bông đi, Bác. (Nephew/   Why don't you plant [some]
Niece)   flowers, Uncle.
   Bác trồng bông đi, Bác. Cháu   Why don't you plant [some]
   thích bông lám.   flowers, Uncle. I really
                     like flowers.

Cháu trồng bông đi. Cháu.   Why don't you plant [some]
(Uncle)   flowers, Nephew/Niece.
   Cháu trồng bông đi, Cháu.   Why don't you plant [some]
   Bác thích bông lám.   flowers, Nephew/Niece. I
                     really like flowers.

4. Completion Drill

    [New Vocabulary: bài (hát) 'song']

Ba trồng bông đi, Ba.   Why don't you plant [some]
                     flowers, Dad.
   Con thích bông lám.   I really like flowers.
Con mua cá đi, Con.   Why don't you buy [some] fish,
                     Child.
   Ba/Má thích cá lám.   I really like fish.
Cháu nói tiếng Pháp đi, Cháu.   Why don't you speak French,
                     Grandchild/Niece/Nephew.
   Ông/Bà/Bác/Cô/Chú thích   I really like French.
   tiếng Pháp lám.
Ông kể chuyện đi, Ông.   Why don't you tell [some]
                     stories, Grandpa.
   Cháu thích chuyện lám.   I really like stories.

Anh đọc cuốn đó đi, Anh.   Why don't you read that book,
                                        Older Brother.

    Em thích cuốn đó lắm.   I really like that book.
Cô hát bài đó đi, Cô.   Why don't you sing that song,
                                        Aunt.

    Cháu thích bài đó lắm.   I really like that song.

5. Multiple Substitution Drill

  [New Vocabulary: giường 'bed'
                  nhà bếp 'kitchen'
                  phòng khách 'living room'
                  phòng ngủ 'bedroom']

Ba cũng có mua mấy <u>cây bông</u>   I also bought some <u>roses</u> [and]
<u>hồng</u> để trong <u>nhà xe</u> kìa.   put [them] over there in
                                        the <u>garage</u>.

Ba cũng có mua mấy <u>cây bông cúc</u>   I also bought some <u>chrysanthemum</u>
để trong <u>nhà bếp</u> kìa.   (<u>plants</u>) [and] put [them]
                                        over there in the <u>kitchen</u>.

Ba cũng có mua mấy <u>cuốn sách</u>   I also bought some <u>books</u> [and]
để trong <u>nhà</u> kìa.   put [them] over there in
                                        the <u>house</u>.

Ba cũng có mua mấy <u>cái bàn</u> để   I also bought some <u>tables</u> [and]
trong <u>phòng</u> kìa.   put [them] over there in
                                        the <u>room</u>.

Ba cũng có mua mấy <u>cái cuốc</u> để   I also bought some <u>hoes</u> [and]
trong <u>nhà xe</u> kìa.   put [them] over there in
                                        the <u>garage</u>.

Ba cũng có mua mấy <u>cái chén</u> để   I also bought some <u>bowls</u> [and]
trong <u>nhà bếp</u> kìa.   put [them] over there in
                                        the <u>kitchen</u>.

Ba cũng có mua mấy <u>cái lọ</u> để   I also bought some <u>vases</u> [and]
trong <u>phòng khách</u> kìa.   put [them] over there in
                                        the <u>living room</u>.

Ba cũng có mua mấy <u>cái giường</u>   I also bought some <u>beds</u> [and]
để trong <u>phòng ngủ</u> kìa.   put [them] over there in
                                        the <u>bedroom</u>.

6. Expansion-Transformation Drill

[New Vocabulary: chạy   'to run'
                   sửa   'to repair'
                   mặc   'to wear, put on'
                   chăm học   'to study hard']

Mấy nụ này thơm lắm. (nở bông)

These buds smell really good.
(blossom)

   Mấy nụ này mà nở bông thì
thơm lắm.

   If these buds blossom,
[they'll] smell really good.

Mấy cái chén đó đẹp lắm. (rửa)

Those bowls are really beautiful.
(wash)

   Mấy cái chén đó mà rửa thì
đẹp lắm.

   If those bowls are washed,
[they'll] be really beautiful.

Anh giỏi lắm. (làm cái này
được)

You're really good. (can do this)

   Anh mà làm cái này được thì
giỏi lắm.

   If you can do this, [you'll]
be really good.

Cá này ngon lắm. (kho)

This fish is really delicious.
(braise)

   Cá này mà kho thì ngon lắm.

   If this fish is braised,
[it'll] be really delicious.

Hôm nay mát lắm. (không nắng)

It's really cool today. (not
sunny)

   Hôm nay mà không nắng thì
mát lắm.

   If it's not sunny today,
[it'll] be really cool.

Hôm nay khó chịu lắm. (trời
mưa)

It's really unpleasant today.
(it rains)

   Hôm nay mà trời mưa thì khó
chịu lắm.

   If it rains today, [it'll]
be really unpleasant.

Xe này chạy tốt. (sửa)

This car runs well. (repair)

   Xe này mà sửa thì chạy tốt.

   If this car is repaired,
[it'll] run well.

Cái quần này mặc được. (giặt)

This pair of trousers can be
worn. (wash)

   Cái quần này mà giặt thì
mặc được.

   If this pair of trousers is
washed, [it] can be worn.

7. Substitution Drill

Con đem cái cuốc ra đây cho Ba. | (Child) bring the hoe out here for me (Dad).

Con đem cái xẻng ra đây cho Ba. | (Child) bring the spade out here for me (Dad).

Con đem cái chén ra đây cho Ba. | (Child) bring the bowl out here for me (Dad).

Con đem cái lọ ra đây cho Ba. | (Child) bring the vase out here for me (Dad).

Con đem cái ghế ra đây cho Ba. | (Child) bring the chair out here for me (Dad).

Con đem chiếc xe đạp ra đây cho Ba. | (Child) bring the bicycle out here for me (Dad).

Con đem cuốn sách ra đây cho Ba. | (Child) bring the book out here for me (Dad).

Con đem tờ báo ra đây cho Ba. | (Child) bring the newspaper out here for me (Dad).

8. Expansion Drill

Con đem cái cuốc ra đây cho Ba. (anh Hùng) | (Child) bring the hoe out here for me (Dad). (Older Brother Hùng)

   Con kêu anh Hùng đem cái cuốc ra đây cho Ba. | (Child) tell Hùng to bring the hoe out here for me (Dad).

Con đem cái chổi ra đây cho Ba. (chị ở) | (Child) bring the broom out here for me (Dad). (the maid)

   Con kêu chị ở đem cái chổi ra đây cho Ba. | (Child) tell the maid to bring the broom out here for me (Dad).

Con đem cuốn sách đó ra đây cho Ba. (Má) | (Child) bring that book out here for me (Dad). ([your] Mom)

   Con kêu Má đem cuốn sách đó ra đây cho Ba. | (Child) tell [your] Mom to bring that book out here for me (Dad).

Con đem tờ báo ra đây cho Ba.
(chị Lan)

    Con kêu chị Lan đem tờ báo
    ra đây cho Ba.

Con đem cái lọ ra đây cho Ba.
(chị Hồng)
    Con kêu chị Hồng đem cái lọ
    ra đây cho Ba.

Con đem cuốn tự-điển Anh-Việt
ra đây cho Ba. (anh Khánh)

    Con kêu anh Khánh đem cuốn
    tự-điển Anh-Việt ra đây cho
    Ba.

Con đem cái ghế ra đây cho Ba.
(anh Hùng)

    Con kêu anh Hùng đem cái
    ghế ra đây cho Ba.

(Child) bring the newspaper out
here for me (Dad). (Older Sister
Lan)
    (Child) tell (Older Sister)
    Lan to bring the newspaper
    out here for me (Dad).
(Child) bring the vase out here
for me (Dad). (Older Sister Hồng)
    (Child) tell (Older Sister)
    Hồng to bring the vase out
    here for me (Dad).
(Child) bring the English-Viet-
namese dictionary out here for
me (Dad). (Older Brother Khánh)
    (Child) tell (Older Brother)
    Khánh to bring the English-
    Vietnamese dictionary out
    here for me (Dad).
(Child) bring the chair out
here for me (Dad). (Older Bro-
ther Hùng)
    (Child) tell (Older Brother)
    Hùng to bring the chair
    out here for me (Dad).

9. Combination Drill

Con vô trong nhà. Má có cần
giúp gì không?
    Con vô trong nhà xem Má có
    cần giúp gì không.

Con ra vườn. Ba làm việc xong
chưa?
    Con ra vườn xem Ba làm việc
    xong chưa.

(Child) go into the house. Does
Mom need any help?
    (Child) go into the house
    [and] see [if] Mom needs
    any help.
(Child) go out to the garden.
Has Dad finished working yet?
    (Child) go out to the garden
    [and] see [if] Dad has
    finished working yet.

Em đi chợ. Có cá gì không?

(Younger Sibling) go to the
market. Is there any kind of fish?

Em đi chợ xem có cá gì
không.

(Younger Sibling) go to the
market [and] see [if] there
is any kind of fish.

Cháu ra phố. Báo mới về chưa?

(Grandchild/Niece/Nephew) go out
to town. Have the new newspapers
arrived yet?

Cháu ra phố xem báo mới về
chưa.

(Grandchild/Niece/Nephew) go
out to town [and] see [if]
the new newspapers have
arrived yet.

Anh lên trường. Có ai đi học
không?

(Older Brother) go (up) to the
school. Is there anybody going
to school?

Anh lên trường xem có ai đi
học không.

(Older Brother) go (up) to
the school [and] see [if]
there is anybody (going to
school) [there].

Chị đi bác-sĩ. Chị có bị đau
gì không?

(Older Sister) go to a doctor.
Do you have any disease?

Chị đi bác-sĩ xem chị có bị
đau gì không.

(Older Sister) go to a doctor
[and] see [if] you have any
disease.

10. Transformation Drill

Má đi chợ, cho con đi với.

[If] you (Mom) go to the market,
let me (Child) go along.

Con đi chợ, cho Má đi với.

[If] you (Child) go to the
market, let me (Mom) go along.

Con trồng bông, cho Ba giúp
với.

[If] you (Child) are planting
flowers, let me (Dad) help [you].

Ba trồng bông, cho con giúp
với.

[If] you (Dad) are planting
flowers, let me (Child) help
[you].

Ông kể chuyện, cho Cháu nghe với. | [If] you (Grandfather) are telling stories, let me (Grandchild) listen [to them].

Cháu kể chuyện, cho Ông nghe với. | [If] you (Grandchild) tell stories, let me (Grandfather) listen [to them].

Anh làm gì, cho em làm với. | [If] you (Older Brother) are doing anything, let me (Younger Sibling) do [it] with [you].

Em làm gì cho anh làm với. | [If] you (Younger Sibling) are doing anything, let me (Older Brother) do [it] with [you].

Bác đi chơi, cho Cháu đi với. | [If] you (Uncle) are going out, let me (Niece/Nephew) go along.

Cháu đi chơi, cho Bác đi với. | [If]you (Niece/Nephew) are going out, let me (Uncle) go along.

Cô đọc báo, cho Cháu đọc với. | [If] you (Aunt) are reading news-papers, let me (Niece/Nephew) read [them] with [you].

Cháu đọc báo, cho Cô đọc với. | [If] you (Niece/Nephew) are reading newspapers, let me (Aunt) read [them] with [you].

11. Substitution Drill

[New Vocabulary: nấu cơm 'to cook (rice), fix a meal'
đặt bàn 'to set the table']

Con ở nhà lo dọn dẹp nhà cửa đi. | You (Child) stay home [and] take care of straightening up the house.

Con ở nhà lo rửa chén bát đi. | You (Child) stay home [and] take care of doing the dishes.

Con ở nhà lo lau bụi bàn ghế đi. | You (Child) stay home [and] take care of dusting the furniture.

Con ở nhà lo <u>trồng bông</u> đi.	You (Child) stay home [and] take care of <u>planting the flowers</u>.
Con ở nhà lo <u>quét nhà</u> đi.	You (Child) stay home [and] take care of <u>sweeping the floor (house)</u>.
Con ở nhà lo <u>giặt quần áo</u> đi.	You (Child) stay home [and] take care of <u>doing the laundry</u>.
Con ở nhà lo <u>dặt bàn</u> đi.	You (Child) stay home [and] take care of <u>setting the table</u>.
Con ở nhà lo <u>nấu cơm</u> đi.	You (Child) stay home [and] take care of <u>cooking the meal</u>.

12. <u>Combination Drill</u>

[New Vocabulary: tưới 'to water']

Con lấy chổi quét nhà. Con lau bụi bàn-ghế.	You (Child) get the broom [and] sweep the house. You dust the furniture.
Con lấy chổi quét nhà, rồi lau bụi bàn ghế.	You (Child) get the broom [and] sweep the house, then dust the furniture.
Em rửa chén bát. Em đi chợ mua đồ.	You (Younger Sibling) do the dishes. You go shopping at the market.
Em rửa chén bát, rồi đi chợ mua đồ.	You (Younger Sibling) do the dishes, then go shopping at the market.
Cháu giặt quần áo. Cháu quét nhà.	You (Grandchild) do the laundry. You sweep the house.
Cháu giặt quần áo, rồi quét nhà.	You (Grandchild) do the laundry, then sweep the house.
Anh trồng bông. Anh tưới kiểng.	You (Older Brother) plant the flowers. You water the plants.
Anh trồng bông, rồi tưới kiểng.	You (Older Brother) plant the flowers, then water the plants.

Con rửa tay. Con ăn cơm.

  Con rửa tay, rồi ăn cơm.

Cháu ăn cơm. Cháu đi coi chiếu
bóng.

  Cháu ăn cơm, rồi đi coi
  chiếu bóng.

You (Child) wash [your] hands.
You eat dinner.
  You (Child) wash [your] hands,
  then eat dinner.
You (Grandchild) eat dinner. You
go to see a movie.
  You (Grandchild) eat dinner,
  then go to see a movie.

13. Substitution Drill

Có rửa chén bát không, Má?
Có quét nhà không, Má?
Có trồng bông không, Má?
Có làm việc ở ngoài vườn không,
Má?
Có giặt quần áo không, Má?
Có rửa xe không, Má?
Có tưới cây không, Má?

Shall I wash the dishes, Mom?
Shall I sweep the house, Mom?
Shall I plant the flowers, Mom?
Shall I work (out) in the yard,
  Mom?
Shall I do the laundry, Mom?
Shall I wash the car, Mom?
Shall I water the plants, Mom?

14. Transformation Drill

Chị ở giặt quần áo xong, chị ấy
sẽ rửa chén bát.

  Chén bát thì để chị ở giặt
  quần áo xong, chị ấy sẽ rửa.

Ba trồng bông xong, Ba sẽ rửa
xe.
  Xe thì để Ba trồng bông xong,
  Ba sẽ rửa.

Má quét nhà xong, Má sẽ giặt
quần áo.
  Quần áo thì để Má quét nhà
  xong, Má sẽ giặt.

[When] the maid finishes doing
the laundry, she'll wash the
dishes.
  As for the dishes, let the
  maid finish doing the laundry,
  [and] she'll wash [them].
[When] Dad finishes planting the
flowers, he'll wash the car.
  As for the car, let Dad
  finish planting the flowers,
  [and] he'll wash [it].
[When] Mom finishes sweeping the
house, she'll do the laundry.
  As for the laundry, let Mom
  finish sweeping the house,
  [and] she'll do [it].

Ông Tám an cơm xong, ông ấy sẽ   [When] Mr. Tám finishes eating,
làm việc đó.   he'll do that job.

   Việc đó thì để ông Tám an   As for that job, let Mr. Tám
cơm xong, ông ấy sẽ làm.   finish eating, [and] he'll
                                         do [it].

Tôi làm cái này xong, tôi sẽ   [When] I finish doing this
đi mua báo.   (thing), I'll go to buy the
                                    newspaper.

   Báo thì để tôi làm cái này   As for the newspaper, let me
xong, tôi sẽ đi mua.   finish this (thing), [and]
                                        I'll go to buy [it].

Anh Nam tưới cây xong, anh ấy   [When] (Older Brother) Nam
sẽ đem trả mấy cuốn sách đó.   finishes watering the plants,
                                    he'll (take) return those
                                    (several) books.

   Mấy cuốn sách đó thì để anh   As for those (several) books,
Nam tưới cây xong, anh ấy   let (Older Brother) Nam
sẽ đem trả.   finish watering the plants,
                                        [and] he'll (take) return
                                        [them].

15. Response Drill

   [New Vocabulary: báo Nhân-dân   'the Nhân-dân newspaper'
                        báo Tin-Sáng   'the Tin-Sáng newspaper']

Mình mời khách an cơm trưa hay   Did we invite guests for (eating)
cơm tối, Má?   lunch or dinner, Mom?
   Cơm tối, Con ạ.   [For] dinner, (Child).
Ba trồng bông hồng hay bông   Are you planting roses or chrys-
cúc, Ba?   anthemums, Dad?
   Bông cúc, Con ạ.   Chrysanthemums, (Child).
Cô muốn uống cà-phê hay nước   Would you like to drink coffee
trà, Cô?   or tea, Auntie?
   Nước trà, Cháu ạ.   Tea, (Niece/Nephew).
Mình đi coi chiếu bóng hay cải-   Are we going to see a movie or
lương, Ba?   an opera, Dad?
   Cải-lương, Con ạ.   An opera, (Child).

Ông muốn mua báo Nhân-dân hay
Tin-Sáng, Ông?

    Báo Tin-Sáng, Cháu ạ.

Mình ghé lại đây hay đằng kia,
Bà?

    Đằng kia, Cháu ạ.

Do you want to buy the Nhân-dân
or the Tin-Sáng, Grandfather?

    The Tin-Sáng, (Grandchild).

Shall we stop here or over
there, Grandmother?

    Over there, (Grandchild).

16. Expansion Drill

Con cắt vài cái bông để cắm
vô lọ.

    Con nhớ cắt vài cái bông để
    cắm vô lọ.

Má mua cho con vài cây viết chì
nhé.

    Má nhớ mua cho con vài cây
    viết chì nhé.

Anh đem trả giùm tôi mấy cuốn
sách này nhé.

    Anh nhớ đem trả giùm tôi
    mấy cuốn sách này nhé.

Ba trồng bông hồng nhé.

    Ba nhớ trồng bông hồng nhé.

Em mua cho chị một tờ báo.

    Em nhớ mua cho chị một tờ
    báo.

Bà kể chuyện nhé.

    Bà nhớ kể chuyện nhé.

Cô đợi cháu ở đây nhé.

    Cô nhớ đợi cháu ở đây nhé.

(Child) cut a few flowers to
put in a vase.

    (Child) remember to cut a
    flowers to put in a vase.

Mom, buy me a few pencils,
please.

    Mom, remember to buy me a
    few pencils, please.

(Older Brother) return these
(several) books for me, please.

    (Older Brother) remember to
    return these (several) books
    for me, please.

Dad, plant some roses, please.

    Dad, remember to plant
    [some] roses, please.

(Younger Sibling) buy me (Older
Sister) a newspaper.

    (Younger Sibling) remember
    to buy me (Older Sister) a
    newspaper, please.

Grandmother, tell stories,
please.

    Grandmother, remember to
    tell stories, please.

Auntie, wait for me (Niece/
Nephew) here, please.

    Auntie, remember to wait for
    me (Niece/Nephew) here, please

17. Substitution Drill

[New Vocabulary: thức khuya 'to stay up late']

Cẩn-thận, đừng làm bể nghe Con.	Be careful not to (don't) break [it] now, (Child).
Cẩn-thận, đừng về trễ nghe Con.	Be careful not to (don't) come home late now, (Child).
Cẩn-thận, đừng cho nhiều ớt nghe Con.	Be careful not to (don't) put too much red pepper [in it] now, (Child).
Cẩn-thận, đừng đi chơi đêm nghe Con.	Be careful not to (don't) go out at night now, (Child).
Cẩn-thận, đừng đem nhiều tiền nghe Con.	Be careful not to (don't) carry a lot of money now, (Child).
Cẩn-thận, đừng thức khuya nghe Con.	Be careful not to (don't) stay up late now, (Child).
Cẩn-thận, đừng uống nhiều bia · nghe Con.	Be careful not to (don't) drink much beer now, (Child).

18. Combination Drill

Con lau bụi bàn.	(Child) dust the tables.
Con lau bụi ghế.	(Child) dust the chairs.
Con lau bụi bàn ghế.	(Child) dust the furniture.
Chị ở giặt quần xong rồi.	The maid has finished washing the trousers.
Chị ở giặt áo xong rồi.	The maid has finished washing the shirts.
Chị ở giặt quần áo xong rồi.	The maid has finished washing the clothes.
Tôi phải rửa chén nữa.	I still have to wash the bowls.
Tôi phải rửa bát nữa.	I still have to wash the (large) bowls.
Tôi phải rửa chén bát nữa.	I still have to wash the dishes.

Tôi chưa lau nhà gì cả.	I haven't cleaned the house at all.
Tôi chưa lau cửa gì cả.	I haven't cleaned the doors at all.
Tôi chưa lau nhà cửa gì cả.	I haven't cleaned the house at all.
Cha tôi ở Nữu-Ước.	My father lives in New York.
Mẹ tôi ở Nữu-Ước.	My mother lives in New York.
Cha mẹ tôi ở Nữu Ước.	My parents live in New York.
Mai tôi đi Đà-lạt với ông tôi.	I'll go to Đà-lạt with my grandfather tomorrow.
Mai tôi đi Đà-lạt với bà tôi.	I'll go to Đà-lạt with my grandmother tomorrow.
Mai tôi đi Đà-lạt với ông bà tôi.	I'll go to Đà-lạt with my grandparents tomorrow.
Ba tôi vẫn còn làm việc.	My dad is still working.
Má tôi vẫn còn làm việc.	My mom is still working.
Ba má tôi vẫn còn làm việc.	My parents are still working.
Mấy anh tôi ở bên Mỹ.	My (several older) brothers live in the U.S.
Mấy chị tôi ở bên Mỹ.	My (several older) sisters live in the U.S.
Mấy anh chị tôi ở bên Mỹ.	My (several older) brothers and sisters live in the U.S.

D. NARRATION

Ba Lan ra vườn trồng mấy cây kiểng. Lan thích bông nên muốn ông trồng bông. Ông nói là có mua mấy cây bông hồng và bông cúc đang để trong nhà xe. Lan xem mấy cây bông, rồi nói những nụ bông khi trổ bông sẽ thơm lắm. Ba Lan sai Lan kêu anh Hùng đem cái cuốc và cái xẻng ra cho ông. Sau đó ông ấy bảo Lan vô trong nhà xem má Lan có cần giúp gì không.

Lan vào trong nhà và đòi đi chợ với má. Má Lan nói Lan phải ở nhà dọn-dẹp vì hôm nay nhà có khách. Bà ấy bảo Lan lấy chổi

quét nhà, rồi lau bàn ghế. Lan hỏi mẹ còn chén bát thì sao. Bà
trả lời là chén bát thì để chị giúp việc rửa. Lan không biết nhà
mời khách ăn cơm trưa hay cơm tối, nên hỏi. Má Lan trả lời là
cơm tối, và dặn Lan ra vườn cắt bông để cắm vô lọ, nhưng phải cẩn-
thận không được làm bể.

Vocabulary and Notes

Ba Lan	Lan's father
những	nominal pluralizer: some, several, the various ...
trổ	to bloom, open, sprout
sai	to send (on a mission, an errand), command
đòi	to ask for, ask to, request (contrast xin, hỏi), demand
chị giúp việc	maid, female servant

E. QUESTIONS ON THE NARRATION

1. Ba Lan ra vườn làm gì?

What does Lan's father go (out) to the yard for?

2. Ba Lan mua những cây bông gì?

What kinds of flower (plants) did Lan's father buy?

3. Ba Lan để mấy cây bông ở đâu?

Where did Lan's father put the flower (plants)?

4. Lan nói gì khi xem những nụ bông?

What does Lan say when she looks at the flower buds?

5. Ba Lan sai Lan làm gì?

What does Lan's father send her to do?

6. Sau đó ông bảo Lan làm gì?

What does he ask her to do afterward?

7. Lan đòi đi đâu với má?

Where does Lan ask to go with Mom?

8. Tại sao má Lan không cho Lan đi theo?

Why doesn't Lan's mother let her go along?

9. Tại sao Lan phải dọn dẹp nhà cửa?

Why does Lan have to tidy up the house?

10. Má Lan bảo Lan làm những   What does Lan's mother ask her
    gì?   to do?
11. Ai sẽ rửa chén bát?   Who will wash the dishes?
12. Má Lan mời khách ăn cơm   For what meal did Lan's mother
    vào lúc nào?   invite guests?
13. Má Lan dặn Lan làm gì?   What does Lan's mother tell her
                                     to do?

F. SUPPLEMENTARY VOCABULARY

1. Household terms
(cái) chổi broom
(cái) thùng pail
(cái) chảo pan
(cái) ấm (nấu nước) kettle
(cái) nồi pot
chén bát dishes
(cái) giẻ cloth
(cái) bếp stove
(cái) bàn ủi an iron
(cái) bàn chải a brush
(cái) sàn nhà floor
(bức) tường wall
(cái) trần nhà ceiling
nhà bếp kitchen
phòng ăn dining room
phòng khách living room
phòng tắm bathroom
phòng ngủ bedroom

2. Outside the house
(cái) vườn yard, garden
(cái) sân yard
(cái) hàng rào fence
bụi rậm shrub

mái hiên porch
(cái) cầu thang stairs
(cái) cuốc a hoe
(cái) xẻng a shovel
(cái) ổ khóa a lock
(cái) chìa khóa key
(cái) mái nhà roof
tấm ván board
vữa mortar (for construction)

3. Chores
rửa chén to wash the dishes
quét nhà to sweep the house
lau nhà to scrub the floor
dọn dẹp nhà cửa to straighten
                    up the house
đổ rác to throw out the garbage
nấu cơm to cook rice, prepare
            a meal
đặt bàn to set the table
giặt đồ (quần áo) to do the laundry
ủi đồ (quần áo) to do the ironing
quét sân to sweep the yard
làm vườn to do gardening
trồng cây to plant a plant

A. DIALOGUE

Thương

họp	to meet, convene, assemble
mặt	face
họp mặt	to gather together, have a social meeting

1. Tôi định mời vài người bạn đến họp mặt nói chuyện chơi. Tối nào anh rãnh?

I'm planning to invite several friends to get together (come and meet) [for a] chat. What night are you free?

Bruce

tiện	convenient, handy
mọi	all, every

2. Tôi thì tối nào cũng được, nhưng có lẽ tối thứ bảy thì tiện cho mọi người nhứt.

As for me, any night is O.K., but perhaps Saturday night is the most convenient for everybody.

Thương

thúc	things, individual items
thúc ăn	food, things to eat
cần dùng	to need (something); be necessary (for a specific use)
tnú cần dùng	necessities, essentials things, provisions

3. Như vậy, mai tôi phải đi chợ mua thúc ăn và mấy thú cần dùng. Anh có ý-kiến gì khống?

In that case, tomorrow I'll have to go to the market to buy the food and some necessities. Do you have any ideas?

Bruce

4. Anh định mời bao nhiều   How many people do you plan to
   người? Có các cô không?   invite? Are there any girls?
                                     (i.e. have you included any
                                     girls?)

Thương

dĩ-nhiên   natural, obvious
dĩ-nhiên là ...   naturally ..., obviously ...,
                                        of course ...

5. Lối mười người. Dĩ-nhiên là   About ten (people). Of course
   phải có các cô nữa.   there must be girls as well.

   mạnh   strong, healthy, vigorous
   rượu mạnh   whisky, hard liquor

6. Anh thấy nền mua rượu mạnh   Do you think [we] should buy
   hay bia?   whisky or beer?

Bruce

7. Rượu mạnh thì chắc mắc tiền   Whisky's probably very expensive.
   lắm.

8. Thôi, mình mua bia cho các   Say, let's buy beer for the boys
   bạn trai, còn nước ngọt cho   (male friends), and (on the other
   các cô.   hand) soft drinks for the girls.

Thương

đậu   beans, peas
đậu phộng (NVN: lạc)   peanuts
đậu phộng rang   roasted peanuts
bánh   cake, pastry; any food made
                                        of flour

phồng   to swell, puff up, puff out
tôm   shrimp
bánh phồng tôm   shrimp chips

9. Còn thức ăn thì tôi định mua   As for food, I plan to buy
   đậu phộng rang, bánh phồng   roasted peanuts, shrimp chips,
   tôm, và làm chả giò để họ   and make egg rolls for them to
   ăn.   eat.

Bruce

10. Như vậy là được rồi.   That should do it (Like that is
                                          O.K. already).

    việc   work, affair, business
    việc ẩm-thực   food an drink (i.e. business
                                              of drinking and eating)

    trang-hoàng   to decorate, adorn

11. Anh cú lo việc ẩm-thực; còn   You go ahead [and] take care of
    tôi thì lo việc dọn dẹp và   the food and drink, and I'll
    trang-hoàng.   take care of straightening up
                                      and decorating.

    chọn   to choose, select
    một ít   a few, some
    bang   tape (Fr. bande)
    nhạc   music
    bang nhạc   music tape, cassette

12. À, anh thấy mình có nên   Oh, do you think we should choose
    chọn một ít bang nhạc để   a few cassettes (of music) to
    chơi tối thứ bảy không?   play Saturday night?

                                Thương

    tây   west
    tây phương   the West, the Occident;
                                              Western

13. Chà, ý-kiến hay đó! Nhạc   Hey, that's a good idea! [Whether
    Việt-Nam hay tây phương thì   it's] Vietnamese music or Western
    tùy anh chọn.   music, [it's] up to you to choose.
    chớ (NVN: chú)   of course, I assume, I
                                              suppose; don't you?,
                                              aren't you?, isn't it?,
                                              etc.

14. Anh biết chỗ tôi để bang   You know where I put the tapes,
    nhạc chớ?   don't you?

                                Bruce

    ngan   shelf, drawer
    dưới   under, below; lower

tủ	cabinet, closet
tủ sách	book case (with doors)

15. Có phải trong ngan dưới tủ sách không anh? — [They're] on (in) the lower shelf of the book case, right?

Thương

những	nominal pluralizer: some, several, the various ...
cuộn	classifier for rolls, spools, scrolls, etc.
mà	relative pronoun: that, which, who
chữ	letter, word, writing, character
VN (vê ên)	names of the letters VN

16. Đúng đó. Những cuộn mà ở ngoài có chữ VN là bang nhạc Việt-Nam. — That's right. Those tapes (rolls) which have the letters 'VN' on the outside are (tapes of) Vietnamese music.

B. GRAMMAR NOTES

1a. Verb Concatenation (Drill 1)

In Vietnamese, as in many other Asian languages, sentences containing long strings of verbs are quite common. The function and meaning of each verb must be determined by its position in the sentence. For example, the first sentence of the lesson contains no fewer than six different verbs or verb phrases, as follows:

Tôi / định / mời / vài / người bạn / đến / họp mặt / nói chuyện / chơi.

I / intend / to invite / several / friends / to come / meet together / converse / play.

The modal verb định takes the rest of the sentence as its object; the main verb mời in turn takes the remaining embedded clause as its object; họp mặt and nói chuyện are coordinate verbs; and

finally <u>chơi</u> modifies both <u>họp mặt</u> and <u>nói chuyện</u>. The sentence
can then be translated:

> 'I'm planning to invite several friends to get together for
> a chat.'

1b. <u>Nào as an Interrogative Adjective</u> (Drill 2)

(Refer to Grammar Note 6:4,5,6).

2a. <u>Nào as an Indefinite Adjective</u> (Drills 3 and 4)

We pointed out in 8:11 that a time expression + <u>nào</u> + <u>cũng</u>
means 'every (time), any (time) at all', as in

Tôi thì <u>tối nào cũng</u> được.   As for me, <u>any night</u> will do.

Tôi thì <u>ngày nào cũng</u> làm   As for me, I work <u>every day</u>.
   việc.

In Drill 4 we see that other nouns as well may be inserted in the
time slot, with the same indefinitizing effect; e.g.

<u>Cái nào cũng</u> tốt, nhưng có   <u>Every one</u> [of them] is good, but
   lẽ cái đó thì tốt nhút.   perhaps that one is the best.

2b. <u>Có lẽ</u> (Drill 4)

<u>Có lẽ</u> is an idiomatic expression which means literally 'there
is the argument that ...'; it can best be translated 'perhaps,
maybe, possibly', as in

Nhưng <u>có lẽ</u> tối thứ bảy   But <u>perhaps</u> Saturday night is
   thì tiện cho mọi người   the most convenient for
   nhút.   everybody.

<u>Có lẽ</u> chủ-nhựt ông về.   <u>Maybe</u> he'll come back Sunday.

3. <u>Order of Initial Adverbial Phrases</u> (Drill 5)

Phrases such as 'in that case', 'nevertheless', and 'however'
are <u>modal adverbial phrases</u>, and phrases such as 'next week', 'to-
morrow', and 'tonight' are <u>temporal adverbial phrases</u>. When both
kinds of adverbial phrases occur at the beginning of a Vietnamese
sentence, modal adverbial phrases typically precede temporal ones,
as in

Như vậy, mai tôi phải đi   In that case, tomorrow I'll have
   chợ mua thức ăn và mấy   to go to the market to buy
   thú cần-dùng.   the food and some necessities.
Vì vậy mà tuần sau tôi   For that reason, next week I
   định đi Hà-nội.   plan to go to Hà-nội.

4. Bao nhiêu as an Interrogative-Indefinite (Drill 6)

In 6:4,5,6 we presented a summary of the common interrogative-indefinite words such as gì, nào, đâu, etc. Bao nhiêu 'how much, how many' is a member of this class; e.g.

Interrogative adverb:

Anh muốn tôi mượn bao   How much/many would you like me
   nhiêu?   to borrow?

Indefinite adverb:

Anh muốn mượn bao nhiêu   However much/many you want to
   cũng được.   borrow is fine.

Interrogative adjective:

Anh định mời bao nhiêu   How many people do you plan to
   người?   invite?

Indefinite adjective:

Anh muốn mời bao nhiêu   However many people you want to
   người cũng được.   invite will be fine.

5. Dĩ-nhiên (là) (Drill 7)

Dĩ-nhiên is an adjective meaning 'natural, obvious'. Dĩ-nhiên là means literally '[It's] obvious that ...'; it can be translated 'Naturally ..., Obviously ..., Of course ...', as in

Dĩ-nhiên là phải có các   Of course there must be girls
   cô nữa.   as well.
Dĩ-nhiên là anh phải đi.   Obviously you have to go.

Dĩ-nhiên may also occur without là, with the same meaning:

Dĩ-nhiên tôi không thích   Naturally I don't like that
   cái đó.   (thing).

6, 12. <u>Thấy before a Clause</u> (Drill 8)

You know that <u>thấy</u> as a main verb means 'to see'; before a clause, however, it has the more abstract meaning 'to think [that] ..., to feel [that] ...', as in

Anh <u>thấy</u> nên mua rượu hay bia?	Do you <u>think</u> [we] should buy whiskey or beer?
Anh <u>thấy</u> mình có nên chọn một ít bang nhạc không?	Do you <u>think</u> we should choose a few cassettes (of music)?

9, 12. <u>Để as a Conjunction</u> (Drill 10)

<u>Để</u> as a conjunction means 'for, in order to, for the purpose of', as in

Còn thúc an thì tôi định mua đậu phộng rang, bánh phồng tôm, và làm chả giò <u>để</u> họ an.	As for food, I plan to buy roasted peanuts, shrimp chips, and make egg rolls (<u>in order) for</u> them to eat.
Anh thấy mình có nên chọn một ít bang nhạc <u>để</u> chơi tối thứ bảy không?	Do you think we should choose a few cassettes <u>to</u> play (<u>for the purpose of</u> playing) Saturday night?
Ông ra sân máy bay <u>để</u> làm gì?	What are you going out to the airport <u>for</u>? (You're going out to the airport <u>in order to</u> do what?)

10. <u>Rồi as a Perfective Particle</u> (Drill 11)

You know that <u>rồi</u> at the end of a phrase may frequently be translated 'already', as in

Tôi làm việc đó <u>rồi</u>.	I've <u>already</u> done that (job).

In many cases, however, <u>rồi</u> functions simply as a perfective final particle which cannot be translated in a constant manner, e.g.

Em rửa chén bát <u>rồi</u> thì quét nhà.	[When] you've <u>finished</u> washing the dishes, (then) sweep the house.

Như vậy là được rồi.   That should be fine (lit.: Like
                             that is O.K. already).

11. Lo việc + Verb (Drill 12)

We pointed out in 9:9 that when lo precedes a verb, that verb
must be nominalized in the English translation; e.g.

Tôi phải lo mua đồ an.   I have to attend to buying the
                             food.
Frequently, however, the verb following lo is overtly nominalized
in Vietnamese by the nominalizing word việc 'work, activity,
business', as in

Anh cứ lo việc ẩm-thực.   You go ahead [and] take care of
                             the food and drink (i.e. the
                             business of drinking and
                             eating).

Còn tôi thì lo việc dọn   As for me, I'll take care of
   dẹp và trang-hoàng.   straightening up and deco-
                             rating.
Notice in the last example that việc nominalizes both dọn dẹp and
trang-hoàng without being repeated. This shows that việc dọn dẹp
is not a noun, or even a compound, but rather a phrase.

12. Một ít (Drill 13)

Một ít precedes nouns with the meaning 'a few, a little bit
of ', as in

Anh thấy mình có nên chọn   Do you think we should choose a
   một ít bang nhạc không?   few cassettes (of music)?
Cho tôi một ít đường.   Give me a little bit of sugar.
When một ít occurs without a following noun, it is a nominal
phrase, not an adverbial phrase, as in

Ảnh an một ít thôi.   He ate only a little bit (i.e.
                             of food).

13. Hay 'whether ... or' (Drill 14)

Sometimes hay can be translated simply or, as in

Anh thích ăn cơm Việt <u>hay</u>   [Would] you like to have Viet-
    cơm Tàu?   namese food <u>or</u> Chinese food?

In other sentences, however, it must be translated 'whether ...
or', as in

Nhạc Việt-Nam <u>hay</u> tây   [<u>Whether</u> it's] Vietnamese music
    phương thì tùy anh chọn.   <u>or</u> Western music, [it's] up
                                      to you to choose.

14. <u>The Functions of Để</u> (Summary) (Drills 15 and 16)

    1) As a conjunction, <u>để</u> means 'for (the purpose of), (in
order) to'. as in

Tôi ra sân máy bay <u>để</u> đón   I'm going out to the airport
    một người bạn.   (<u>in order) to</u> meet a friend.
Tôi định làm chả giò <u>để</u>   I plan to make egg rolls <u>for</u>
    họ ăn.   (<u>the purpose of</u>) them to eat.

    2) Before a time expression, <u>để</u> means 'wait (until), leave
[it](until)', as in

Để khi khác.   <u>Leave</u> [it] <u>for</u> another time.
Để chiều tôi chở anh đi.   <u>Wait until</u> this afternoon [and]
                                      I'll give you a ride.

    3) Before an embedded clause, <u>để</u> means 'let, allow, permit',
as in

Để tôi chỉ đường cho anh.   <u>Let</u> me show you the way.
Để tôi giới-thiệu ông với   <u>Let</u> me introduce you to him.
    ông ấy.
Chén bát thì <u>để</u> chị ở giặt   As for the dishes, ·<u>let</u> the maid
    quần áo xong, chị ấy sẽ   finish doing the laundry,
    rửa.   [and] she'll wash [them].

As pointed out in 3:5, <u>để</u> in this function means 'let (for the
benefit of someone other than its object)', as opposed to <u>cho</u>,
which means 'let (for the benefit of its object)', as in

<u>Cho</u> tôi đi với anh.   <u>Let</u> me go with you (e.g. because
                                      I need a ride).

    4) As a main verb, the basic meaning of <u>để</u> is 'to put, to
place', as in

Anh biết chổ tôi để bang nhạc chở?	You know where I <u>put</u> the tapes, don't you?
Ba cũng có mua mấy cây bông hồng để trong nhà xe kìa.	I (Father) also bought some roses [and] <u>put</u> [them] over there in the garage.

There is probably no semantic difference in Vietnamese between function 2 and 3 above, the distinction being required purely by the English translation. Notice that the third example under 3 above may also be translated: 'As for the dishes, <u>leave</u> [them until] the maid finishes doing the laundry [and] she'll wash [them].'

A close approximation of the meaning of để in 2 and 3 might be 'leave [it for]', e.g.

Để mai tôi làm.	<u>Leave</u> [it for] tomorrow [and] I'll do [it].
Để tôi chở anh đi.	<u>Leave</u> [it for] me to give you a ride.

15. (Refer to Grammar Note 4:1b) (Drills 17 and 18)

16a. <u>Mà as a Relative Pronoun</u> (Drill 19)

We pointed out in 1:9 that relative clauses in Vietnamese are typically unmarked, as in

Câu chúng ta vừa đọc xong.	The sentence [<u>which</u>] we've just read.
Đó là người tôi gặp hôm qua.	That's the person [<u>whom</u>] I met yesterday.

Relative clauses, however, may occasionally be marked by mà for extra clarity, as in

Những cuộn mà có chữ 'VN' ở ngoài là bang nhạc Việt-Nam.	Those tapes <u>which</u> have the letters 'VN' on the outside are Vietnamese music tapes.
Cái mà có nước đá ở trong là ly của tôi.	The one <u>which</u> has the ice in it is my glass.

Unlike the other uses of mà, all of which have a semantic connotation of 'surprisingly, contrary to expectation', mà as a relative pronoun appears to have a purely grammatical function.

16b. <u>Spelling in Vietnamese</u> (Drill 20)

The letters of the Vietnamese alphabet are pronounced as
shown in the following chart; those elements enclosed in paren-
theses are not normally used in spelling aloud.

a	(chũ) a		n	(chũ) en-nờ, nờ
a	(chũ) á		o	(chũ) o
â	(chũ) ớ		ô	(chũ) ô
b	(chũ) bê, bờ		ơ	(chũ) ơ
c	(chũ) xê		p	(chũ) pê, phê, phờ
d	(chũ) dê, dờ		q	(chũ) cu
đ	(chũ) đê, đờ		r	(chũ) e-rờ, rờ
e	(chũ) e		s	(chũ) ét-xờ
ê	(chũ) ê		t	(chũ) tê, tờ
g	(chũ) gê, gờ		u	(chũ) u
h	(chũ) hác, hờ		ư	(chũ) ư
i	(chũ) i (ngán)		v	(chũ) vê, vờ
k	(chũ) ca, cờ		x	(chũ) ít-xì
l	(chũ) e-lờ, lờ		y	(chũ) i-gờ-rét, i dài
m	(chũ) em-mờ, mờ			

Letters not used in Vietnamese:

f	(chũ) e-phờ		w	(chũ) vê-đúp, đúp-lờ-vê
j	(chũ) gi		z	(chũ) zéđ

Vietnamese tones are referred to as follows:

1) (unmarked)	không dấu	4)	'	(dấu) hỏi
2)	´	(dấu) sác	5)	~	(dấu) ngã
3)	`	(dấu) huyền	6)	.	(dấu) nặng

Other terms used in spelling aloud are:

1. capital letter   (chũ) hoa
2. hyphen   (dấu) gạch nối.

The following examples illustrate the order used in spelling
Vietnamese words aloud:

<u>biết</u>: bê, i (ngán), ê, tê, sác -- biết

<u>Việt-Nam</u>: vê hoa, i (ngán), ê, tê, nặng -- Việt; gạch nối, en-nờ hoa
        a, em-mờ -- Nam.

(Note: Spelling pronunciations vary from one era to another; your
instructor may recommend alternate pronunciations.)

C. DRILLS

1. Substitution Drill

[New Vocabulary: đồng-nghiệp 'colleague']

Tôi định mời vài <u>người bạn</u> đến   I'm planning to invite several
họp mặt nói chuyện chơi.   <u>friends</u> to get together for
                                         a chat.

Tôi định mời vài <u>người quen</u>   I'm planning to invite several
đến họp mặt nói chuyện chơi.   <u>acquaintances</u> to get together
                                         for a chat.

Tôi định mời vài <u>người bà con</u>   I'm planning to invite several
đến họp mặt nói chuyện chơi.   <u>relatives</u> to get together
                                         for a chat.

Tôi định mời vài <u>sinh-viên</u> đến   I'm planning to invite several
họp mặt nói chuyện chơi.   <u>students</u> to get together
                                         for a chat.

Tôi định mời vài <u>đồng-nghiệp</u>   I'm planning to invite several
đến họp mặt nói chuyện chơi.   <u>colleagues</u> to get together
                                         for a chat.

Tôi định mời vài <u>bạn học</u> đến   I'm planning to invite several
họp mặt nói chuyện chơi.   <u>school mates</u> to get together
                                         for a chat.

2. Progressive Substitution Drill (25 possibilities)

<u>Tối</u> nào anh <u>rảnh</u>?   What <u>night</u> are you <u>free</u>?
<u>Hôm</u> nào anh <u>đi</u>?   What <u>day</u> are you <u>going</u>?
<u>Tháng</u> nào anh <u>làm việc</u>?   What <u>month</u> are you <u>working</u>?
<u>Sáng</u> nào anh <u>bận</u>?   What <u>morning</u> are you <u>busy</u>?
<u>Tuần</u> nào anh <u>về</u>?   What <u>week</u> are you <u>coming back</u>?

3. Response Drill

Tối nào anh rảnh?

    Tôi thì tối nào cũng rảnh.

What night are you free?

    As for me, I'm free every
    night.

Tháng nào anh đi?

    Tôi thì tháng nào cũng đi.

What month are you going?

    As for me, I go every month.

Chiều nào anh bận?

    Tôi thì chiều nào cũng bận.

What afternoon are you busy?

    As for me, I'm busy every
    afternoon.

Ngày nào anh làm việc?

    Tôi thì ngày nào cũng làm
    việc.

What day do you work?

    As for me, I work every day.

Tuần nào anh về?

    Tôi thì tuần nào cũng về.

What week do you come back?

    As for me, I come back
    every week.

Sáng nào anh ở nhà?

    Tôi thì sáng nào cũng ở nhà.

What morning are you at home?

    As for me, I'm at home every
    morning.

4. Response Drill

Cái nào tốt? (đó)

    Cái nào cũng tốt, nhưng có
    lẽ cái đó thì tốt nhứt.

Which one is good? (that)

    Every one of them is good,
    but perhaps that one is the
    best.

Chiếc nào rẻ? (này)

    Chiếc nào cũng rẻ, nhưng có
    lẽ chiếc này thì rẻ nhứt.

Which one is inexpensive? (this)

    Every one of them is inex-
    pensive, but perhaps this
    one is the most inexpensive.

Ông nào dễ chịu? (Thương)

    Ông nào cũng dễ chịu, nhưng
    có lẽ ông Thương thì dễ
    chịu nhứt.

Which one is pleasant? (Thương)

    Every one of them is pleasant,
    but perhaps Mr. is the most
    pleasant.

Tháng nào nóng? (tám)

    Tháng nào cũng nóng, nhưng
    có lẽ tháng tám thì nóng
    nhứt.

Which month is hot? (August)

    Every one of them is hot,
    but perhaps August is the
    hottest.

Cuốn nào hay? (ở đằng kia)

  Cuốn nào cũng hay, nhưng có
  lẽ cuốn ở đằng kia thì hay
  nhứt.

Bông nào thơm? (hồng)

  Bông nào cũng thơm, nhưng có
  lẽ bông hồng thì thơm nhứt.

Ngày nào tiện? (thứ sáu)

  Ngày nào cũng tiện, nhưng có
  lẽ ngày thứ sáu thì tiện
  nhứt.

Which one is interesting? (over there)

  Every one of them is interesting, but perhaps the one over there is the most interesting.

Which flower is fragrant? (rose)

  Every one of them is fragrant, but perhaps the rose is the most fragrant.

Which day is convenient? (Friday)

  Any day is convenient, but perhaps Friday is the most convenient.

5. Expansion Drill

a) Tôi phải đi chợ. (mua thức an)

  Tôi phải đi chợ <u>mua thức an</u>. (và mấy thứ cần dùng)

    Tôi phải đi chợ mua thức an <u>và mấy thứ cần dùng</u>. (mai)

      <u>Mai</u> tôi phải đi chợ mua thức an và mấy thứ cần dùng. (như vậy)

        <u>Như vậy</u>, mai tôi phải đi chợ mua thức an và mấy thứ cần dùng.

I have to go to the market. (to buy food)

  I have to go to the market <u>to buy food</u>. (and some necessities)

    I have to go to the market to buy food <u>and some necessities</u>. (tomorrow)

      <u>Tomorrow</u>, I have to go to the market to buy food and some necessities. (in that case)

        <u>In that case</u>, tomorrow I have to go to the market to buy food and some necessities.

b) Tôi định đi Hà-nội. (tham   I plan to go to Hà-nội. (to
   cha mẹ tôi)   visit my parents)

   Tôi định đi Hà-nội <u>tham</u>   I plan to go to Hà-nội <u>to</u>
   <u>cha mẹ tôi</u>. (và mấy người   <u>visit my parents</u>. (and ac-
   quen)   quaintances)

   Tôi định đi Hà-nội tham   I plan to go to Hà-nội to
   cha mẹ tôi <u>và mấy người</u>   visit my parents <u>and ac-</u>
   <u>quen</u>. (tuần sau)   <u>quaintances</u>. (next week)

   <u>Tuần sau</u> tôi định đi   <u>Next week</u>, I plan to go
   Hà-nội tham cha mẹ tôi   to Hà-nội to visit my
   và mấy người quen. (vì   parents and acquaintances.
   vậy mà)   (for that reason)

   <u>Vì vậy mà</u> tuần sau   <u>For that reason</u>, next
   tôi định đi Hà-nội   week I plan to go to
   tham cha mẹ tôi và   Hà-nội to visit my par-
   mấy người quen.   ents and acquaintances.

c) Ổng muốn đi phố. (coi chiếu   He wants to go to town. (to see
   bóng)   a movie)

   Ổng muốn đi phố <u>coi chiếu</u>   He wants to go to town <u>to see</u>
   <u>bóng</u>. (và cải-lương)   <u>a movie</u>. (and an opera)

   Ổng muốn đi phố coi   He wants to go to town to
   chiếu bóng <u>và cải-lương</u>.   see a movie <u>and an opera</u>.
   (tối nay)   (tonight)

   <u>Tối nay</u> ổng muốn đi phố   <u>Tonight</u>, he wants to go
   coi chiếu bóng và cải-   to town to see a movie and
   lương. (tuy nhiên)   an opera. (however)

   <u>Tuy nhiên</u>, tối nay   <u>However</u>, tonight he wants
   ổng muốn đi phố coi   to go to town to see a
   chiếu bóng và cải-   movie and an opera.
   lương.

6. <u>Response Drill</u>

Anh định mời bao nhiêu người?   How many people did you plan to
(mười)   invite? (ten)

   Lối mười người.   About ten.

Anh muốn mua bao nhiêu cái?   How many do you want to buy?
(hai mươi)   (twenty)
   Lối hai mươi cái.   About twenty.
Anh định làm bao nhiêu giờ?   How many hours do you plan to
(ba mươi tám)   work? (thirty-eight)
   Lối ba mươi tám giờ.   About thirty-eight hours.
Anh có bao nhiêu mỹ-kim? (tám How many U.S. dollars do you
tram)   have? (eight hundred)
   Lối tám tram mỹ-kim.   About eight hundred U.S.
                          dollars.

Trong tủ có bao nhiêu bang nhạc How many Vietnamese music tapes
Việt-Nam? (mười lam)   are there in the closet? (fifteen)
   Lối mười lam bang.   About fifteen.
Đi máy bay từ Nữu-Ước qua Hà- How many hours does it take to
nội mất bao nhiêu giờ? (hai   from New York to Hà-nội by plane?
mươi bốn)   (twenty-four)
   Lối hai mươi bốn giờ.   About twenty-four hours.

7. <u>Response Drill</u>

Có các cô không?   Are there any girls?
   Dĩ-nhiên là phải có các cô   Of course, there must be
   nữa.   girls as well.
Có rượu mạnh không?   Is there any hard liquor?
   Dĩ-nhiên là phải có rượu   Of course, there must be
   mạnh nữa.   hard liquor as well.
Có nhạc Việt-Nam không?   Is there any Vietnamese music?
   Dĩ-nhiên là phải có nhạc   Of course, there must be
   Việt-Nam nữa.   Vietnamese music as well.
Có báo Nhân-dân không?   Is there the Nhân-dân?
   Dĩ-nhiên là phải có báo   Of course, there must be
   Nhân-dân nữa.   the Nhân-dân as well.
Có cơm Tàu không?   Is there Chinese food?
   Dĩ-nhiên là phải có cơm Tàu   Of course, there must be
   nữa.   Chinese food as well.

Có xe hơi Nhụt không?   Are there any Japanese cars?
    Dĩ-nhiên là phải có xe hơi   Of course, there must Japanes
    Nhụt nữa.   cars as well.

8. Combination Drill

Mua rượu mạnh. Mua bia.   Buy hard liquor. Buy beer.
    Anh thấy nên mua rượu mạnh   Do you think [we] should
    hay bia?   buy hard liquor or beer?
Đi Gia-định. Đi Chợ-lớn.   Go to Gia-định. Go to Chợ-lớn.
    Anh thấy nên đi Gia-định hay   Do you think [we] should go
    Chợ-lớn?   to Gia-định or Chợ-lớn?
Coi cải-lương. Coi chiếu bóng.   See an opera. See a movie.
    Anh thấy nên coi cải-lương   Do you think [we] should see
    hay chiếu bóng?   an opera or a movie?
Kêu đậu phộng rang. Kêu bánh   Order roasted peanuts. Order
phồng tôm.   shrimp chips.
    Anh thấy nên kêu đậu phộng   Do you think [we] should
    rang hay bánh phồng tôm?   order roasted peanuts or
                                          shrimp chips?
Đi máy bay. Đi xe hơi.   Go by plane. Go by car.
    Anh thấy nên đi máy bay hay   Do you think [we] should go
    xe hơi?   by plane or by car?
Học tiếng Nga. Học tiếng Tàu.   Study Russian. Study Chinese.
    Anh thấy nên học tiếng Nga   Do you think [we] should
    hay tiếng Tàu?   study Russian or Chinese?
Trồng bông hồng. Trồng bông cúc.   Plant roses. Plant chrysanthemums
    Anh thấy nên trồng bông hồng   Do you think [we] should
    hay bông cúc?   plant roses or chrysanthemums'

9. Response Drill

    [New Vocabulary: tốn tiền 'costly, extravagant']

Anh thấy nên mua rượu mạnh hay   Do you think [we] should buy
bia? (mắc tiền)   whisky or beer? (expensive)
    Rượu mạnh thì chắc mắc tiền   Whisky's probably very
    lắm.   expensive.

Anh thấy nên đi xe buýt hay   Do you think [we] should go by
tác-xi? (chậm)   bus or taxi? (slow)
   Xe buýt thì chác chậm lám.   The bus is probably very slow.
Anh thấy nên đi Gia-định hay   Do you think [we] should go to
Chợ-lớn? (xa)   Gia-định or Chợ-lớn? (far)
   Gia-định thì chác xa lám.   Gia-định's probably very far.
Anh thấy nên kêu cá kho hay   Do you think [we] should order
chả giò? (cay)   braised fish or egg rolls?
                                     (spicy)
   Cá kho thì chác cay lám.   Braised fish is probably
                                        very spicy.

Anh thấy nên đi bộ hay đi xe?   Do you think [we] should walk
(mệt)   or go by car? (tired)
   Đi bộ thì chác mệt lám.   Walking [would] probably
                                        [make us] very tired.

Anh thấy nên đi chơi hay ở nhà?   Do you think [we] should go out
(tốn tiền)   or stay home? (costly)
   Đi chơi thì chác tốn tiền   Going out is probably very
lám.   costly.

10. <u>Multiple Substitution Drill</u>

   [New Vocabulary: banh 'ball']

Tôi định mua <u>bánh phồng tôm</u> để   I plan to buy <u>shrimp chips</u> for
  họ <u>an</u>.   them to <u>eat</u>.
Tôi định mua <u>sách</u> để họ <u>đọc</u>.   I plan to buy <u>books</u> for them
                                     to <u>read</u>.

Tôi định mua <u>bang nhạc</u> để họ   I plan to buy <u>music tapes</u> for
  <u>nghe</u>.   them to <u>listen to</u>.
Tôi định mua <u>nước ngọt</u> để họ   I plan to buy <u>soft drinks</u> for
  <u>uống</u>.   them to <u>drink</u>.
Tôi định mua <u>báo</u> để họ <u>đọc</u>.   I plan to buy <u>newspapers</u> for
                                     them to <u>read</u>.

Tôi định mua <u>banh</u> để họ <u>chơi</u>.   I plan to buy <u>balls</u> for them
                                     to <u>play</u> [with].

Tôi định mua <u>bánh ngọt</u> để họ   I plan to buy <u>cakes</u> for them
  <u>an</u>.   to <u>eat</u>.

11. Substitution Drill

Như vậy là được rồi.   Like that should be O.K.
Như vậy là hay rồi.   Like that should be good (of
                                speech, writing, etc.)

Như vậy là dễ rồi.   Like that should be easy.
Như vậy là tốt rồi.   Like that should be good.
Như vậy là đủ rồi.   Like that should be enough.
Như vậy là đẹp rồi.   Like that should be beautiful.
Như vậy là nhiều rồi.   Like that should be plenty.

12. Combination Drill

   [New Vocabulary: sắm 'to buy'
                       mua sắm 'to shop'
                       nướng 'to roast'
                       nấu nướng 'to do the cooking']

Anh lo việc ẩm-thực. Tôi lo   You take care of the food and
việc dọn-dẹp.   drink. I'll take care of
                                   straightening up.

   Anh cứ lo việc ẩm-thực; còn   You go ahead [and] take care
   tôi thì lo việc dọn dẹp.   of the food and drink, and
                                       I'll take care of straighten-
                                       ing up.

Anh lo thức ăn. Tôi lo mấy thứ   You take care of the food. I'll
cần dùng.   take care of some necessities.
   Anh cứ lo thức ăn; còn tôi   You go ahead [and] take care
   thì lo mấy thứ cần dùng.   of the food, and I'll take
                                       care of some necessities.

Anh mua cái đó. Tôi mua cái này. You buy that (thing). I'll buy
                                   this (thing).
   Anh cứ mua cái đó; còn tôi   You go ahead [and] buy that,
   thì mua cái này.   and I'll buy this.
Anh mời bạn anh. Tôi mời bạn   You invite your friends. I'll
tôi.   invite my friends.
   Anh cứ mời bạn anh; còn tôi   You go ahead [and] invite
   thì mời bạn tôi.   your friends, and I'll
                                       invite mine.

Anh uống bia. Tôi uống nước ngọt.

   Anh cứ uống bia; còn tôi thì uống nước ngọt.

You drink beer. I'll drink soft drinks.

   You go ahead [and] drink beer, and I'll drink soft drinks.

Anh lo việc mua sắm. Tôi lo việc nấu nướng.

   Anh cứ lo việc mua sắm; còn tôi thì lo việc nấu nướng.

You take care of the shopping. I'll take care of the cooking.

   You go ahead [and] take care of the shopping, and I'll take care of the cooking.

13. Expansion Drill

Anh thấy mình có nên chọn bang nhạc không?

   Anh thấy mình có nên chọn một ít bang nhạc không?

Do you think we should choose some music tapes?

   Do you think we should choose a few music tapes?

Tôi định mua thức ăn.

   Tôi định mua một ít thức ăn.

I plan to buy some food.

   I plan to buy a little bit of food.

Tôi phải đi nhà bang lấy tiền.

   Tôi phải đi nhà bang lấy một ít tiền.

I have to go to the bank to withdraw some money.

   I have to go to the bank to withdraw a little bit of money.

Mình nên nghe nhạc Việt-Nam.

   Mình nên nghe một ít nhạc Việt-Nam.

We should listen to some Vietnamese music.

   We should listen to a little bit of Vietnamese music.

Anh nên uống bia.

   Anh nên uống một ít bia.

You should drink some beer.

   You should drink a little bit of beer.

Mình phải làm việc tối nay.

   Mình phải làm một ít việc tối nay.

We have to do some work tonight.

   We have to do a little bit of work tonight.

14. Multiple Substitution Drill

Nhạc Việt-Nam hay tây-phương thì tùy anh chọn.

[Whether it's] Vietnamese music or Western music, [it's] up to you to choose.

Cơm Việt hay cơm Tàu thì tùy anh chọn.

[Whether it's] Vietnamese food or Chinese food, [it's] up to you to choose.

Món cá hay món thịt thì tùy anh chọn.

[Whether it's] a fish dish or a meat dish, [it's] up to you to choose.

Coi chiếu bóng hay cải-lương thì tùy anh chọn.

[Whether it's] seeing a movie or [seeing] an opera, [it's] up to you to choose.

Báo tiếng Việt hay tiếng Anh thì tùy anh chọn.

[Whether it's] a Vietnamese newspaper or an English newspaper [it's] up to you to choose.

Bia hay nước ngọt thì tùy anh chọn.

[Whether it's] beer or a soft drink, [it's] up to you to choose.

Đi chơi hay ở nhà thì tùy anh chọn.

[Whether it's] going out or staying home, [it's] up to you to choose.

15. Substitution Drill

Anh biết chỗ tôi để băng nhạc chớ?

You know where I put the (music) tapes, don't you?

Anh biết chỗ tôi để thúc ăn chớ?

You know where I put the food-stuffs, don't you?

Anh biết chỗ tôi để sách chớ?

You know where I put the books, don't you?

Anh biết chỗ tôi để báo chớ?

You know where I put the news-papers, don't you?

Anh biết chỗ tôi để quần-áo chớ?

You know where I put the clothes, don't you?

Anh biết chỗ tôi để cái áo mưa chớ?

You know where I put the rain-coat, don't you?

Anh biết chỗ tôi để <u>cây dù</u> chớ?   You know where I put <u>the umbrella</u>, don't you?

16. Transformation Drill

Tôi để bang nhạc ở đầu?   Where did I put the music tapes?
  Anh biết chỗ tôi để bang   Do you know where I put the
  nhạc không?   music tapes?
Tôi để cuốn sách đó ở đầu?   Where did I put that book?
  Anh biết chỗ tôi để cuốn   Do you know where I put
  sách đó không?   that book?
Tôi để tờ báo hôm nay ở đầu?   Where did I put today's paper?
  Anh biết chỗ tôi để tờ báo   Do you know where I put
  hôm nay không?   today's paper?
Tôi để cây dù ở đầu?   Where did I put the umbrella?
  Anh biết chỗ tôi để cây dù   Do you know where I put the
  không?   umbrella?
Tôi để cái áo mưa ở đầu?   Where did I put the raincoat?
  Anh biết chỗ tôi để cái áo   Do you know where I put the
  mưa không?   raincoat?
Tôi để cái lọ ở đầu?   Where did I put the vase?
  Anh biết chỗ tôi để cái lọ   Do you know where I put the
  không?   vase?

17. Response Drill

Anh biết chỗ tôi để bang nhạc   You know where I put the music
chớ? (trong ngan dưới tủ sách)   tapes, don't you? (on the lower
    shelf of the book case)
  Có phải trong ngan dưới tủ   [They're] on the lower shelf
  sách không anh?   of the book case, right?
Anh biết nhà giấy thép ở đầu   You know where the post office
chớ? (ở trước mặt nhà ga)   is, don't you? (in front of the
    railway station)
  Có phải ở trước mặt nhà ga   [It's] in front of the rail-
  không anh?   way station, right?

Anh biết chỗ tôi để cây dù chớ?   You know where I put the umbrella
(trong tủ)   don't you? (in the closet)
   Có phải ở trong tủ không anh?   [It's] in the closet, right?
Anh biết khi nào ông Long đến   You know when Mr. Long will
chớ? (ba giờ chiều mai)   arrive, don't you? (three o'clock
                                          tomorrow afternoon)

   Có phải ba giờ chiều mai   [It's] three o'clock tomorrow
   không anh?   afternoon, right?
Anh biết khi nào tôi trở lại   You know when I'll return, don't
chớ? (thứ năm tuần sau)   you? (Thursday next week)
   Có phải thứ năm tuần sau   [It's] Thursday next week,
   không anh?   right?
Anh biết người đứng ở đằng kia   You know who the person standing
là ai chớ? (ông Lâm)   over there is, don't you? (Mr.
                                          Lâm)

   Có phải ông Lâm không anh?   [That's] Mr. Lâm, right?
Anh biết bà đang nói chuyện với   You know who the lady talking to
cô Loan là ai chớ? (Bà Hồng)   Miss Loan is, don't you? (Mrs.
                                          Hồng)

   Có phải bà Hồng không anh?   [That's] Mrs. Hồng, right?

18. Response Drill

Có phải trong ngăn dưới tủ sách   [It's] on the lower shelf of the
không anh?   book case, right?
   Đúng đó; trong ngăn dưới tủ   That's right. [They're] on
   sách.   the lower shelf of the book
                                             case.
Có phải ở trước mặt nhà ga   [It's] in front of the railway
không anh?   station, right?
   Đúng đó; ở trước mặt nhà ga.   That's right. [It's] in front
                                             of the railway station.
Có phải ở trong tủ không anh?   [It's] in the closet, right?
   Đúng đó; ở trong tủ.   That's right. [It's] in the
                                             closet.

Có phải ba giờ chiều mai không anh?

    Đúng đó; ba giờ chiều mai.

Có phải thú năm tuần sau không anh?

    Đúng đó; thú năm tuần sau.

Có phải ông Lâm không anh?
    Đúng đó; ông Lâm.
Có phải bà Hồng không anh?
    Đúng đó; bà Hồng.

[It's] three o'clock tomorrow afternoon, right?

    That's right. [It's] three o'clock tomorrow afternoon.

[It's] Thursday next week, right?

    That's right. [It's] Thursday next week.

[That's] Mr. Lâm, right?
    That's right. [He's] Mr. Lâm.
[That's] Mrs. Hồng, right?
    That's right. [She's] Mrs. Hồng.

19. <u>Response Drill</u>

    [New Vocabulary: sơn 'paint; to paint'
                       cán 'handle, stem']

Những cuộn nào là băng nhạc Việt-Nam? (có chữ VN ở ngoài)

    Những cuộn mà có chữ VN ở ngoài là băng nhạc Việt-Nam.

Cuốn nào là sách của anh? (có viết tên tôi ở ngoài)
    Cuốn mà có viết tên tôi ở ngoài là sách của tôi.

Cái nào là ly của anh? (có nước đá ở trong)
    Cái mà có nước đá ở trong là ly của tôi.
Chiếc nào là xe của anh? (sơn màu đỏ)
    Chiếc mà sơn màu đỏ là xe của tôi.

Which tapes are Vietnamese music tapes? (have the letters VN on the outside)

    Those tapes which have the letters VN on the outside are Vietnamese music tapes.

Which book is yours? (has my name written on the outside)
    The one which has my name written on the outside is my book.

Which glass is yours? (has ice in it)
    The one which has ice in it is my glass.

Which car is yours? (is painted red)
    The one which is painted red is my car.

Cây nào là dù của anh? (có cán   Which umbrella is yours? (has a
dài)   long handle)
   Cây mà có cán dài là dù của   The one which has a long
   tôi.   handle is my umbrella.
Người nào là bạn của anh? (đứng   Which person is your friend?
gần cô Loan)   (is standing near Miss Loan)
   Người mà đứng gần cô Loan   The person who is standing
   là bạn của tôi.   near Miss Loan is my friend.

20. Spelling Drill

    Spell the following words in Vietnamese, using the order and
pronunciation of the letters and tones as illustrated in Grammar
Note 16b.

xa :   far
   ít-xì, a -- xa.   (Spelling)
lám :   very
   e-lờ, á, em-mờ, sác -- lám   (Spelling)
rất :   very
   e-rờ, ớ, tê, sác -- rất.   (Spelling)
bốn :   four
   bê, ô, en-nờ, sác -- bốn.   (Spelling)
để :   to put; in order to
   đê, ê, hỏi -- để.   (Spelling)
sẽ :   will
   ét-xờ, e, ngã -- sẽ.   (Spelling)
cũng :   also
   xê, u, en-nờ, gê, ngã -- cũng.   (Spelling)
định :   to intend
   đê, i, en-nờ, hác, nặng -- định.   (Spelling)
giỏi :   good, skillful, capable
   gê, i, o, i, hỏi -- giỏi.   (Spelling)
người :   person
   en-nờ, gê, u, ơ, i, huyền -- người. (Spelling)
kỹ :   to be careful
   ca, i dài, ngã -- kỹ.   (Spelling)

Pháp :   French; France
    pê hoa, hác, a, pê, sác -- Pháp.   (Spelling)
Quyền :   personal name
    Cu hoa, u, i dài, ê, en-nờ, huyền -- Quyền.   (Spelling)
Việt-Nam :   Vietnam
    vê hoa, i, ê, tê, nặng -- Việt;   (Spelling)
    gạch nối; en-nờ hoa, a, em-mờ -- Nam.

D. NARRATION

    Anh Thương định mời vài người bạn đến chơi, nên anh ấy hỏi anh Bruce tối nào thì rảnh. Anh Bruce trả lời là có lẽ tối thứ bảy thì tiện cho tất cả mọi người. Anh Thương mới tính ngày mai sẽ đi chợ mua thức ăn và mấy thú cần-dùng. Rồi anh ấy nhờ anh Bruce giúp ý-kiến. Anh Bruce đề-nghị mua bia cho các ông thay vì rượu mạnh, và mua nước ngọt cho các cô. Còn thức ăn thì anh Thương định sẽ mua đậu phộng rang, bánh phồng tôm và làm chả giò. Anh Thương sẽ lo việc ẩm-thực, còn anh Bruce lo việc dọn-dẹp và trang-hoàng. Anh Bruce thấy nên chọn một ít băng nhạc để nghe tối hôm đó. Anh Thương đồng ý và nói tùy anh Bruce muốn chọn nhạc Việt-Nam hay tây-phương cũng được. Anh ấy cho anh Bruce biết là băng nhạc ở trong ngăn dưới tủ sách.

Vocabulary and Notes:

tính	to figure, calculate
giúp ý-kiến	to help out with ideas, contribute one's opinion
thay vì	instead of
đồng ý	to agree

E. QUESTIONS ON THE NARRATION

1. Anh Thương định làm gì?   What does Thương plan to do?
2. Theo anh Bruce, tối nào thì   According to Bruce, which night
   tiện cho tất cả mọi người?   is convenient for everybody?

3. Anh Thương tính ngày mai   What does Thương plan to do
   làm gì?   tomorrow?
4. Anh ấy nhờ anh Bruce làm gì?   What does he ask (rely on) Bruce
                                      to do?
5. Anh Bruce đề-nghị mua gì?   What does Bruce suggest buying?
6. Về thức ăn, anh Thương định   As for food, what does Thương
   mua gì?   plan to buy?
7. Anh ấy định sẽ làm món gì?   What dish does he plan to make?
8. Ai sẽ lo việc ẩm-thực?   Who will take care of the food
                                      and drink?
9. Anh Bruce sẽ lo việc gì?   What will Bruce take care of?
10. Anh Bruce thấy nên chọn gì?   What does Bruce think [they]
                                      should choose?
11. Anh Thương trả lời thế nào?   What's Thương's answer?
12. Băng nhạc để ở đâu?   Where are the cassettes (put)?

F. SUPPLEMENTARY VOCABULARY

1. <u>Preparing for guests</u>   trò chơi   games
danh-sách khách   guest list   bài   playing cards
điện-thoại   telephone
máy thâu-thanh   radio   2. <u>Things to do</u>
máy vô tuyến truyền hình   gọi điện-thoại mời khách
      television   telephone the guests
máy hát   phonograph   viết thiệp mời   write invitations
đĩa hát   records   soạn thực-đơn   prepare the menu
băng nhạc   (music) tapes   đi mua đồ   go shopping
món khai-vị   appetizers   đi sửa máy hát   go get the phono-
thức uống   drinks   graph fixed
nhảy đầm   dancing   trang-hoàng nhà-cửa   decorate
hình   photos, slides   the house
máy chiếu hình   slide projector   mua vài đĩa hát   buy some records
                                    mượn vài cái chén bát   borrow
                                          some dishes

A. DIALOGUE

Mark

1. Chào anh; tôi là Mark. Còn anh là ...

   Hello; I'm Mark. And you're ...

Liêm

2. Dạ, tôi là Liêm; chào anh.

   I'm Liêm; hello.

   lâu rồi

   for a long time, long ago

3. Tôi có nghe anh Thương nói về anh lâu rồi mà bây giờ mới được gặp.

   I've heard Thương talk about you for a long time, but [I] haven't had the chance to meet [you] until now (but only now do [I] have the chance to meet [you]).

Mark

4. Vậy à! Xin lỗi anh, anh vẫn còn đi học chở?

   Really? Excuse me, [I suppose] you're still in school?

Liêm

   lập

   to set up, establish

   lập gia-đình

   to get married (lit: establish a family)

   nghỉ

   to cease, stop (doing something), quit, rest

   nghỉ học

   to quit school

   nuôi

   to feed, support, rear

5. Không anh ạ. Tôi lập gia-đình sớm nên phải nghỉ học để đi làm nuôi vợ con.

   No; I got married early and so [I] had to quit school in order to work to support [my] family.

Mark

6. Anh làm ở đâu?

   Where do you work?

229

Liêm

buôn	to buy (in order to sell), to deal in
đi buôn	to do business, be a business-man
của	clf. for shops, stores
của tiệm	shop, store
đạp	to push with bottom of foot, step on, pedal
xe đạp	bicycle
gắn	to attach, affix
máy	motor, engine
xe gắn máy	small motorcycle, moped
đường Ngô Tùng Châu	Ngô Tùng Châu Street

7. Tôi đi buôn anh ạ. Tôi có một của tiệm bán xe đạp và xe gắn máy ở đường Ngô Tùng Châu.

I'm a businessman; I have a bicycle and motorcycle store on Ngô Tùng Châu Street.

Mark

bán chạy	to sell well, be in demand, move (of merchandise)

8. Xe gắn máy lúc này bán chạy không anh?

Are motorcycles selling well these days?

Liêm

cách	distant from, separated from
cách đây	from here; ago
cách đây hai ba năm	two or three years ago
tươi	fresh (of food), bright (color)
tôm tươi	fresh shrimp
bán chạy như tôm tươi	to sell like hotcakes
ế	slow, poor (of business)

9. Dạ, cách đây hai ba năm thì bán chạy như tôm tươi, chớ bây giờ thì ế lắm anh ạ.

Two or three years ago, [they were] selling like hotcakes, but now [they're selling] very slow.

10. A`, anh Mark, anh biết người
    đang nói chuyện với cô Dung
    là ai không?

    trông
    trông quen
    hình như

Oh, Mark; do you know who the
person talking with Miss Dung
is?

    to look, appear, seem
    to look familiar
    to seem, appear, seem as if,
       look as if

11 Anh ấy trông quen quá; hình
    như tôi có gặp ở đâu rồi.

He looks very familiar; [it]
seems as if I've met [him] some-
where before.

Mark

12. Đó là anh Walter mà tên
    Việt là Oánh.

That's (Older Brother) Walter,
whose Vietnamese name is Oánh.

Liêm

    nọ

    hôm nọ
    Hồng-đa

the other (used only after
    hôm, cái, and người)

the other day
Honda

13. Ồ, tôi nhớ rồi. Hôm nọ anh
    ấy có đến tiệm tôi hỏi mua
    một chiếc xe Hồng-đa.

Oh, now I remember; the other
day he came to my shop to ask
[about] buying a Honda [motor-
cycle].

Mark

    địa-chỉ

14. À, anh cho tôi xin địa-chỉ
    đi.

    hôm nào

address

By the way, could I have your
address? (let me ask for your
address)

    whenever, whatever day

15. Hôm nào rảnh tôi sẽ lại
    thăm anh.

Whenever [I'm] free, I'll come
visit you.

Liêm

16. Vâng, xin mời anh lại chơi.

Yes, come on over sometime (let
[me] invite you to come over
for fun).

B. GRAMMAR NOTES

1, 2, 10, 12. Là as a Copula (Drills 1, 13, and 18)

   The copula là does not always work just like the English verb
'to be', as we have seen, for example, in

   Tan sở là tôi rảnh.   After work (then) I'm free.

In sentences 1, 2, 10, and 12 of this lesson, however, là functions
just like 'to be', and therefore presents no problem to the English
speaker; e.g.

   Tôi là Mark.   I am Mark.

   Người đang nói chuyện với   Who is the person talking with
      cô Loan là ai?   Miss Dung?

   Đó là anh Walter mà tên   That is Walter, whose Vietnamese
      Việt là Oánh.   name is Oánh.

3. The Functions of Có (Summary)

   One of the most difficult aspects of Vietnamese grammar is
the meaning of the word có. When it occurs as a primary verb,
although it may have to be translated in a variety of ways in
English, it always involves the meaning 'to exist', e.g.

   Tôi có một của tiệm bán   I have a bicycle store. (There
      xe đạp.   exists for me a bicycle store.)

   Có ai ở nhà không?   Is there anybody at home? (Does
                                    there exist anybody at home?)

As an auxiliary preceding another verb, however, the function of
có is more complicated. We pointed out in 5:1 that có frequently
occurs in questions with the implication 'prior assumption of some
kind', as in

   Anh có đi Hà-nội không?   Did you go to Hà-nội?

   (I heard you went to Hà-nội; did you in fact go?)

As an auxiliary có also frequently appears to imply past time, as
in

   Hôm nọ anh ấy có đến tiệm   The other day he came to my
      tôi.   shop.

Another analysis of the use of có in the above sentence is that

có refers to the fact that <u>anh ấy</u> has already been mentioned in
the conversation, and thus refers back to a prior fact or situa-
tion.   Further support for this analysis is the fact that the
sentence <u>Anh có đi Hà-nội không?</u> can also be translated 'Are you
going to Hà-nội?' (I heard you were going to Hà-nội; are you <u>in
fact</u> going?).   Thus <u>có</u> as an auxiliary always seems to have the
meaning 'prior assumption that the statement or question is true,
or should be true, or is logical from what precedes'.   Its trans-
lation (when translatable) would be something like 'then, there-
fore; indeed, in fact, really, certainly'.

The functions of <u>có</u>, then, might be summarized as follows:

1) <u>Primary verb</u> 'exist'
   a) Translation 'have'

   Tôi không <u>có</u> đồng-hồ.   I don't <u>have</u> a watch.
   Ông ấy <u>có</u> nhiều tiền.   He <u>has</u> a lot of money.
   Ông ấy <u>có</u> xe không?   Does he <u>have</u> a car?

   b) Translation 'be, exist; there is, there are'

   Ở đây không <u>có</u> ai biết.   <u>There's</u> nobody here who knows.
   Ở Việt-Nam <u>có</u> nhiều người   <u>There are</u> many Frenchmen in
      Pháp.   Vietnam.

   c) Translation 'just, only, precisely, (existing) to the extent
      of'

   Tôi mới qua <u>có</u> hai tuần.   I just came over (<u>just</u>) two
                                         weeks ago.
   Tôi lấy <u>có</u> một cái bánh.   I took <u>just (to the extent of)</u>
                                         one cake.
   Anh ấy làm việc <u>có</u> hai   He's worked <u>only (being precise-
      ngày.   ly)</u> two days.

   d) Translation 'be at, exist at'

   Ông ấy không <u>có</u> nhà.   He's not <u>at</u> home.
      (This use is apparently idiomatic, and is limited to
      use with the complements <u>nhà</u>, <u>đây</u>, <u>đó</u>.)

2) <u>Auxiliary</u> (factual aspect marker)
   Translation: 'then, therefore; indeed, in fact, really, certainly
   a) Before an active verb

   Ông <u>có</u> đi Huế không?   <u>Are</u> you (<u>in fact</u>) going to Huế?

Anh <u>có</u> đi học không?   <u>Are</u> you (<u>then</u>) going to school?
  (In spite of the fact that you've been sick, etc.)
Mai tôi không <u>có</u> đi làm.   I'<u>m</u> (<u>certainly</u>) not going to
                                       work tomorrow.
Anh <u>có</u> quen ai, giới-   [If] you <u>then</u> know anybody, in-
  thiệu với tôi đi.   troduce [him/them] to me.
    (Following the statement: 'Everybody here is a stranger'.)
Người nói tiếng Anh giỏi   <u>Is</u> the person who speaks English
  như vậy <u>có</u> phải là   so well <u>in fact</u> an English-
  người Anh không?   man?
b) Before an adjectival verb
Ông thấy <u>có</u> ngon không?   <u>Do</u> you find it <u>really</u> tasty?
Vợ ông ấy <u>có</u> đẹp không?   <u>Is</u> his wife <u>in fact</u> pretty?
    ' (It is more polite to assume that she is.)
Ông ấy nói tiếng Việt <u>có</u>   <u>Does</u> he (<u>in fact</u>) speak Vietnamese
  giỏi không?   well?
Tối nay anh <u>có</u> rảnh   <u>Are</u> you (<u>in fact</u>) free tonight?
  không?

While all these functions of <u>có</u> must be <u>translated</u> in a variety
of ways in English, they probably all share a semantic bond in
Vietnamese: 'to definitely exist, be in existence'.

4. <u>Chớ as a Final Sentence Particle</u> (Drills 4, 5, and 6)

    When the particle <u>chớ</u> occurs at the end of a statement, it
must be translated 'of course, obviously, surely', as in
    Anh đi với tôi không?   Are you going with me?
      Đi <u>chớ</u>!   <u>Of course</u> [I'm] going.
    Anh quen ông ấy không?   Do you know him?
      Quen <u>chớ</u>!   <u>Obviously</u> [I] know [him].
At the end of a question, <u>chớ</u> has the same function as at the end
of a statement, but it frequently must be translated differently,
e.g.
    Anh vẫn còn đi học <u>chớ</u>?   <u>I suppose</u> you're still in school?
    Anh biết chỗ tôi để băng   You know where I put the **tapes**,
      nhạc <u>chớ</u>?   <u>don't you</u>?

Anh còn đi buôn chở?   Of course you're still a
                                   businessman?

5. Nên before a Resultative Clause (Drills 7 and 8)

We pointed out in 4:12b that nên is a coordinating conjunction
which introduces resultative clauses, with the meaning 'so, and so,
therefore', as in

Tôi lập gia-đình sớm nên   I got married early and so had
   phải nghỉ học để đi làm   to quit school in order to
   nuôi vợ con.   work to support my family.

In the above sentence the condition clause precedes the result
clause; the two clauses may be reversed, with the result clause
preceding, and the condition clause introduced by the conjunction
tại 'because', as in

Tôi phải nghỉ học để đi   I had to quit school in order to
   làm nuôi vợ con tại   work to support [my] family
   tôi lập gia-đình sớm.   because I got married early.

8. Bán chạy (Drill 10)

The idiom bán chạy consists of two verbs bán 'to sell' and
chạy 'to run'; its idiomatic meaning is 'to sell well, to move
(of merchandise), to be in demand', as in

Xe gắn máy lúc này bán   Are motorcycles selling well
   chạy không anh?   these days?

9a. Cách đây + Time Expression (Drills 11 and 12)

Cách đây before a time expression mean 'from here; ago', as
in

Cách đây hai ba năm thì   Two or three years ago [they
   bán chạy như tôm tươi.   were] selling like hotcakes.
Cách đây hai ba phút thì   He was here two or three minutes
   anh ở đây.   ago.

9b. Chở as a Conjunction (Drills 11 and 12)

(Refer to Grammar Note 8:3b)

10. <u>Biết + Embedded Question + không</u> (Drills 13 and 14)

When a question is embedded in the construction <u>biết</u> ...
<u>không</u>, the interrogative word of the embedded question functions
as an indefinite, e.g.

Người đang nói chuyện với
cô Dung là <u>ai</u>?
    Anh biết người đang nói
    chuyện với cô Dung là
    <u>ai</u> không?
Ảnh đi <u>đâu</u>?
    Anh biết ảnh đi <u>đâu</u>
    không?

<u>Who</u> is the person speaking with
Miss Dung?
    Do you know <u>who</u> the person
    speaking with Miss Dung is?

<u>Where</u> is he going?
    Do you know <u>where</u> he is
    going?

11a. <u>The Intransitive Verb Trông</u> (Drills 15 and 16)

<u>Trông</u> is an intransitive verb which precedes stative verbs,
with the meaning 'to look, seem, appear', as in

Anh ấy <u>trông</u> quen quá.   He <u>looks</u> very familiar.
Gia-đình đó <u>trông</u> giàu   That family <u>seems</u> (to be) very
quá.   rich.

11b. <u>Hình như</u> (Drills 16 and 17)

<u>Hình như</u> precedes clauses, with the meaning '[It] seems (that),
[it] looks as if', as in

<u>Hình như</u> tôi có gặp ở đâu   [It] <u>seems as if</u> I've met [him]
rồi.   somewhere before.
<u>Hình như</u> tôi hết tiền rồi.   [It] <u>looks as if</u> I've run out of
money.

12. <u>Mà as a Personal Relative Pronoun</u> (Drill 18)

We pointed out in 10:16a that <u>mà</u> may occur as a relative
pronoun with the meaning 'which', as in

Cái <u>mà</u> có nước đá ở trong   The one <u>which</u> has the ice in
là ly của tôi.   it is my glass.
<u>Mà</u> may also occur as a relative pronoun after personal nouns,
as in

Đó là người mà tôi gặp   That's the person <u>whom</u> I met
    hôm qua.   yesterday.
Đó là anh Walter mà tên   That's Walter, <u>whose</u> Vietnamese
    Việt là Oánh.   name is Oánh.

13. <u>Hôm nọ</u> (Drill 19)

<u>Hôm nọ</u> is a temporal adverbial phrase which precedes clauses,
with the meaning 'the other day', as in

Hôm nọ anh ấy có đến tiệm   <u>The other day</u> he came to my
    tôi.   shop.
Hôm nọ tôi có đi an tiệm   <u>The other day</u> I went out to eat
    với ông Chuẩn.   with Mr. Chuẩn.

15a. <u>Hôm nào as an Initial Indefinite Adverb</u> (Drills 20 and 21)

You met <u>hôm nào</u> as an indefinite adverb in 5:11a, where it
was translated 'someday', as in

Tôi định hôm nào an thử.   I want to try (eating) [it]
                                      <u>someday</u>.

When an indefinite <u>hôm nào</u> occurs at the absolute beginning of a
sentence, it must be translated 'whenever (whatever day)', as in

Hôm nào rảnh tôi sẽ lại   <u>Whenever</u> [I'm] free I'll come
    tham anh.   visit you.
Hôm nào họ về, tôi sẽ đi   <u>Whenever</u> they return, I'll go
    đón ở sân máy bay.   meet [them] at the airport.

15b. <u>Sẽ as a Preverbal Auxiliary</u> (Drills 20 and 21)

Relative time in Vietnamese is usually determined by context.
Future time, however, may be overtly marked by the preverbal auxi-
liary <u>sẽ</u> 'will (definitely)', as in

Hôm nào rảnh tôi <u>sẽ</u> lại   Whenever [I'm] free, I <u>will</u>
    tham anh.   (<u>certainly</u>) come visit you.

C. DRILLS

1. <u>Substitution Drill</u>

(Repeat the following interchange with your teacher and the other members of the class, substituting your own name and the proper term of address.)

Chào <u>anh</u>; tôi là <u>Mark</u>. Còn <u>anh</u>   Hello; I'm <u>Mark</u>. And you're ...
là ...
    Dạ, tôi là <u>Liêm</u>. Chào <u>anh</u>.   I'm <u>Liêm</u>; hello.

2. <u>Multiple Substitution Drill</u>

Tôi <u>có nghe anh Thương nói về</u>   I've <u>heard Thương talk about you</u>
<u>anh</u> lâu rồi mà bây giờ mới   for a long time, but [I]
được <u>gặp</u>.   haven't had the chance <u>to</u>
    <u>meet [you]</u> until now.

Tôi <u>muốn xem tuồng đó</u> lâu rồi   I've <u>wanted to see that opera</u>,
mà bây giờ mới được <u>đi xem</u>.   but [I] haven't had the
    chance <u>to go see [it]</u> until
    now.

Tôi <u>muốn an cơm Việt</u> lâu rồi   I've <u>wanted to eat Vietnamese</u>
mà bây giờ mới được <u>an</u>.   <u>food</u> for a long time, but
    [I] haven't had the chance
    <u>to eat [it]</u> until now.

Tôi <u>muốn đọc cuốn đó</u> lâu rồi   I've <u>wanted to read that book</u>
mà bây giờ mới được <u>đọc</u>.   for a long time, but [I]
    haven't had the chance <u>to</u>
    <u>read [it]</u> until now.

Tôi <u>muốn nghỉ học</u> lâu rồi mà   I've <u>wanted to quit school</u> for
bây giờ mới được <u>nghỉ</u>.   a long time, but [I] haven't
    had the chance <u>to quit</u> until
    now.

Tôi <u>muốn đi Mỹ</u> lâu rồi mà bây   I've <u>wanted to go to the U.S.</u> for
giờ mới được <u>đi</u>.   a long time, but [I] haven't
    had the chance <u>to go</u> until
    now.

Tôi <u>muốn gặp anh</u> lâu rồi mà
bây giờ mới được <u>gặp</u>.

I've <u>wanted to meet you</u> for a
long time, but [I] haven't
had the chance <u>to meet [you]</u>
until now.

3. Combination Drill

Tôi có nghe anh Thương nói về
anh. Tôi gặp anh.
    Tôi có nghe anh Thương nói
    về anh lâu rồi mà bây giờ
    mới được gặp.

I've heard Thương talk about
you. I meet you.
    I've heard Thương talk about
    you for a long time, but [I]
    haven't had the chance to
    meet [you] until now.

Tôi muốn xem tuồng đó. Tôi
xem tuồng đó.
    Tôi muốn xem tuồng đó lâu
    rồi mà bây giờ mới được xem.

I've wanted to see that opera.
I see that opera.
    I've wanted to see that
    opera for a long time, but
    [I] haven't had the chance
    to see [it] until now.

Tôi muốn ăn cơm Việt. Tôi ăn
cơm Việt.
    Tôi muốn ăn cơm Việt lâu
    rồi mà bây giờ mới được ăn.

I've wanted to eat Vietnamese
food. I eat Vietnamese food.
    I've wanted to eat Vietnamese
    food for a long time, but [I]
    haven't had the chance to eat
    [it] until now.

Tôi muốn đọc cuốn đó. Tôi đọc
cuốn đó.
    Tôi muốn đọc cuốn đó lâu
    rồi mà bây giờ mới được đọc.

I've wanted to read that book.
I read that book.
    I've wanted to read that
    book for a long time, but
    [I] haven't had the chance
    to read [it] until now.

Tôi muốn nghỉ học. Tôi nghỉ
học.
    Tôi muốn nghỉ học lâu rồi
    mà bây giờ mới được nghỉ.

I've wanted to quit school.
I quit school.
    I've wanted to quit school
    for a long time, but [I]
    haven't had the chance to
    quit until now.

Tôi muốn đi Mỹ. Tôi đi Mỹ.

   Tôi muốn đi Mỹ lâu rồi mà
bây giờ mới được đi.

Tôi muốn gặp anh. Tôi gặp anh.

   Tôi muốn gặp anh lâu rồi mà
bây giờ mới được gặp.

I've wanted to go to the U.S.
I go to the U.S.

   I've wanted to go to the
U.S. for a long time, but
[I] haven't had the chance
to go until now.

I've wanted to meet you. I meet
you.

   I've wanted to meet you for
a long time, but [I] haven't
had the chance to meet [you]
until now.

4. Substitution Drill

Anh vẫn còn đi học chớ?
Anh vẫn còn làm việc ở đó chớ?

Anh vẫn còn độc-thân chớ?
Anh vẫn còn đi buôn chớ?

Anh vẫn còn dạy học chớ?
Anh vẫn còn ở đó chớ?

I suppose you're still in school?
I suppose you're still working
there?

I suppose you're still single?
I suppose you're still a business-
man?

I suppose you're still teaching?
I suppose you're living there?

5. Response Drill

Anh vẫn còn đi học chớ?
   Không anh ạ; tôi nghỉ học
rồi.
Anh vẫn còn làm việc ở đó chớ?

   Không anh ạ; tôi nghỉ làm
việc ở đó rồi.
Anh vẫn còn dạy học chớ?
   Không anh ạ; tôi nghỉ dạy
học rồi.

I suppose you're still in school?
   No; I've already quit school.

I suppose you're still working
there?
   No; I've already quit
working there.
I suppose you're still teaching?
   No; I've already quit
teaching.

Anh vẫn còn đi buôn chớ?

    Không anh ạ; tôi nghỉ đi
    buôn rồi.

Anh vẫn còn tập-sự luật-sư
chớ?

    Không anh ạ; tôi nghỉ tập-
    sự luật-sư rồi.

Anh vẫn còn làm ngân-hàng chớ?

    Không anh ạ; tôi nghỉ làm
    ngân-hàng rồi.

Anh vẫn còn tìm tài-liệu chớ?

    Không anh ạ; tôi nghỉ tìm
    tài-liệu rồi.

I suppose you're still a
businessman?

    No; I've already quit being
    a businessman.

I suppose you're still an appren-
tice lawyer?

    No; I've already quit being
    an apprentice lawyer.

I suppose you're still working
in a bank?

    No; I've already quit working
    in a bank.

I suppose you're still collecting
data?

    No; I've already quit col-
    lecting data.

6. Response Drill

Anh uống bia không?

    Uống chớ!

Anh đi với tôi không?

    Đi chớ!

Anh muốn nghỉ học không?

    Muốn chớ!

Anh lại chơi không?

    Lại chớ!

Anh coi cải-lương không?

    Coi chớ!

Anh đọc báo không?

    Đọc chớ!

Anh mua sách không?

    Mua chớ!

Would you [like to] drink [some]
beer?

    Of course I would!

Would you [like to] go with me?

    Of course I would!

Would you like to quit school?

    Of course I would!

Would you [like to] come over
(for fun)?

    Of course I would!

Would you [like to] see an opera?

    Of course I would!

Would you [like to] read newspapers

    Of course I would!

Would you [like to] buy books?

    Of course I would!

7. Combination Drill

Tôi lập gia-đình sớm. Tôi phải nghỉ học để đi làm nuôi vợ con.	I got married early. I had to quit school in order to work to support [my] family.
Tôi lập gia-đình sớm nên phải nghỉ học để đi làm nuôi vợ con.	I got married early, so [I] had to quit school in order to work to support [my] family.
Anh ấy mới đến Việt-Nam. Anh ấy chưa biết nói tiếng Việt.	He's just come to Vietnam. He doesn't know how to speak Vietnamese yet.
Anh ấy mới đến Việt-Nam nên chưa biết nói tiếng Việt.	He's just come to Vietnam, so [he] doesn't know how to speak Vietnamese yet.
Tôi phải đi thu-viện. Tôi không đi chơi được.	I have to go to the library. I can't go out (for a good time).
Tôi phải đi thu-viện nên không đi chơi được.	I have to go to the library, so [I] can't go out (for a good time).
Cô ấy mới trở lại đây. Cô ấy chưa gặp anh được.	She's just returned here. She hasn't been able to see you yet.
Cô ấy mới trở lại đây nên chưa gặp anh được.	She's just returned here, so [she] hasn't been able to see you yet.
Anh ấy đang tìm tài-liệu. Anh ấy phải ở Việt-Nam.	He's collecting data. He has to stay in Vietnam.
Anh ấy đang tìm tài-liệu nên phải ở Việt-Nam.	He's collecting data, so [he] has to stay in Vietnam.
Tối nay tôi có khách. Tôi phải đi chợ mua nước ngọt.	I have guests tonight. I have to go to the market to buy some soft drinks.
Tối nay tôi có khách nên phải đi chợ mua nước ngọt.	I have guests tonight, so [I] have to go to the market to buy [some] soft drinks.

8. Transformation Drill

Tôi lập gia-đình sớm nên phải
nghỉ học để đi làm nuôi vợ con.

I got married early, so [I] had
to quit school in order to work
to support [my] family.

    Tôi phải nghỉ học để đi làm
    nuôi vợ con tại lập gia-
    đình sớm.

    I had to quit school in order
    to work to support [my] family
    because [I] got married early.

Anh ấy mới đến Việt-Nam nên
chưa biết nói tiếng Việt.

He's just come to Vietnam, so
[he] doesn't know how to speak
Vietnamese yet.

    Anh ấy chưa biết nói tiếng
    Việt tại mới đến Việt-Nam.

    He doesn't know how to speak
    Vietnamese yet because [he's]
    just come to Vietnam.

Tôi phải đi thư-viện nên không
đi chơi được.

I have to go to the library, so
[I] can't go out (to have a good
time).

    Tôi không đi chơi được tại
    phải đi thư-viện.

    I can't go out (to have a
    good time) because [I] have
    to go to the library.

Cô ấy mới trở lại đây nên chưa
gặp anh được.

She's just returned here, so
[she] hasn't been able to see
you yet.

    Cô ấy chưa gặp anh được tại
    mới trở lại đây.

    She hasn't been able to see
    you yet because [she's] just
    returned here.

Anh ấy đang tìm tài-liệu nên
phải ở Việt-Nam.

He's collecting data, so [he]
has to stay in Vietnam.

    Anh ấy phải ở Việt-Nam tại
    đang tìm tài-liệu.

    He has to stay in Vietnam
    because [he's] collecting
    data.

Tối nay tôi có khách nên phải
đi chợ mua nước ngọt.

I have guests tonight, so [I]
have to go to the market to buy
[some] soft drinks.

    Tôi phải đi chợ mua nước
    ngọt tại tối nay có khách.

    I have to go to the market
    to buy [some] soft drinks
    because [I] have guests
    tonight.

9. Substitution Drill

Tôi có một của tiệm bán xe đạp ở đường Ngô Tùng Châu.	I have a bicycle store on Ngô Tùng Châu Street.
Tôi có một của tiệm bán xe gắn máy ở đường Ngô Tùng Châu.	I have a motorcycle store on Ngô Tùng Châu Street.
Tôi có một của tiệm bán sách ở đường Ngô Tùng Châu.	I have a book store on Ngô Tùng Châu Street.
Tôi có một của tiệm bán đồng-hồ ở đường Ngô Tùng Châu.	I have a watch store on Ngô Tùng Châu Street.
Tôi có một của tiệm bán áo mưa ở đường Ngô Tùng Châu.	I have a raincoat store on Ngô Tùng Châu Street.
Tôi có một của tiệm bán thức ăn ở đường Ngô Tùng Châu.	I have a food store on Ngô Tùng Châu Street.

10. Substitution Drill

Xe đạp lúc này bán chạy không anh?	Are bicyles selling well these days?
Xe gắn máy lúc này bán chạy không anh?	Are motorcycles selling well these days?
Sách lúc này bán chạy không anh?	Are books selling well these days?
Đồng-hồ lúc này bán chạy không anh?	Are watches selling well these days?
Áo mưa lúc này bán chạy không anh?	Are raincoats selling well these days?
Thức ăn lúc này bán chạy không anh?	Are foodstuffs selling well these days?

11. Multiple Substitution Drill

Cách đây hai ba năm thì bán chạy như tôm tươi, chớ bây giờ thì ế lắm.	Two or three years ago [they were] selling like hotcakes, but now [they're selling] very slow.
Cách đây hai ba năm thì rẻ lắm, chớ bây giờ thì mắc lắm.	Two or three years ago [they were] very cheap, but now [they're] very expensive.

Cách đây hai ba năm thì hay bị
   lụt, chở bây giờ thì ít lắm.

Two or three years ago [they] had
   many floods, but now [there
   are] very few.

Cách đây hai ba năm thì dễ
   kiếm tiền, chở bây giờ thì
   khó lắm.

Two or three years ago [it was]
   easy to earn money, but now
   [it's] very hard.

Cách đây hai ba năm thì tôi hay
   đi coi chiếu bóng, chở bây
   giờ thì ít đi coi lắm.

Two or three years ago I used
   to go to the movies, but now
   [I] rarely go [to the movies].

Cách đây hai ba năm thì tôi còn
   học ở đây, chở bây giờ thì
   hết học rồi.

Two or three years ago I was
   still studying here, but now
   [I've] finished school.

12. Combination Drill

Cách đây hai ba năm thì rẻ lắm.
Bây giờ thì mắc lắm.

Two or three years ago [they were]
very cheap. Now [they're] very
expensive.

Cách đây hai ba năm thì rẻ
   lắm, chở bây giờ thì mắc
   lắm.

Two or three years ago [they
   were] very cheap, but now
   [they're] very expensive.

Cách đây hai ba ngày thì ông ấy
muốn đi. Bây giờ thì ông ấy
không muốn đi.

Two or three days ago he wanted
to go. Now he doesn't want to
go.

Cách đây hai ba ngày thì ông
   ấy muốn đi, chở bây giờ thì
   ông ấy không muốn đi.

Two or three days ago he
   wanted to go, but now he
   doesn't want to (go).

Cách đây hai ba phút thì ảnh ở
đây. Bây giờ thì tôi không biết
ảnh ở đâu.

Two or three minutes ago he was
here. Now I don't know where he
is.

Cách đây hai ba phút thì ảnh
   ở đây, chở bây giờ thì tôi
   không biết ảnh ở đâu.

Two or three minutes ago he
   was here, but now I don't
   know where he is.

Cách đây hai ba tháng thì cô
còn làm việc ở đây. Bây giờ
thì không còn làm nữa.

Two or three months ago she was
still working here. Now [she]
doesn't work [here] any more.

Cách đây hai ba tháng thì
cô còn làm việc ở đây, chớ
bây giờ thì không còn làm
nữa.

Two or three months ago she
was still working here, but
now [she] doesn't work
[here] any more.

Cách đây hai ba tuần thì bà ấy
hay đến đây chơi. Bây giờ thì
ít đến.

Two or three weeks ago she [used
to] come here (for fun). Now
[she] seldom comes.

Cách đây hai ba tuần thì bà
ấy hay đến đây chơi, chớ
bây giờ thì ít đến.

Two or three weeks ago she
[used to] come here (for
fun), but now [she] seldom
comes.

Cách đây hai ba giờ thì tôi
thấy đói. Bây giờ thì không
thấy đói nữa.

Two or three hours ago I felt
hungry. Now [I] don't feel
hungry any more.

Cách đây hai ba giờ thì tôi
thấy đói, chớ bây giờ thì
không thấy đói nữa.

Two or three hours ago I
felt hungry, but now [I]
don't feel hungry any more.

13. Substitution Drill

[New Vocabulary: phía 'side, direction'
                 đi về phía 'go toward, walk toward']

Anh biết người đang nói chuyện
   với cô Dung là ai không?

Do you know who the person
   talking with Miss Dung is?

Anh biết người đang đứng gần
   ông Thương là ai không?

Do you know who the person
   standing near Mr. Thương is?

Anh biết người đang đi với cô
   Liên là ai không?

Do you know who the person
   walking with Miss Liên is?

Anh biết người đang ăn với ông
   Tâm là ai không?

Do you know who the person eating
   with Mr. Tâm is?

Anh biết người đang ngồi bên
   trái bà Thanh là ai không?

Do you know who the person
   sitting on the left (side)
   of Mrs. Thanh is?

Anh biết người đang <u>nói tiếng</u>   Do you know who the person
    <u>Pháp với anh Đoàn</u> là ai   <u>speaking French with Đoàn</u>
    không?   is?
Anh biết người đang <u>đi về phía</u>   Do you know who the person
    <u>chị Hồng</u> là ai không?   <u>walking toward Hồng</u> is?

14. Transformation Drill

Có một người đang nói chuyện   There's a person talking with
với cô Dung.   Miss Dung.
    Anh biết người đang nói   Do you know who the person
    chuyện với cô Dung là ai   talking with Miss Dung is?
    không?
Có một người đang đứng gần ông   There's a person standing near
Thương.   Mr. Thương.
    Anh biết người đang đứng gần   Do you know who the person
    ông Thương là ai không?   standing near Mr. Thương is?
Có một người đang đi với cô   There's a person walking with
Liên.   Miss Liên.
    Anh biết người đang đi với   Do you know who the person
    cô Liên là ai không?   walking with Miss Liên is?
Có một người đang an với ông   There's a person eating with
Tâm.   Mr. Tâm.
    Anh biết người đang an với   Do you know who the person
    ông Tâm là ai không?   eating with Mr. Tâm is?
Có một người đang ngồi bên   There's a person sitting on the
trái bà Thanh.   left (side) of Mrs. Thanh.
    Anh biết người đang ngồi   Do you know who the person
    bên trái bà Thanh là ai   sitting on the left (side)
    không?   of Mrs. Thanh is?
Có một người đang nói tiếng   There's a person speaking French
Pháp với anh Đoàn.   with Đoàn.
    Anh biết người đang nói   Do you know who the person
    tiếng Pháp với anh Đoàn là   speaking French with Đoàn
    ai không?   is?

Có một người đang đi về phía   There's a person walking toward
chị Hồng.   Hồng.

   Anh biết người đang đi về   Do you know who the person
   phía chị Hồng là ai không?   walking toward Hồng is?

15. Transformation Drill

Anh ấy quen quá!   He is very familiar [to me]!
   Anh ấy trông quen quá!   He looks very familiar!
Gia-đình đó giàu quá!   That family is very rich!
   Gia-đình ấy trông giàu quá!   That family looks very rich!
Chiếc xe này đẹp quá!   This car is very beautiful!
   Chiếc xe này trông đẹp quá!   This car looks very beau-
                                                tiful!

Căn nhà đó lớn quá!   That house is very big!
   Căn nhà đó trông lớn quá!   That house looks very big!
Món canh này ngon quá!   This soup dish is very delicious
   Món canh này trông ngon quá!   This soup dish looks very
                                                delicious!

Ông nội anh trẻ quá!   Your grandfather is very young!
   Ông nội anh trông trẻ quá!   Your grandfather looks very
                                                young!

16. Substitution Drill

Anh ấy trông quen quá, hình   He looks very familiar; it seems
   như tôi có gặp ở đâu rồi.   as if I've met [him] some-
                                                where before.

Anh ấy trông quen quá, hình   He looks very familiar; it seems
   như là bạn của em tôi.   as if [he]'s my younger
                                                brother's friend.

Anh ấy trông quen quá, hình   He looks very familiar; it seems
   như có đến tiệm tôi một lần   as if [he]'s come to my
   rồi.   store once.

Anh ấy trông quen quá, hình   He looks very familiar; it seems
   như ở gần nhà tôi.   as if [he] lives near my
                                                house.

Anh ấy trông quen quá, hình
   như có nói chuyện với tôi
   rồi.

He looks very familiar; it seems
   as if [he]'s talked with me
   before.

Anh ấy trông quen quá, hình
   như học cùng trường với tôi.

He looks very familiar; it seems
   as if [he] goes to the same
   school with me.

17. Combination Drill

Anh ấy trông quen quá! Tôi có
gặp ở đâu rồi.

He looks very familiar! I've
met [him] somewhere before.

   Anh ấy trông quen quá; hình
   như tôi có gặp ở đâu rồi.

   He looks very familiar; it
   seems as if I've met [him]
   somewhere before.

Tôi phải đi nhà bang. Tôi hết
tiền rồi.

I have to go to the bank. I've
run out of money.

   Tôi phải đi nhà bang; hình
   như tôi hết tiền rồi.

   I have to go to the bank;
   it seems as if I've run out
   of money.

Cô ấy có lại đây. Cô ấy muốn
kiếm anh.

She's come here. She wanted to
look for you.

   Cô ấy có lại đây; hình như
   cô ấy muốn kiếm anh.

   She's come here; it seems
   as if she wanted to look
   for you.

Ông ấy đến tiệm tôi một lần.
Ông ấy muốn mua một chiếc xe
đạp.

He came to my store once. He
wanted to buy a bicycle.

   Ông ấy đến tiệm tôi một lần;
   hình như ông ấy muốn mua
   một chiếc xe đạp.

   He came to my store once;
   it seems as if he wanted to
   buy a bicycle.

Anh nên đi Chợ-lớn với anh Tâm.
Anh ấy biết đường ở đó.

You should go to Chợ-lớn with
Tâm. He knows the streets there.

   Anh nên đi Chợ-lớn với anh
   Tâm; hình như anh ấy biết
   đường ở đó.

   You should go to Chợ-lớn
   with Tâm; it seems as if he
   knows the streets there.

Ông Nam đến đẩy trễ. Ông ấy
không có xe.

   Ông Nam đến đẩy trễ; hình
   như ông ấy không có xe.

Mr. Nam came here late. He
doesn't have a car.

   Mr. Nam came here late; it
   seems as if he doesn't have
   a car.

18. Combination Drill

Đó là anh Walter. Tên Việt là
Oánh.

   Đó là anh Walter mà tên
   Việt là Oánh.

Đó là ông Thương. Em trai ở
Nga mới về.

   Đó là ông Thương mà em trai
   ở Nga mới về.

Ông ấy là người Mỹ. Hôm nọ
đến tiệm tôi.

   Ông ấy là người Mỹ mà hôm
   nọ đến tiệm tôi.

Đó là bà Thanh. Tôi giới-thiệu
với anh lần trước.

   Đó là bà Thanh mà tôi giới-
   thiệu với anh lần trước.

Đó là chiếc xe. Tôi muốn mua
từ lâu.

   Đó là chiếc xe mà tôi muốn
   mua từ lâu.

Đó là ông giáo-sư. Tôi học năm
ngoái.

   Đó là ông giáo-sư mà tôi
   học năm ngoái.

That's Walter. [His] Vietnamese
name is Oánh.

   That's Walter, whose Viet-
   namese name is Oánh.

That's Mr. Thương. [His] younger
brother's just returned from
Russia.

   That's Mr. Thương, whose
   younger brother's just
   returned from Russia.

He's an American. [He] came to
my store the other day.

   He's the American who came
   to my store the other day.

That's Mrs. Thanh. I introduced
[her] to you last time.

   That's Mrs. Thanh , whom I
   introduced to you last time.

That's a car. I've wanted to
buy [it] for a long time.

   That's the car that I've
   wanted to buy for a long
   time.

That's the professor. I studied
[with him] last year.

   That's the professor [with]
   whom I studied last year.

19. Expansion Drill

Anh ấy có đến tiệm tôi hỏi mua
một chiếc xe Hồng-đa.

He came to my store to ask
[about] buying a Honda.

    Hôm nọ anh ấy có đến tiệm
    tôi hỏi mua một chiếc xe
    Hồng-đa.

    The other day he came to my
    store to ask [about] buying
    a Honda.

Tôi có gặp anh Liêm ở chợ Bến-
thành.

I met Liêm at the Bến-thành
Market.

    Hôm nọ tôi có gặp anh Liêm
    ở chợ Bến-thành.

    The other day I met Liêm
    at the Bến-thành Market.

Cô ấy có đến đây tìm anh.

She came here to look for you.

    Hôm nọ cô ấy có đến đây tìm
    anh.

    The other day she came here
    to look for you.

Tôi có đi ăn tiệm với ông Chuân.

I went out to eat with Mr. Chuân.

    Hôm nọ tôi có đi ăn tiệm với
    ông Chuân.

    The other day I went out to
    eat with Mr. Chuân.

Bà Đoàn có mời tôi lại chơi.

Mrs. Đoàn invited me to come
over (for a visit).

    Hôm nọ bà Đoàn có mời tôi
    lại chơi.

    The other day Mrs. Đoàn in-
    vited me to come over (for
    a visit).

Ông Thương có đến sở tôi hai
lần.

Mr. Thương came to my office
twice.

    Hôm nọ ông Thương có đến sở
    tôi hai lần.

    The other day Mr. Thương
    came to my office twice.

20. Expansion Drill

Tôi sẽ lại thăm anh.

I'll come visit you.

    Hôm nào rảnh tôi sẽ lại
    thăm anh.

    Whenever [I'm] free, I'll
    come visit you.

Tôi sẽ đi chợ mua cho anh.

I'll go to the market to buy
[it] for you.

    Hôm nào rảnh tôi sẽ đi chợ
    mua cho anh.

    Whenever [I'm] free, I'll
    go to the market to buy [it]
    for you.

Tôi sẽ đi chơi với anh.   I'll go out (for fun) with you.
    Hôm nào rảnh tôi sẽ đi chơi   Whenever [I'm] free, I'll
    với anh.   go out (for fun) with you.
Tôi sẽ đi coi chiếu bóng với   I'll go to the movies with you.
anh.
    Hôm nào rảnh tôi sẽ đi coi   Whenever [I'm] free, I'll
    chiếu bóng với anh.   go to the movies with you.
Tôi sẽ chỉ đường ở Hà-nội cho   I'll show you around in Hà-nội.
anh.
    Hôm nào rảnh tôi sẽ chỉ   Whenever [I'm] free, I'll
    đường ở Hà-nội cho anh.   show you around in Hà-nội.
Tôi sẽ tìm cuốn sách đó giùm   I'll look for that book for you.
anh.
    Hôm nào rảnh tôi sẽ tìm cuốn   Whenever [I'm] free, I'll
    sách đó giùm anh.   look for that book for you.

21. Combination Drill

Tôi rảnh. Tôi sẽ lại thăm anh.   I'm free. I'll come visit you.
    Hôm nào rảnh tôi sẽ lại   Whenever [I'm] free, I'll
    thăm anh.   come visit you.
Họ về. Tôi sẽ đi đón ở sân máy   They come back. I'll go to meet
bay.   [them] at the airport.
    Hôm nào họ về tôi sẽ đi đón   Whenever they come back, I'll
    ở sân máy bay.   go to meet [them] at the
                                                    airport.
Anh đi coi cải-lương. Tôi sẽ   You go to see an opera. I'll go
đi với anh.   with you.
    Hôm nào anh đi coi cải-lương   Whenever you go to see an
    tôi sẽ đi với anh.   opera, I'll go with you.
Các ông ấy lại đây. Tôi sẽ giới-   They come here. I'll introduce
thiệu với anh.   [them] to you.
    Hôm nào các ông ấy lại đây   Whenever they come here, I'll
    tôi sẽ giới-thiệu với anh.   introduce [them] to you.
Các cô ấy trở lại đây. Tôi sẽ   They (ladies) return here. I'll
mời ăn cơm.   invite [them] for a meal.
    Hôm nào các cô ấy trở lại   Whenever they (ladies) return
    đây tôi sẽ mời ăn cơm.   here, I'll invite [them] for
                                                    a meal.

ông đi Chợ-lớn. Tôi sẽ chỉ   You go to Chợ-lớn. I'll show
đường cho ông.   you the way.

   Hôm nào ông đi Chợ-lớn tôi   Whenever you go to Chợ-lớn,
sẽ chỉ đường cho ông.   I'll show you the way.

D. NARRATION

   Trong một pạc-ty, anh Mark gặp anh Liêm và hai người nói
chuyện với nhau. Anh Liêm cho biết là có nghe anh Thương nói về
anh Mark đã lâu nhưng chưa được gặp. Anh Mark hỏi anh Liêm còn
đi học không. Anh Liêm trả lời là vì anh ấy lập gia-đình sớm
nên phải nghỉ học để đi làm nuôi vợ con. Rồi anh Liêm cho biết
là anh ấy có một của tiệm bán xe đạp và xe gắn máy. Anh Mark
muốn biết xe gắn máy lúc này bán có chạy không. Anh Liêm nói là
cách đây hai ba năm thì bán rất chạy, nhưng bây giờ thì ế lắm.
Anh Liêm thấy một người đang nói chuyện với cô Dung và nói hình
như anh ấy có gặp người đó ở đâu rồi. Anh Mark cho biết đó là
anh Walter mà tên Việt là Oanh. Lúc đó anh Liêm mới nhớ ra là
anh Walter có đến tiệm của anh ấy hỏi mua một chiếc xe Hồng-đa.
Sau đó anh Mark xin địa-chỉ của anh Liêm để hôm nào lại thăm.

Vocabulary and Notes

pạc-ty	party (<French < English)
nhau	each other, reciprocally
với nhau	together, with one another
đã lâu	for a long time, a long time ago
nhớ ra	to recall, succeed in remembering

E. QUESTIONS ON THE NARRATION

1. Anh Mark gặp ai trong pạc-   Whom does Mark meet at the
   ty?   party?

2. Anh Liêm nói gì với anh   What does Liêm say to Mark?
   Mark?

3. Tại sao anh Liêm không đi   Why doesn't Liêm go to school
   học nữa?   any more?
4. Anh Liêm nghỉ học để làm gì?   Why did Liêm quit school?
5. Anh Liêm đi buôn gì?   What kind of business is Liêm in?
6. Xe gắn máy bán chạy lúc nào?   When were motorcycles selling
                                     well?
7. Bây giờ xe gắn máy bán như   How are motorcycles selling now?
   thế nào?
8. Anh Liêm nói gì về người   What does Liêm say about the
   đang nói chuyện với cô Dung?   person who's talking with
                                     Miss Dung?
9. Anh Mark cho biết người đó   Who does Mark say that person
   là ai?   is?
10. Tên Việt của anh ấy là gì?   What is his Vietnamese name?
11. Anh Liêm nhớ ra điều gì?   What does Liêm recall?
12. Anh Mark xin anh Liêm địa-   Why does Mark ask Liêm for his
    chỉ để làm gì?   address?

F. SUPPLEMENTARY VOCABULARY

1. Small talk

(Ông, etc.) mạnh-giỏi không?   How are you?
Hân-hạnh được gặp (ông, etc.).   I'm glad to meet you.
(Ông, etc.) tên gì?   What's your name?
(Ông, etc.) có biết ... không?   Do you know ...?
Tôi đã gặp (ông, etc.) ấy.   I've met him/her.
(Ông, etc.) làm nghề gì?   What do you do?
(Ông, etc.) làm việc ở đâu?   Where do you work?
(Ông, etc.) đi ... lần nào   Have you ever been to ...?
   chưa?
(Ông, etc.) có gia-đình chưa?   Are you married yet?
(Ông, etc.) định làm gì?   What do you plan to do?
(Ông, etc.) ở đâu?   Where do you live?
(Ông, etc.) người ở đâu?   Where are you from?
(Ông, etc.) bao nhiêu tuổi?   How old are you?

(Ông, etc.) học ở đâu?   Where did you study?

2. Party activities

mở cửa	to open the door
đón khách	to greet the guests
giới-thiệu khách với nhau	to make introductions
chế nước	to pour the drinks
ăn uống	to eat and drink
chơi trò chơi	to play games
nói chuyện	to converse, chat
nghe nhạc	to listen to the music
chơi bài	to play cards
nhảy	to dance
kể chuyện cười (khôi-hài)	to tell jokes
say	to get drunk
tiễn khách	to say goodbye to the guests
đóng cửa	to close the door

A. DIALOGUE

Tom

nhỉ

solicitous interrogative:
how about it?, don't you
think?, do you know?

1. Lâu qúa không gặp anh. Mấy
nam rồi nhỉ?

[I] haven't seen (met) you for
a (very) long time; how many
years has [it] been, do you
know?

Nam

2. Cũng gần nam nam rồi.

[It's] been pretty close to five
years.

xưa

old, ancient, former

như xưa

as before, as formerly, as
always (here: look the
same)

thay

to change, replace

dổi

to exchange, transfer

thay-dổi

to change, be changed, be-
come different

không... mấy

not...to any extent,
not... much

3. Anh vẫn như xưa, không thay-
dổi mấy.

You still look the same; you
haven't changed much.

Tom

anh chị

you and your wife (lit:
older brother and sister)

có thêm

have further, have more,
have in addition

4. Cám ơn anh. À, anh chị có   Thank you. By the way, have you
   thêm cháu nào không?   and your wife had any more
                                       children (any additional child)?

Nam

5. Vẫn ba cháu anh ạ.   Still three, (Older Brother).
   vật   thing, animal, being
   vật-gía   price of goods, cost of
                                              living

   leo   climb (up)
   thang   ladder
   leo thang   go up, escalate
   làm an   earn a living
   khó-khan   difficult
6. Lúc này vật-gía leo thang;   These days the cost of living is
   làm an khó-khan.   going up; [it's] difficult to
                                       earn a living.

   dám   to dare, venture
   sản-xuất   to produce
7. Chúng tôi không dám sản-xuất   We don't dare produce [any] more.
   thêm.
8. Còn anh thì sao? Đã lập   How about you? Have you gotten
   gia-đình chưa?   married yet?

Tom

   cưới   to marry, wed
   hiện   at present, presently
9. Tôi cưới vợ cách đây ba nam   I got married (married a wife)
   và hiện được một cháu trai.   three years ago and at present
                                       have one son.

Nam

   hình   picture, photograph, image,
                                              form
10. Anh có hình chị và cháu   Do you have a picture of your
    không?   wife and child?

xinh   pretty, cute

11. Chà cháu xinh quá. Chác gần   Oh, the baby's really cute!
    hai tuổi rồi anh nhỉ.   [He] must be nearly two years
                                     old by now, isn't [he] ?

                              Tom

12. Vâng, nó được đúng một tuổi   Yes, he's exactly one and a half
    rưỡi.   years [old].

13. Còn các cháu của anh chị   As for your children, [they]
    chác đi học cả rồi?   must all be in school by now?

                              Nam

    cháu lớn   the oldest child
    trung-học   middle school, high school,
                                                (grades 6-12)

14. Vâng, cháu lớn, thằng Bác,   Yes, the oldest child, (master)
    nam nay mười hai tuổi, đang   Bác, is twelve years [old] this
    học trung-học.   year, and is (studying) [in]
                                     middle school.

    sinh (sanh)   be born, give birth to
    sinh đôi   be born a pair, be twins
    lớp   class, grade, rank
    lớp ba   third grade

15. Còn hai cháu gái sinh đôi,   As for the two twin girls, [who
    chín tuổi, thì học lớp ba.   are] nine years [old], [they're]
                                     (studying) [in] the third grade.

                              Tom

16. Anh chị vẫn còn ở chỗ cũ   I suppose you're still living
    chớ?   [at] the same (old) place?

                              Nam

    dọn   to move (residence); to
                                                arrange, put in order

    hai nam nay rồi   for two years now, for the
                                                past two years

17. Chúng tôi dọn về đường   We've been moved to Trương Minh
    Trương Minh Giảng hai nam   Giảng street for two years now.
    nay rồi.

B. GRAMMAR NOTES

1a. Lâu quá không + Verb (Drills 1 and 2)

The time expression lâu quá at the beginning of a statement, followed by a negated verb, means 'not (to have done something) for a long time', as in

   Lâu quá không gặp anh.   [I] haven't seen (met) you

                                          for a (very) long time.

The same idea may also be expressed by lâu rồi, as in

   Lâu rồi không gặp anh.   [I] haven't seen you for a long

                                          time.

1b. The Final Question Particle Nhỉ (Drills 3 and 16)

Nhỉ is a final question particle which solicits information or confirmation of a fact; it can usually be translated as a tag question such as 'how about it?, don't you think?, isn't it?, do you know?', as in

    Mấy năm rồi nhỉ?   How many years has it been,

                                  do you know?

    Chắc gần hai tuổi rồi   [He] must be nearly two years

      anh nhỉ?   old by now, isn't he?

(Refer also to Grammar Note 8:1)

2. The Functions of Cũng (Summary) (Drill 3)

As you know, the primary meaning of the adverb cũng is 'also', as in

    Tôi cũng đi bằng máy bay.   I'm also going by plane.

In describing the effect of cũng in other contexts, we have used the terms:

    a) 'nevertheless' (1:4), as in

       Bài đó cũng hơi khó.   That lesson IS rather difficult

                                (nevertheless).

    b) 'indefinitizing' (4:2b), as in

       Nhà tôi cũng sắp về.   My husband will be back pretty

                                  soon.

c) 'noncommittal, begrudging' (5:5), as in

Cô ấy cũng đẹp.   She is pretty too.(She's O.K.)

Tối mai cũng được.   Tomorrow night will also be O.K.
                                                    or
                                   Tomorrow night will do too
                                   (if you insist).

Cũng gần năm năm rồi.   [It's] been pretty close to five
                                   years (surprisingly).

Finally, cũng is used (rather idiomatically from the standpoint of
English) after indefinites (10:2a), as in

Ngày nào cũng được.   Any day (at all) will do.

Chiếc gì cũng có.   [They] have every (kind of) car.

Ai cũng biết.   Everybody knows.

3. Mấy after a Negative (Drills 4 and 5)
   (Refer to Grammar Note 6:2)

4, 7. Thêm as an Adverb (Drills 6, 7 and 9)

   Thêm as a main verb means 'to increase, to add'; as an adverb
following another verb, it means 'more, further, additionally', as
in

Anh chị có thêm cháu nào   Have you and your wife had any
    không?   more (additional) children?

Chúng tôi không dám sản-   We don't dare produce [any] more.
    xuất thêm.

6. Verbs Functioning as Nouns (Drill 8)

   In Vietnamese verbs may function as subjects and objects with-
out any marking of nominalization, as in

Lúc này làm ăn khó khăn.   Earning a living is difficult
                                   these days.
                                                    or
                                   These days [it's] difficult to
                                   earn a living.

Tôi không thích bơi mấy.   I don't like swimming very much.

or

I don't like <u>to swim</u> very much.

8. <u>Đã as a Preverbal Auxiliary</u> (Drills 10 and 11)

    As we pointed out in 11:15b, the tense (or relative time) of
a predicate in Vietnamese is most commonly determined by context;
e.g. the sentence <u>Tôi làm cái đó.</u> may mean 'I will do that', 'I am
doing that' or''I did that', depending on the context in which it
occurs. However, when the context is ambiguous, or simply when one
wishes to emphasize a time relationship, it may be overtly marked,
as follows:

    Tôi <u>sẽ</u> làm cái đó.   I <u>will</u> (definitely) do that.
    Tôi <u>đang</u> làm cái đó.   I <u>am</u> (engaged in) doing that.
    Tôi <u>đã</u> làm cái đó.   I <u>have</u> (already) done that.
In the following example, relative time is unambiguously marked by
the perfective particle <u>rồi</u> , so that <u>đã</u> is redundant, or merely
adds emphasis:

    Tôi (đã) lập gia-đình rồi.   I've (already) gotten married.
The student should be cautioned, however, against using these so-
called 'tense markers' in every instance where the English seems
to call for it. These markers are not purely grammatical, but
rather add a semantic property which is not appropriate to every
context in Vietnamese.

9a. <u>Cách đây</u> + Time Expression (Drills 1 and 13)

    (Refer to Grammar Note 11:9a)

9b. <u>Có vs. được</u> (Drill 14)

    <u>Có</u> as a main verb means simply 'to have'; when it is replaced
by <u>được</u> , considerably more semantic load is carried, such as 'to
receive, to achieve, to get (by one's own efforts)', as in
    Tôi <u>có</u> một cháu trai.   I <u>have</u> one son.
        Tôi <u>được</u> một cháu trai.   I <u>have</u> (<u>received</u>) one son.
    Tôi <u>có</u> hai căn nhà.   I <u>have</u> two houses.
        Tôi <u>được</u> hai căn nhà.   I <u>have</u> (<u>been able to</u>
                                        <u>accumulate</u>) two houses.

12. <u>Đúng before a Numerical Expression</u> (Drill 16)

Đúng as a stative verb means 'to be right, correct, exact',
as in
    Anh <u>đúng</u> đó!   You're <u>right</u> there!
After a verb, <u>đúng</u> functions as an adverb meaning 'correctly,
right', as in
    Anh nói <u>đúng</u> đó!   You're <u>right</u> there (you speak
                                  <u>correctly</u> there)!
Before a numerical expression, <u>đúng</u> means 'exactly', as in
    Nó được <u>đúng</u> một tuổi rưỡi. He's <u>exactly</u> one and a half
                                  years [old].

13. <u>The Preëmptive Particle Cả</u> (Drills 17 and 18)

We have met the preëmptive particle <u>cả</u> in a variety of
positions. Wherever it occurs, it has some variant of the meaning
'all, all of, the whole, every one of', as in
    anh <u>cả</u> mình   my old<u>est</u> brother (i.e. my older
                                brother <u>of all</u>)

    <u>Cả</u> nhà không ai theo ổng   [In the] <u>whole</u> family nobody
    hết.   listened to him.

    Các cháu của anh chị chắc   Your children must <u>all</u> be in
    đi học <u>cả</u> rồi.   school by now.

14, 15. <u>Expressing Age</u> (Drill 19)

In sentence 12 we saw that one's age may be preceded by <u>được</u>,
as in
    Nó <u>được</u> đúng một tuổi rưỡi. He <u>is</u> (has achieved) exactly
                                    one and a half years [old].
More commonly, however, age is expressed without a verb, as in
    Cháu lớn năm nay <u>mười hai</u>   The oldest child [is] <u>twelve</u>
    <u>tuổi</u>.   <u>years [old]</u> this year.
    Hai cháu gái sinh đôi   The two twin girls [are] <u>nine</u>
    <u>chín tuổi</u>.   <u>years [old]</u> .

17. <u>Point Past vs. Continuous Past</u> (Drills 20 and 21)

    We learned in 11:9a and 12:9a that <u>cách đây</u> before a time
expression means 'ago', as in

    Tôi cưới vợ <u>cách đây</u>   I got married three years <u>ago</u>.
        ba năm.

<u>Cách đây</u> indicates an action completed at some point in the past
and thus might be call the 'point past'. A time expression
followed by <u>nay rồi</u> , on the other hand, indicates the 'continuous
past', i.e. 'to have been doing something for X time', as in

    Chúng tôi dọn về đường   We've been living on (moved to)
        Trương Minh Giảng <u>hai</u>   Trương Minh Giảng Street <u>for</u>
        <u>năm nay rồi</u>.   <u>two years now</u>.
    Tôi làm ở đó <u>năm năm</u>   I've been working there <u>for five</u>
        <u>nay rồi</u>.   <u>years now</u> (these five years
                                       already).

                            C. DRILLS

1. <u>Substitution Drill</u>

Lâu qúa không <u>gặp anh</u>.   [I] haven't <u>seen (met) you</u> for
                                     a (very) long time.

Lâu qúa không <u>coi cải-lương</u>.   [I] haven't <u>seen an opera</u> for
                                     a (very) long time.

Lâu qúa không <u>đi thư-viện</u>.   [I] haven't <u>gone to the library</u>
                                     for a (very) long time.

Lâu qúa không <u>trở lại đây</u>.   [I] haven't <u>come back here</u> for
                                     a (very) long time.

Lâu qúa không <u>ăn cơm Tàu</u>.   [I] haven't <u>eaten Chinese food</u>
                                     for a (very) long time.

Lâu qúa không <u>đi xe lửa</u>.   [I] haven't <u>traveled by train</u>
                                     for a (very) long time.

2. <u>Transformation Drill</u>

Lâu qúa không gặp anh.   [I] haven't seen (met) you for
                                         a (very) long time.

    Không gặp anh lâu qúa rồi.   [Same]
Lâu qúa không coi cải-lương.   [I] haven't seen an opera for a
                                         (very) long time.

    Không coi cải-lương lâu qúa   [Same]
    rồi.
Lâu qúa không đi thư-viện.   [I] haven't gone to the library
                                         for a (very) long time.

    Không đi thư-viện lâu qúa   [Same]
    rồi.
Lâu qúa không trở lại đây.   [I] haven't come back here for
                                         a (very) long time.

    Không trở lại đây lâu qúa   [Same]
    rồi.
Lâu qúa không ăn cơm Tàu.   [I]haven't eaten Chinese food
                                         for a (very) long time.

    Không ăn cơm Tàu lâu qúa   [Same]
    rồi.
Lâu qúa không đi xe lửa.   [I] haven't traveled by train
                                         for a (very) long time.

    Không đi xe lửa lâu qúa rồi.   [Same]

3. <u>Response Drill</u>

    [New vocabulary: <u>giây</u> 'second of time']

Mấy năm rồi nhỉ? (năm)   How many years has it been, do
                                         you know? (five)

    Cũng gần năm năm rồi.   [It's] been pretty close to
                                            five years.

Mấy ngày rồi nhỉ? (ba)   How many days has it been, do
                                         you know? (three)

    Cũng gần ba ngày rồi.   [It's] been pretty close to
                                            three days.

Mấy tháng rồi nhỉ? (bốn)

   Cũng gần bốn tháng rồi.

Mấy tuần rồi nhỉ? (sáu)

   Cũng gần sáu tuần rồi.

Mấy phút rồi nhỉ? (mười)

   Cũng gần mười phút rồi.

Mấy giây rồi nhỉ? (mười lam)

   Cũng gần mười lam giây rồi.

How many months has it been, do you know? (four)
   [It's] been pretty close to four months.

How many weeks has it been, do you know? (six)
   [It's] been pretty close to six weeks.

How many minutes has it been, do you know? (ten)
   [It's] been pretty close to ten minutes.

How many seconds has it been, do you know? (fifteen)
   [It's] been pretty close to fifteen seconds.

4. Substitution Drill

Anh vẫn như xưa, không thay đổi mấy.

Ba tôi vẫn như xưa, không thay đổi mấy.

Ông Liêm vẫn như xưa, không thay đổi mấy.

Cô Hồng vẫn như xưa, không thay đổi mấy.

Bà Lan vẫn như xưa, không thay đổi mấy.

Má tôi vẫn như xưa, không thay đổi mấy.

You still look the same; [you] haven't changed much.

My father still looks the same; [he] hasn't changed much.

Mr. Liêm still looks the same; [he] hasn't changed much.

Miss Hồng still looks the same; [she] hasn't changed much.

Mrs. Lan still looks the same; [she] hasn't changed much.

My mother still looks the same; [she] hasn't changed much.

5. Response Drill

[New vocabulary: vui 'happy']

Anh thay đổi không?

   Không thay đổi mấy.

Has he changed?

   [He] hasn't changed much.

Ông thích đọc sách không?   Do you like to read (books)?
  Không thích mấy.   [I] don't like [it] much.
Cô ấy đẹp không?   Is she pretty?
  Không đẹp mấy.   [She] isn't very pretty.
Bà mệt không?   Are you tired?
  Không mệt mấy.   [I'm] not very tired.
Anh vui không?   Are you happy?
  Không vui mấy.   [I'm] not very happy.
Ông ấy bận không?   Is he busy?
  Không bận mấy.   [He's] not very busy.

6. Substitution Drill

Anh chị có thêm cháu nào không?   Do you and your wife have any
                                    additional child[ren]?

Anh chị có thêm cuốn sách nào   Do you and your wife have any
  không?   additional book[s]?
Anh chị có thêm chiếc xe hơi   Do you and your wife have any
  nào không?   additional car[s]?
Anh chị có thêm cái nhà nào   Do you and your wife have any
  không?   additional house[s]?
Anh chị có thêm lọ hoa nào   Do you and your wife have any
  không?   additional vase[s]?
Anh chị có thêm cuộn bang nhạc   Do you and your wife have any
  nào không?   additional music tape[s]?

7. Response Drill

Trước đây anh có một cháu.   You had one child before.
  Anh có thêm cháu nào không?   Do you have any additional
                                    children?

Trước đây anh có một cuốn sách.   You had one book before.
  Anh có thêm cuốn nào không?   Do you have any additional
                                    ones (books)?

Trước đây anh có một chiếc   You had one car before.
xe hơi.
  Anh có thêm chiếc nào không?

                                    Do you have any additional
                                    ones (cars)?

Trước đây anh có một cái nhà.   You had one house before.
  Anh có thêm cái nào không?   Do you have any additional
                                          ones (houses)?

Trước đây anh có một cuộn băng   You had one music tape before.
nhạc.
  Anh có thêm cuộn nào không?   Do you have any additional
                                          ones (music tapes)?

Trước đây anh có một lọ hoa.   You had one vase before.
  Anh có thêm lọ nào không.   Do you have any additional
                                          ones (vases)?

8. Substitution Drill

    [New vocabulary:
    đi lại 'move around, travel around'
    gạo '(husked) rice'
    buôn-bán 'do business, be in business'
    học-hành 'to study']

Lúc này làm ăn khó khăn.   These days [it's] difficult to
                                          earn a living.

Lúc này đi học khó khăn.   These days [it's] difficult to
                                          go to school.

Lúc này đi lại khó khăn.   These days [it's] difficult
                                          to move around.

Lúc này mua gạo khó khăn.   These days [it's] difficult
                                          to buy rice.

Lúc này buôn-bán khó khăn.   These days [it's] difficult to
                                          do business.

Lúc này học-hành khó khăn.   These days [it's] difficult
                                          to study.

Lúc này kiếm người làm khó   These days [it's] difficult
  khăn.   to find help.

9. Substitution Drill

Chúng tôi không dám sản-xuất   We don't dare produce [any] more.
  thêm.

Chúng tôi không dám <u>uống bia</u>   We don't dare <u>drink</u> [any] more
   thêm.   <u>beer</u>.
Chúng tôi không dám <u>mượn tiền</u>   We don't dare <u>borrow</u> [any] more
   thêm.   <u>money</u>.
Chúng tôi không dám <u>ăn</u> thêm.   We don't dare <u>eat</u> [any] more.
Chúng tôi không dám <u>nghe nhạc</u>   We don't dare <u>listen to</u> [any]
   thêm.   more <u>music</u>.
Chúng tôi không dám <u>mua đồ</u>   We don't dare <u>buy</u> [any] more
   thêm.   (<u>things</u>).

10. Substitutional Drill

Anh đã <u>lập gia-đình</u> chưa?   Have you <u>gotten married</u> yet?
Anh đã <u>đọc cuốn đó</u> chưa?   Have you <u>read that volume</u> yet?
Anh đã <u>đi xe lửa</u> chưa.   Have you <u>traveled by train</u> yet?
Anh đã <u>gặp ông Lâm</u> chưa?   Have you <u>met Mr. Lâm</u> yet?
Anh đã <u>coi tuồng đó</u> chưa?   Have you <u>seen that opera</u> yet?
Anh đã <u>nói chuyện với cô Tâm</u>   Have you <u>talked with Miss Tâm</u>
  chưa?   yet?

11. Response Drill

Anh đã lập gia-đình chưa?   Have you gotten married yet?
  Dạ, tôi (đã) lập gia-đình   Yes, I've (already) gotten
  rồi.   married.
Anh đã đọc cuốn đó chưa?   Have you read that volume yet?
  Dạ, tôi (đã) đọc cuốn đó   Yes, I've (already) read that
  rồi.   volume.
Anh đã đi xe lửa chưa?   Have you traveled by train yet?
  Dạ, tôi (đã) đi xe lửa rồi.   Yes, I've (already) traveled
                                          by train.
Anh đã gặp ông Lâm chưa?   Have you met Mr. Lâm yet?
  Dạ, tôi (đã) gặp ông Lâm rồi.   Yes, I've (already) met
                                          Mr. Lâm.
Anh đã coi tuồng đó chưa?   Have you seen that opera yet?
  Dạ, tôi (đã) coi tuồng đó   Yes, I've (already) seen that
  rồi.   opera.

Anh đã nói chuyện với cô Tâm
chưa?

Have you talked with Miss Tâm
yet?

    Dạ, tôi (đã) nói chuyện với
    cô Tâm rồi.

    Yes, I've (already) talked
    with Miss Tâm.

12. Substitutional Drill

Tôi cưới vợ cách đây <u>ba năm</u>.	I got married <u>three years</u> ago.
Tôi cưới vợ cách đây <u>năm tuần</u>.	I got married <u>five weeks</u> ago.
Tôi cưới vợ cách đây <u>sáu tháng</u>.	I got married <u>six months</u> ago.
Tôi cưới vợ cách đây <u>một năm</u>.	I got married <u>a year</u> ago.
Tôi cưới vợ cách đây <u>mười ngày</u>.	I got married <u>ten days</u> ago.
Tôi cưới vợ cách đây <u>tám tháng</u>.	I got married <u>eight months</u> ago.

13. Response Drill

Anh cưới vợ chưa? (ba năm)

Have you gotten married yet?
(three years)

    Dạ, tôi cưới vợ cách đây
    ba năm.

    Yes, I got married three
    years ago.

Anh đi xem tuồng đó chưa? (hai
ngày)

Have you gone to see that opera
yet? (two days)

    Dạ, tôi đi xem tuồng đó cách
    đây hai ngày.

    Yes, I saw that opera two
    days ago.

Anh đọc cuốn sách đó chưa?
(một tháng)

Have you read that volume yet?
(a month)

    Dạ, tôi đọc cuốn đó cách đây
    một tháng.

    Yes, I read that volume a
    month ago.

Anh gặp ông Lâm chưa? (năm tuần)

Have you met Mr. Lâm yet? (five
weeks)

    Dạ, tôi gặp ông Lâm cách đây
    năm tuần.

    Yes, I met Mr. Lâm five weeks
    ago.

Anh nói chuyện với cô Tâm chưa?
(hai ngày)

Have you talked with Miss Tâm
yet? (two days)

    Dạ, tôi nói chuyện với cô
    Tâm cách đây hai ngày.

    Yes, I talked with Miss Tâm
    two days ago.

Anh mua thức ăn chưa? (một   Have you bought food yet? (a
tuần)   week)
   Dạ, Tôi mua thức ăn cách đây   Yes, I bought food a week ago.
một tuần.

14. Transformation Drill

Tôi hiện có một cháu trai.   At present I have one son.
   Tôi hiện được một cháu trai.   At present I have (gotten)
                    one son.

Tôi hiện có một ngàn đồng.   At present I have one thousand
                    piasters.
   Tôi hiện được một ngàn đồng.   At present I have (gotten)
                    one thousand piasters.

Tôi hiện có một chiếc xe.   At present I have one car.
   Tôi hiện được một chiếc xe.   At present I have (gotten)
                    one car.

Tôi hiện có năm cuốn sách.   At present I have five books.
   Tôi hiện được năm cuốn sách.   At present I have (gotten)
                    five books.

Tôi hiện có hai căn nhà.   At present I have two houses.
   Tôi hiện được hai căn nhà.   At present I have (gotten)
                    two houses.

Tôi hiện có ba em trai.   At present I have three (younger)
                    brothers.
   Tôi hiện được ba em trai.   At present I have (gotten)
                    three (younger) brothers.

15. Substitution Drill

Anh có hình <u>chị và cháu</u> không?   Do you have a picture of [your]
                    <u>wife and child</u>?

Anh có hình <u>ba má</u> không?   Do you have a picture of [your]
                    <u>parents</u>?

Anh có hình <u>anh chị</u> không?   Do you have a picture of [your]
                    <u>brother and sister</u>?

Anh có hình <u>ông bà</u> không?   Do you have a picture of [your]
                    <u>grandparents</u>?

Anh có hình <u>cô cậu</u> không?   Do you have a picture of [your]
                                          <u>aunt and uncle</u>?

16. Response Drill

Chắc gần hai tuổi rồi anh nhỉ?   [He] must be nearly two years
                                          old by now, isn't he?
    Vâng, nó được đúng một tuổi   Yes, he's exactly one and a
    rưỡi.   half years old.
Chắc gần mười tuổi rồi anh nhỉ?   [He] must be nearly ten years
                                          old by now. isn't he?
    Vâng, nó được đúng chín tuổi   Yes, he's exactly nine and a
    rưỡi.   half years old.
Chắc gần sáu tuổi rồi anh nhỉ?   [He] must be nearly six years
                                          old by now, isn't he?
    Vâng, nó được đúng nam tuổi   Yes, he's exactly five and a
    rưỡi.   half years old.
Chắc gần bốn tuổi rồi anh nhỉ?   [He] must be nearly four years
                                          old by now, isn't he?
    Vâng, nó được đúng ba tuổi   Yes, he's exactly three and a
    rưỡi.   half years old.
Chắc gần chín tuổi rồi anh nhỉ?   [He] must be nearly nine years
                                          old by now, isn't he?
    Vâng, nó được đúng tám tuổi   Yes, he's exactly eight and
    rưỡi.   a half years old.
Chắc gần nam tuổi rồi anh nhỉ?   [He] must be nearly five years
                                          old by now, isn't he?
    Vâng, nó được đúng bốn tuổi   Yes, he's exactly four and a
    rưỡi.   half years old.

17. Substitution Drill

Các cháu của anh chị chắc <u>đi</u>   Your children must all <u>be in</u>
    <u>học</u> cả rồi?   <u>school</u> by now?
Các cháu của anh chị chắc <u>đi</u>   Your children must all <u>be working</u>
    <u>làm</u> cả rồi?   by now?
Các cháu của anh chị chắc   Your children must all <u>be out of</u>
    <u>nghỉ học</u> cả rồi?   <u>school</u> by now?

Các cháu của anh chị chắc   Your children must all <u>have gone</u>
   đi chơi cả rồi?   <u>out (for fun)</u> by now?
Các cháu của anh chị chắc   Your children must all <u>have gone</u>
   đi ngủ cả rồi?   <u>to bed</u> by now?
Các cháu của anh chị chắc   Your children must all <u>have gone</u>
   đi coi chiếu bóng cả rồi?   <u>to the movies</u> by now?

18. <u>Response Drill</u>

Các cháu anh đi đâu? (đi học)   Where are all your children?
                    (be in school)
   Các cháu tôi đi học cả rồi.   My children are all in school
                    by now.

Các anh em anh làm gì?(làm ăn) What are your brothers doing?
                    (earning a living)
   Các anh em tôi làm ăn cả   My brothers are all earning a
   rồi.   living by now.
Ba má anh ở đâu? (ở Cần-thơ)   Where are your parents?
                    (in Cần-thơ)
   Ba má tôi ở Cần-thơ cả rồi.   My parents are both in Cần-
                    thơ by now.
Cô cậu anh đi đâu? (đi chơi)   Where are your aunt and uncle?
                    (go out for fun)
   Cô cậu tôi đi chơi cả rồi.   My aunt and uncle have both
                    gone out (for fun) by now.
Ông bà anh làm gì? (ở nhà)   What are your grandparents
                    doing? (staying home)
   Ông bà tôi ở nhà cả rồi.   My grandparents are both
                    staying home by now.
Các bạn anh ở đâu? (ở trường)   Where are your friends?
                    (at school)
   Các bạn tôi ở trường cả rồi.   My friends are all at schoo⁻
                    by now.

19. <u>Expansion Drill</u>

   [New vocabulary: mẫu giáo 'kindergarten']

Còn thằng Bắc thì đang học
trung-học. (mười hai)
  Còn thằng Bắc, năm nay mười
  hai tuổi, thì đang học
  trung-học.
Còn em Đoàn thì đang học lớp
ba. (chín)
  Còn em Đoàn, năm nay chín
  tuổi, thì đang học lớp ba.

Còn cháu Hồng thì đang học lớp
mẫu-giáo. (năm)
  Còn cháu Hồng, năm nay năm
  tuổi, thì đang học lớp mẫu-
  giáo.
Còn anh Trung thì đang học
đại-học. (mười chín)
  Còn anh Trung, năm nay mười
  chín tuổi, thì đang học
  đại-học.
Còn chị Liên thì đang học lớp
mười. (mười sáu)
  Còn chị Liên, năm nay mười
  sáu tuổi, thì đang học lớp
  mười.

As for Bắc, [he] is (studying)
in middle school. (twelve)
  As for Bắc, [who] is twelve
  years old this year, [he] is
  (studying) in middle school.
As for Đoàn, [he] is (studying)
in the third grade. (nine)
  As for Đoàn, [who] is nine
  years old this years, [he] is
  (studying) in the third grade.
As for Hồng, [she] is (studying)
in kindergarten. (five)
  As for Hồng, [who] is five
  years old this year , [she]
  is (studying) in kindergarten.
As for Trung, [he] is (studying)
in college. (nineteen)
  As for Trung, [who] is nine-
  teen years old this year,[he]
  is (studying) in college.
As for Liên, [she] is (studying)
in the tenth grade. (sixteen)
  As for Liên, [who] is sixteen
  years old this year, [she] is
  (studying) in the tenth grade.

20. Substitution Drill

Tôi dọn về đường Trương Minh
  Giảng hai năm nay rồi.
Tôi làm ở đó hai năm nay rồi.

Tôi học ở trường đại-học Văn-
  Khoa hai năm nay rồi.

Tôi ở Việt-Nam hai năm nay rồi.

I've been moved to Trương Minh
  Giảng Street for two years now.
I've been working there for
  two years now.

I've been studying at the Facul-
  ty of Letters for two years
  now.

I've been living in Việt-Nam for
  two years now.

Tôi lập gia-đình hai năm nay   I've been married for two years
  rồi.   now.
Tôi nghỉ học hai năm nay rồi.   I've been out of school (quit
                                       school) for two years now.

21. Transformation Drill

Tôi dọn về đường Trương Minh   I moved to Trương Minh Giang
Giảng cách đây hai năm.   Street two years ago.
    Tôi dọn về đường Trương Minh   I've been moved to Trương
    Giảng hai năm nay rồi.   Minh Giang Street for two
                                          years now.

Tôi làm ở đó cách đây hai năm.   I worked there two years ago.
    Tôi làm ở đó hai năm nay   I've been working there for
    rồi.   two years now.
Tôi học ở trường đại-học Van-   I studied at the Faculty of
Khoa cách đây hai năm.   Letters two years ago.
    Tôi học ở trường đại-học   I've been studying at the
    Van-Khoa hai năm nay rồi.   Faculty of Letters for two
                                          years now.

Tôi ở Việt-Nam cách đây hai năm.   I lived in Việt-Nam two years
                                     ago.
    Tôi ở Việt-Nam hai năm nay   I've been living in Việt-Nam
    rồi.   for two years now.
Tôi lập gia-đình cách đây hai   I got married two years ago.
năm.
    Tôi lập gia-đình hai năm nay   I've been married for two
    rồi.   years now.
Tôi nghỉ học cách đây hai năm.   I quit school two years ago.
    Tôi nghỉ học hai năm nay rồi.   I've been out of school for
                                          two years now.

D. NARRATION

Anh Tom gặp anh Nam sau gần năm năm. Anh Nam nói rằng anh
Tom trông vẫn như xưa, không thay đổi mấy. Anh Tom hỏi anh Nam có
thêm cháu nào không. Anh Nam cho biết là anh ấy vẫn có ba cháu.
Anh chị ấy không dám sinh-sản thêm vì lúc này vật-giá mắc-mỏ, làm
ăn khó-khăn. Anh Tom thì đã lập gia-đình cách đây ba năm và hiện
có một đứa con trai. Anh ấy đưa anh Nam coi hình của vợ con anh.
Anh Nam khen con anh Tom dễ thương. Anh Tom cho biết là con anh ấy
được một tuổi rưỡi rồi. Anh Nam kể là đứa con trai lớn của anh,
Bác, năm nay mười hai tuổi đang học trung-học, còn hai đứa con gái
sinh đôi thì đang học lớp ba. Rồi anh nói là gia-đình anh đã dọn
về đường Trương Minh Giảng cách đây hai năm.

Vocabulary and Notes

anh chị ấy	they (i.e. husband and wife)
sinh-sản	to reproduce
mắc-mỏ	expensive, high (of cost of living)
thương	to love, be fond of
dễ thương	cute, lovable (lit: easy to love)

E.QUESTIONS ON THE NARRATION

1. Anh Tom gặp anh Nam sau bao   After how many years did Tom
   lâu?   meet Nam?

2. Anh Nam thấy anh Tom ra sao?   How does Nam find Tom?

3. Hiện giờ anh Nam có mấy đứa   How many children does Nam have
   con?   now?

4. Tại sao anh chị Nam không   Why don't they dare to reproduce
   dám sinh-sản thêm?   more?

5. Anh Tom lập gia-đình hồi nào?   When did Tom get married?

6. Anh ấy có mấy đứa con?   How many children does he have?

7. Anh Nam nói gì về con anh   What does Nam say about Tom's
   Tom?   child?

8. Con anh Tom được mấy tuổi   How old is Tom's child?
   rồi?

9. Đứa con trai lớn của anh   Where does Nam's oldest son go
   Nam học ở đâu?   to school?

10. Hai đứa con gái sinh đôi của   What grade are Nam's two twin
    anh Nam đang học lớp mấy?   girls in now?

11. Gia-đình anh Nam hiện giờ ở   Where does Nam's family live
    đâu?   now?

12. Anh ấy dọn về đường Trương   When did he move to Trương Minh
    Minh Giảng hồi nào?   Giảng street?

F. SUPPLEMENTARY VOCABULARY

Following is a summary of Vietnamese kinship terms; use them
in free conversation and in short compositions.

cha, ba	father
me, má	mother
anh	older brother
chị	older sister
em	younger sibling
em trai	younger brother
em gái	younger sister
con	child
con trai	son
con gái	daughter
con cháu	children (offspring)
cháu	grandchild or nephew/niece
cháu trai	grandson/nephew
cháu gái	granddaughter/niece
chắt	great-grandchild
chít	great-great-grandchild
ông	grandfather
bà	grandmother
ông nội	paternal grandfather

bà nội	paternal grandmother
ông ngoại	maternal grandfather
bà ngoại	maternal grandmother
ông cố (nội/ngoại)	great-grandfather
bà cố (nội/ngoại)	great-grandmother
ông tổ (nội/ngoại)	great-great-grandfather
bà tổ (nội/ngoại)	great-great-grandmother
nhạc-phụ	father-in-law (formal)
nhạc-mẫu	mother-in-law (formal)
cha vợ	father-in-law (i.e. wife's father)
mẹ vợ	mother-in-law (i.e. wife's mother)
cha chồng	father-in-law (i.e. husband's father)
mẹ chồng	mother-in-law (i.e. husband's mother)
bác	uncle (i.e. father's older brother) or aunt (i.e. father's older brother's wife)
chú	uncle (i.e. father's younger brother)
cô	aunt (i.e. father's sister)
cậu	uncle (i.e. mother's brother)
dì	aunt (i.e. mother's sister)
dượng	uncle (i.e. husband of cô or dì)
thím	aunt (i.e. wife of chú)
mợ	aunt (i.e. wife of cậu)
cháu nội	grandchild (i.e. son's child)
cháu ngoại	grandchild (i.e. daughter's child)
rể	son-in-law
dâu	daughter-in-law
em dâu	sister-in-law (i.e. wife of em)
chị dâu	sister-in-law (i.e. wife of anh)

em rể	brother-in-law (i.e. husband of <u>em</u>)
anh rể	brother-in-law (i.e. husband of <u>chị</u>)
anh em chú bác	cousins (i.e. son of <u>bác</u> and son or daughter of <u>chú</u>)
chị em chú bác	cousins (i.e. daughter of <u>bác</u> and son or daughter of <u>chú</u>)
anh em bạn dì	cousins (i.e. male cousin and son or daughter of <u>dì</u>)
chị em bạn dì	cousins (i.e. female cousin and son or daughter of <u>dì</u>)
anh em cô cậu	cousins (i.e. son of <u>cậu</u> and son or daughter of <u>cô</u>)
chị em cô cậu	cousins (i.e. daughter of <u>cậu</u> and son or daughter of <u>cô</u>)

LESSON THIRTEEN: GETTING DRESSED

A. DIALOGUE

Hoàng

mặc	to wear, to put on
lên	up, increasingly
mau lên	increasingly fast, quickly, hurry up and...

1. Long! trễ rồi, mặc quần-áo mau lên.

   Long! [it's] late, hurry up and get dressed.

Long

cậu	you (intimate; lit: mother's (younger) brother)
xong	finished, through, ready
hối	to urge, to hurry (someone)
người ta	someone, somebody, one, they (impersonal, indefinite)

2. Cậu xong chưa mà hối người ta như vậy?

   Are you ready yet, that you hurry a person like that?

Hoàng

mang	wear attached to the body, put on (shoes, socks, glasses, watches, guns)

3. Mình chỉ còn mang giày nữa là xong.

   I only have to put on [my] shoes yet [and I'll] be ready.

đôi	pair, couple
vớ	socks
sạch	to be clean

4. À, cậu có đôi vớ nào sạch không?

   By the way, do you have any (pair of) clean socks?

279

dơ	to be dirty, soiled
5. Vớ mình dơ cả rồi.	My socks are all dirty already.

Long

tủ áo	closet, wardrobe
6. Có, ở trong tủ áo bên tay trái.	Yes ([I] have), [they're] in the the wardrobe, on the left.
sơ-mi	shirt (Fr. chemise)
tráng	white
xanh	blue to green (non-đỏ)
đậm	dark, strong
xanh đậm	dark blue, dark green
7. Cậu lấy giùm mình một cái sơ-mi tráng và cái quần xanh đậm.	[Would] you get a white shirt and the dark blue pants for me.

Hoàng

chẳng	not, not at all (stronger than không)
xám	gray
8. Chẳng thấy quần xanh đậm ở đâu hết, chỉ thấy quần xám thôi.	[I] don't see the dark blue pants anywhere, [I] see only the gray pants.
màu	color
lại chẳng được	why can't you, why isn't it possible to (rhetorical question implying the affirmative)
9. Áo tráng mặc với quần màu gì lại chẳng được.	Why can't [you] wear a white shirt with pants of any color? (A white shirt wear with pants of any color, why not able?)
lấy ra	get out, take out
10. Mình lấy quần xám ra nhé?	I'll get out the gray pants, O.K.?

Long

đưa	to lead, convey, give, hand

liền   right away, directly,
                                          immediately

11. Thôi cũng được. Cậu làm ơn   Well, O.K.. Would you please
    đưa mấy thứ đó liền cho   hand those (several) things
    mình đi.   right to me.

Hoàng

thắt   tie (a knot), wear (a neck-
                                          tie)

cà-vạt   necktie (Fr. cravate)
đen   black
hợp   to suit, match, go with

12. Cậu thấy mình thắt cà-vạt   Do you think it would suit [for]
    đen này có hợp không?   me to wear this black tie?

Long

đỏ   red
nâu   brown

13. Cà-vạt đỏ hợp với quần nâu   A red tie goes better with brown
    hơn.   pants.

diện   smart, elegant, well-dressed;
                                          to dress up

14. Sáng nay cậu đi gặp cô nào   What girl are you going to meet
    mà diện quá vậy?   this morning, that [you're] so
                                      well-dressed?

Hoàng

lâu lâu   now and then, occasionally
bữa   day, time
lâu lâu ...một bữa   once in a while
không được sao?   can't one...?, isn't it
                                          possible to...?

15. Lâu lâu diện một bữa không   Can't [I] dress up once a while?
    được sao?

chớ   but not, unlike, contrary
                                          to, by contrast with

tóc   hair (of the head)
đầu tóc   hair of the head, the hair

lúc nào cũng	always, invariably
bù-xù	ruffled, disarrayed,
	dtsheveled
xốc-xếch	untidy, disarrayed, slovenly

16. Chở ai như cậu, đầu tóc lúc nào cũng bù-xù, quần-áo lúc nào cũng xốc-xếch.

Unlike somebody like you, [whose] hair is always disheveled [and whose] clothes are always untidy.

Color Terms

(màu) trắng	white (color)
(màu) đen	black (color)
(màu) đỏ (lạt/đậm)	(light/dark) red (color)
(màu) xanh (lạt/đậm)	(light/dark) blue to green (color)
(màu) xám (lạt/đậm)	(light/dark) gray (color)
(màu) nâu (lạt/đậm)	(light/dark) brown (color)
(màu) vàng (lạt/đậm)	(light/dark) gold to yellow (color)
(màu) hồng (lạt/đậm)	(light/dark) pink (color)
(màu) tím (lạt/đậm)	(light/dark) purple to violet (color)
(màu) cam (lạt/đậm)	(light/dark) orange
màu xanh lá cây	green (tree-leaf-blue) color
màu xanh lục	green (green-blue) color
màu xanh da trời	sky-blue (blue of the sky's skin) color
màu xanh nước biển	marine blue (blue of the sea-water) color
màu cà-phê sữa	tan, beige (café-au-lait) color
màu rượu chát	maroon (wine) color
màu bọt-đỏ	maroon (bordeaux) color

B. GRAMMAR NOTES

1. Lên as a Aspectual Particle (Drills 1 and 2)

As a primary verb lên means 'to go up, rise, ascend'; after
a restricted class of stative verbs, however, it occurs as an
aspectual particle meaning 'more, increasingly', as in

Mặc quần áo mau lên!   Get dressed quickly (<u>increasing-
ly</u> fast)!

Đọc lớn lên!   Read [it] louder (<u>more</u> loudly)!

2, 14. Mà as a Conjunction of Contradiction (Drills 3, 4 and 18)

We pointed out in 2:9 that mà as a conjunction may sometimes
be translated 'that (surprisingly, contrary to expectation)', and
in 8:3c that it may sometimes be translated 'but (surprisingly,
contrary to expectation)', as in

Chiếc đó rẻ mà rất tốt.   That car is inexpensive <u>but</u>
(surprisingly) [it's] very
good.

In fact, whenever mà occurs as a conjunction, it implies a
logical or existential contradiction, and is translated variously
'but, yet, that (surprisingly)', as in

Cậu xong chưa mà hối người   Are you ready yet, <u>that</u> [you]
  ta như vậy?   hurry a person like that?
                        (I don't think you're ready
                        yet, so why do you hurry me
                        so?)

Sáng nay cậu đi gặp cô   What girl are you going to meet
  nào mà diện qúa vậy?   this morning, <u>that</u> [you're]
                        so well-dressed? (I know you
                        are not meeting a girl, so
                        why are you dressing so well?)

3. Là xong (Drill 5)

In 6:14 we met the copula là before a stative verb express-
ing a resultative state, as in

Một món gỏi nữa <u>là</u> đủ.   A meat-salad dish yet [will]
                                        <u>be</u> enough.

A parallel construction is found in Sentence 3:

Mình chỉ còn mang giày nữa   I only have to put on [my]
    <u>là</u> xong.   shoes yet [and I'll] <u>be</u>
                                        ready. (or: I only have to
                                        put on [my] shoes yet <u>to be</u>
                                        finished.)

4. Nào as an Indefinite Adjective (Drills 6, 7, 8 and 9)

In 6:4,5,6 we illustrated the use of <u>nào</u> as an indefinite
adjective after otherwise unmodified nouns. Sentence 4 illus-
trates the use of an indefinite <u>nào</u> after a noun modified by a
descriptive adjective:

Cậu có đôi vớ <u>nào sạch</u>   Do you have <u>any clean</u> socks?
    không?
Anh có quần áo <u>nào dơ</u>   Do you have <u>any dirty</u> clothes?
    không?

When <u>nào</u> co-occurs with another adjective, it may precede the
other adjective, as in the above examples, or follow it, with
little or no difference in meaning, as in

Cậu có quần áo <u>sạch nào</u>   Do you have <u>any clean</u> clothes?
    không?

5. (Refer to Grammar Note 12:13) (Drill 7)

6. Giùm as a Preposition (Drill 10)

As primary verb <u>giùm</u> means 'to help, to aid'. Following
another verb and before an object, it is probably still a verb
from the standpoint of Vietnamese, but it must be translated 'for,
on behalf of' in English, as in

Cậu lấy <u>giùm</u> mình một cái   [Would] you get (c t) a white
    sơ-mi trắng.   shirt <u>for</u> me?
Anh đóng cửa <u>giùm</u> tôi nhé.   [Would] you close the door
                                        <u>for</u> me?

In this context giùm is somewhat more polite than cho:
    Anh đóng của cho tôi nhé?   [You] shut the door _for_ me, O.K.?

8. <u>Chẳng as a Negative</u> (Drills 11 and 12)

    <u>Chẳng</u> is a negative particle which is somewhat stronger and
more definite than <u>không</u>; it means 'not at all, certainly not',
as in
    <u>Chẳng</u> thấy quần xanh đậm   [I] (certainly) <u>don't</u> see the
        ở đâu hết.   dark blue pants anywhere.

9. <u>Lại chẳng được</u> (Drill 13)

    <u>Lại chẳng được</u> is an idiomatic expression involving the nega-
tive <u>chẳng</u> discussed in 13:8 above; it is used in asking the
rhetorical question 'why can't you...?, why isn't it possible
to ...?', as in
    Áo trắng mặc với quần màu   <u>Why can't</u> [you] wear a white
        gì <u>lại chẳng được</u>?   shirt with pants of any color?
    Anh muốn làm việc ở đâu   <u>Why can't</u> [you] work anywhere
        <u>lại chẳng được</u>?   you want?

10. <u>Lấy...ra</u> (Drill 14)

    <u>Lấy...ra</u> means 'to get out, take out', as in
    Mình <u>lấy</u> quần xám <u>ra</u> nhé.   I'll <u>get out</u> the gray pants,
                                      O.K.?

    Ảnh <u>lấy</u> hai cuốn sách <u>ra</u>.   He <u>took out</u> two books.

11. <u>Làm ơn</u> (Drill 15)

    <u>Làm ơn</u> means literally 'do a favor'; before a verb it means
'do [me] the favor of', or more succinctly, 'please', as in
    Cậu <u>làm ơn</u> đưa mấy thứ đó   [Would] you <u>please</u> hand those
        liền cho mình đi.   things right to me?
    Anh <u>làm ơn</u> chở tôi đi.   [Would] you <u>do [me] the favor
                                      of</u> giving me a ride?

12. Có hợp không (Drill 16)

Có hợp không following a clause means '[Would it] be
suitable to', '[Would it] be appropriate to' + clause, as in

Cậu thấy mình thắt cà-vạt   Do you think [it would] suit
    đen này có hợp không?   [for] me to wear this black
                                       tie?

13. Hợp với ... hơn (Drill 17)

The verb phrase hợp với...hơn means 'is more suitable
with..., goes better with ...', as in

Cà-vạt đỏ hợp với quần   A red tie goes better with
    nâu hơn.   brown pants.
Áo trắng hợp với quần   A white shirt would be more
    xám hơn.   suitable with gray pants.

15a. Lâu lâu ... một bữa (Drills 19 and 20)

Lâu lâu ... một bữa means 'once in a while, every now and
then', as in

Lâu lâu diện một bữa   Can't [I] dress up once in a
    không được sao?   while?
Lâu lâu tôi thích đi coi   I like to go see movie every
    hát một bữa.   now and then.

15b. Không được sao (Drills 19 and 20)

Không được sao asks the rhetorical question 'Can't one ...?,
isn't it possible to ...?', as in

Lâu lâu diện một bữa   Can't [I] dress up once in a
    không được sao?   while?
Mai anh làm không được   Can't you do it tomorrow?
    sao?

16a. Chớ as a Contrastive Conjunction (Drill 21)

We saw in 8:3b that chớ as a conjunction may in some
contexts be translated 'but (of course), but (obviously), but

(you may be sure that)', as in

Lúc này trời nắng <u>chớ</u> vài   It's sunny now, <u>but</u> (you may be
ngày nữa trời mưa.   sure that) [it'll] rain in a
                                          few more days.

However, in Sentence 16, <u>chớ</u> can most conveniently be translated
'unlike, by contrast with'. Consider the following sequence:

Lâu lâu diện một bữa   Can't I dress up once in while?
không được sao?

<u>Chớ</u> ai như cậu đầu tóc lúc   <u>Unlike</u> somebody like you,
nào cũng bù-xù.   [whose] hair is alway messy.

The internal structure, of <u>chớ ai như cậu</u> is rather complex;
literally it means 'But who is like you?', a rhetorical question
meaning 'But there's nobody like you', which in this context
implies 'But I'm not like you', which can most conveniently be
translated 'Unlike you'.

16b. <u>Lúc nào cũng</u> (Drill 22)

<u>Lúc nào cũng</u> is structurally parallel with the indefinite
phrases illustrated in 12:2a, such as

<u>Cái gì cũng</u> tốt.   <u>Any kind</u> is good.
<u>Lúc nào cũng</u> được.   <u>Any time</u> will do.

In some contexts, however, <u>lúc nào cũng</u> can be translated 'always,
invariably', as in

Đầu tóc <u>lúc nào cũng</u>   [His] hair is <u>always</u> disheveled.
bù-xù.

Quần áo <u>lúc nào cũng</u>   [His] clothes are <u>always</u> untidy.
xốc-xếch.

C. DRILLS

1. <u>Substitution Drill</u>

<u>Mặc quần áo</u> mau lên!   Hurry up and <u>get dressed</u>!
<u>Làm cái đó</u> mau lên!   Hurry up and <u>do that</u>!
<u>Đi lại đây</u> mau lên!   Hurry up and <u>come here</u>!

Lấy quần áo mau lên!   Hurry up and <u>get the clothes</u>!

Đưa đôi vớ mau lên!   Hurry up and <u>hand [me] the pair</u>
                                              <u>of socks</u>!

Chạy lại đó mau lên!   Hurry up and <u>run over there</u>!

2. Expansion Drill

[New vocabulary: nhảy 'to jump, to dance']

Mặc quần-áo mau.   Get dressed quickly.

  Mặc quần-áo mau lên!   Get dressed more quickly!

Đọc lớn.   Read [it] loud.

  Đọc lớn lên!   Read [it] louder!

Nhảy cao.   Jump high.

  Nhảy cao lên!   Jump higher!

Hát mạnh.   Sing strongly.

  Hát mạnh lên!   Sing more strongly!

3. Substitution Drill

<u>Cậu xong chưa</u> mà hỏi người ta   <u>Are you ready yet</u>, that[you]
  như vậy?   hurry a person like that?

<u>Cậu đi đâu</u> mà hỏi người ta   <u>Where are you going</u>, that[you]
  như vậy?   hurry a person like that?

<u>Cậu làm gì</u> mà hỏi người ta   <u>What are you doing</u>, that[you]
  như vậy?   hurry a person like that?

<u>Cậu muốn gì</u> mà hỏi người ta   <u>What do you want</u>, that[you]
  như vậy?   hurry a person like that?

<u>Cậu định gì</u> mà hỏi người ta   <u>What do you intend</u>, that[you]
  như vậy?   hurry a person like that?

4. Substitution Drill

[New vocabulary: đẩy   to push
          đánh   to hit
          chửi   to scold]

Anh làm gì mà <u>hỏi</u> người ta   What are you doing that[you]
  như vậy?   <u>hurry</u> a person like that?

Anh làm gì mà **đẩy** người ta nhu vậy?	What are you doing that[you] **push** a person like that?
Anh làm gì mà **đánh** người ta nhu vậy?	What are you doing that[you] **hit** a person like that?
Anh làm gì mà **chửi** người ta nhu vậy.	What are you doing that[you] **scold** a person like that?
Anh làm gì mà **theo** người ta nhu vậy?	What are you doing that[you] **follow** a person like that?
Anh làm gì mà **kêu** người ta nhu vậy?	What are you doing that[you] **call** a person like that?
Anh làm gì mà **nhờ** người ta nhu vậy?	What are you doing that[you] **rely on** a person like that?
Anh làm gì mà **đợi** người ta nhu vậy?	What are you doing that[you] **wait for** a person like that?
Anh làm gì mà **xin** người ta nhu vậy?	What are you doing that[you] **beg** a person like that?

5. Substitution Drill

[New vocabulary: chải đầu   'to comb (the hair)'
               đeo   'to wear, put on (jewelry, glasses, watches)'

             đội   'to put on, wear (on the head)'
             nón   'hat']

Mình chỉ còn **mang giày** nữa là xong.	I only have to **put on** [my] shoes yet and [I'll] be ready.
Mình chỉ còn **mặc áo sơ-mi** nữa là xong.	I only have to **put on** [my] shirt yet and [I'll] be ready.
Mình chỉ còn **thắt cà-vạt** nữa là xong.	I only have to **put on** [my] tie yet and [I'll] be ready.
Mình chỉ còn **chải đầu** nữa là xong.	I only have to **comb** [my] hair yet and [I'll] be ready.
Mình chỉ còn **đội nón** nữa là xong.	I only have to **put on** [my] hat yet and [I'll] be ready.
Mình chỉ còn **đeo đồng-hồ** nữa là xong.	I only have to **put on** [my] watch yet and [I'll] be ready.

6. Substitution Drill

[New vocabulary: khăn tay   'handkerchief'
                  áo len   'sweater']

Cậu có đôi vớ nào sạch không?   Do you have any (pair of) clean
                                       socks?

Cậu có cái áo sơ-mi nào sạch   Do you have any clean shirt?
   không?

Cậu có cái quần nào sạch không?   Do you have any clean pants?

Cậu có cái cà-vạt nào sạch   Do you have any clean tie?
   không?

Cậu có cái khăn tay nào sạch   Do you have any clean handker-
   không?   chief?

Cậu có cái áo len nào sạch   Do you have any clean sweater?
   không?

7. Response Drill

Cậu có đôi vớ nào sạch không?   Do you have any (pair of)
                                       clean socks?

   Vớ mình dơ cả rồi.   My socks are all dirty
                                          already.

Cậu có cái áo sơ-mi nào sạch   Do you have any clean shirts?
không?

   Áo sơ-mi mình dơ cả rồi.   My shirts are all dirty
                                          already.

Cậu có cái quần nào sạch không?   Do you have any clean pants?
   Quần mình dơ cả rồi.   My pants are all dirty
                                          already.

Cậu có cái cà-vạt nào sạch   Do you have any clean ties?
không?

   Cà-vạt mình dơ cả rồi.   My ties are all dirty
                                          already.

Cậu có cái khăn tay nào sạch   Do you have any clean handker-
không?   chiefs?

   Khăn tay mình dơ cả rồi.   My handkerchiefs are all
                                          dirty already.

Cậu có cái áo len nào sạch   Do you have any clean sweaters?
không?
    Áo len mình dơ cả rồi.   My sweaters are all dirty
                                          already.

8. Substitution Drill

Cậu có quần áo nào <u>sạch</u> không?   Do you have any <u>clean</u> clothes?
Cậu có quần áo nào <u>dơ</u> không?   Do you have any <u>dirty</u> clothes?
Cậu có quần áo nào <u>nhỏ</u> không?   Do you have any <u>small</u> clothes?
Cậu có quần áo nào <u>lớn</u> không?   Do you have any <u>big</u> clothes?
Cậu có quần áo nào <u>mắc</u> không?   Do you have any <u>expensive</u>
                                    clothes?

Cậu có quần áo nào <u>rẻ</u> không?   Do you have any <u>cheap</u> clothes?
Cậu có quần áo nào <u>đẹp</u> không?   Do you have any <u>beautiful</u>
                                    clothes?

Cậu có quần áo nào <u>xấu</u> không?   Do you have any <u>ugly</u> clothes?

9. Transformation Drill

Cậu có quần áo nào sạch không?   Do you have any clean clothes?
  Cậu có quần áo sạch nào   [Same]
  không?
Cậu có quần áo nào dơ không?   Do you have any dirty clothes?
  Cậu có quần áo dơ nào không?   [Same]
Cậu có quần áo nào nhỏ không?   Do you have any small clothes?
  Cậu có quần áo nhỏ nào   [Same]
  không?
Cậu có quần áo nào lớn không?   Do you have any big clothes?
  Cậu có quần áo lớn nào   [Same]
  không?
Cậu có quần áo nào mắc không?   Do you have any expensive clothes
                              clothes?
  Cậu có quần áo mắc nào không?   [Same]
Cậu có quần áo nào rẻ không?   Do you have any cheap clothes?
  Cậu có quần áo rẻ nào không?   [Same]

Cậu có quần-áo nào đẹp không?   Do you have any beautiful
                                     clothes?

  Cậu có quần-áo đẹp nào không?   [Same]

Cậu có quần-áo nào xấu không?   Do you have any ugly clothes?

  Cậu có quần-áo xấu nào   [Same]
không?

10. Substitution Drill

Cậu lấy giùm mình một cái   Would you get a <u>white</u> shirt for
áo <u>trắng</u>.   me.

Cậu lấy giùm mình một cái   Would you get a <u>blue</u> shirt for
áo <u>xanh</u>.   me.

Cậu lấy giùm mình một cái   Would you get a <u>red</u> shirt for
áo <u>đỏ</u>.   me.

Cậu lấy giùm mình một cái   Would you get a <u>black</u> shirt for
áo <u>đen</u>.   me.

Cậu lấy giùm mình một cái   Would you get a <u>orange</u> shirt
áo <u>cam</u>.   for me.

Cậu lấy giùm mình một cái   Would you get a <u>yellow</u> shirt
áo <u>vàng</u>.   for me.

Cậu lấy giùm mình một cái   Would you get a <u>pink</u> shirt for
áo <u>hồng</u>.   me.

Cậu lấy giùm mình một cái   Would you get a <u>violet</u> shirt
áo <u>tím</u>.   for me.

Cậu lấy giùm mình một cái   Would you get a <u>brown</u> shirt for
áo <u>nâu</u>.   me.

Cậu lấy giùm mình một cái   Would you get a <u>gray</u> shirt for
áo <u>xám</u>.   me.

11. Substitution Drill

Chẳng thấy <u>quần xanh đậm</u> đâu   [I] don't see <u>the dark blue</u>
hết.   <u>pants</u> anywhere.

Chẳng thấy <u>cuốn sách sử-địa</u>   [I] don't see <u>the history-geo-</u>
đâu hết.   <u>graphy book</u> anywhere.

Chẳng thấy <u>người Mỹ</u> đâu hết.   [I] don't see <u>the American</u>
                                              anywhere.

Chẳng thấy <u>ông Thương</u> đâu hết.   [I] don't see <u>Mr. Thương</u>
                                              anywhere.

Chẳng thấy <u>xe xích-lô</u> đâu hết.   [I] don't see <u>the pedicab</u>
                                              anywhere.

Chẳng thấy <u>nhà thương</u> đâu hết.   [I] don't see <u>the hospital</u>
                                              anywhere.

12. <u>Response Drill</u>

Chẳng thấy quần xanh đậm đâu   [I] don't see the dark pants
hết.   anywhere.
   Chỉ thấy quần xanh lạt thôi.   [I] see only the light blue
                                          pants.

Chẳng thấy sách đỏ lạt đâu hết.   [I] don't see the light red
                                    book anywhere.
   Chỉ thấy sách đỏ đậm thôi.   [I] see only the dark red
                                          book.

Chẳng thấy áo xám đậm đâu hết.   [I] don't see the dark gray
                                    shirt anywhere.
   Chỉ thấy áo xám lạt thôi.   [I] see only the light gray
                                          shirt.

Chẳng thấy giày nâu lạt đâu hết.   [I] don't see the light brown
                                    shoes anywhere.
   Chỉ thấy giày nâu đậm thôi.   [I] see only the dark brown
                                          shoes.

Chẳng thấy vớ vàng đậm đâu hết.   [I] don't see the dark yellow
                                    socks anywhere.
   Chỉ thấy vớ vàng lạt thôi.   [I] see only the light yellow
                                          socks.

Chẳng thấy cà-vạt hồng lạt đâu   [I] don't see the light pink tie
hết.   anywhere.
   Chỉ thấy cà-vạt hồng đậm   [I] see only the dark pink
   thôi.   tie.

Chẳng thấy áo len tím đậm đâu   [I] don't see the dark purple
hết.   sweater anywhere.

   Chỉ thấy áo len tím lạt   [I] see only the light
    thôi.   purple sweater.

Chẳng thấy khăn tay cam lạt   [I] don't see the light orange
đâu hết.   handkerchief anywhere.

   Chỉ thấy khăn tay cam đậm   [I] see only the dark orange
    thôi.   handkerchief.

13. Expansion Drill

Áo trắng mặc với quần màu gì?   What color of pants [can I]
                                        wear with a white shirt?

   Áo trắng mặc với quần màu   Why can't you wear a white
   gì lại chẳng được?   shirt with pants of any color?

Anh muốn đi xem tuồng nào?   What play do you want to see?

   Anh muốn đi xem tuồng nào   Why can't you see any play
   lại chẳng được?   you want?

Anh muốn ăn ở tiệm nào?   What restaurant do you want to
                                        eat at?

   Anh muốn ăn ở tiệm nào lại   Why can't you eat at any
   chẳng được?   restaurant you want?

Anh muốn đọc sách gì?   What kind of books do you want
                                        to read?

   Anh muốn đọc sách gì lại   Why can't you read any kind
   chẳng được?   of books you want?

Anh muốn làm việc ở đâu?   Where do you want to work?

   Anh muốn làm việc ở đâu lại   Why can't you work anywhere
   chẳng được?   you want?

Anh muốn kiếm người nào?   Whom do you want to look for?

   Anh muốn kiếm ai lại chẳng   Why can't you look for any-
   được?   body you want?

14. Substitution Drill

Mình lấy cái quần xám ra nhé?   I'll get out the gray pants,
                                        O.K.?

Mình lấy <u>cái áo trắng</u> ra nhé?

I'll get out <u>the white shirt</u>, O.K.?

Mình lấy <u>cà-vạt màu xanh lá cây</u> ra nhé?

I'll get out <u>the light green tie</u>, O.K.?

Mình lấy <u>cái áo len nâu</u> ra nhé?

I'll get out <u>the brown sweater</u>, O.K.?

Mình lấy <u>cái nón đen</u> ra nhé?

I'll get out <u>the black hat</u>, O.K.?

Mình lấy <u>cái khăn tay màu xanh da trời</u> ra nhé?

I'll get out <u>the blue handker-chief</u>, O.K.?

15. <u>Substitution Drill</u>

Cậu làm ơn đưa <u>mấy thứ đó</u> liền cho mình đi.

Would you please hand <u>those (several) things</u> right to me?

Cậu làm ơn đưa <u>cuốn sách đó</u> liền cho mình đi.

Would you please hand <u>that book</u> right to me?

Cậu làm ơn đưa <u>cây dù đó</u> liền cho mình đi.

Would you please hand <u>that um-brella</u> right to me?

Cậu làm ơn đưa <u>cái đồng hồ đó</u> liền cho mình đi.

Would you please hand <u>that watch</u> right to me?

Cậu làm ơn đưa <u>chiếc xe đạp đó</u> liền cho mình đi.

Would you please hand <u>that bicycle</u> right to me?

Cậu làm ơn đưa <u>cái nón đó</u> liền cho mình đi.

Would you please hand <u>that hat</u> right to me?

16. <u>Substitution Drill</u>

[New vocabulary: mũ   'hat']

Cậu thấy mình <u>thắt cà-vạt màu đen này</u> có hợp không?

Do you think it would suit [for] me <u>to wear this black tie</u>?

Cậu thấy mình <u>mặc áo trắng với quần xanh</u> có hợp không?

Do you think it would suit [for] me <u>to wear a white shirt with blue pants</u>?

Cậu thấy mình <u>mang giày nâu</u> có hợp không?

Do you think it would suit [for] me <u>to wear brown shoes</u>?

Cậu thấy mình <u>mang vớ màu xanh</u>   Do you think it would suit [for]
   <u>đậm</u> có hợp không?   me <u>to wear the dark blue</u>
                                                    <u>socks</u>?

Cậu thấy mình <u>mặc áo len xám</u>   Do you think it would suit [for]
   <u>nầy</u> có hợp không?   me <u>to wear this gray sweater</u>?
Cậu thấy mình <u>đội mũ trắng</u>   Do you think it would suit [for]
   có hợp không?   me <u>to wear the white hat</u>?

17. Response Drill

Tôi thắt cà-vạt màu đen với   Would it suit [for] me to wear a
quần nâu có hợp không? (đỏ)   black tie with brown pants? (red)
   Cà-vạt đỏ hợp với quần nâu   A red tie goes better with
   hơn.   brown pants.
Tôi mặc áo xanh với quần xám   Would it suit [for] me to wear a
có hợp không? (trắng)   blue shirt with gray pants? (white
   Áo trắng hợp với quần xám   A white shirt goes better
   hơn.   with gray pants.
Tôi mang giày nâu lạt với quần   Would it suit [for] me to wear
xanh có hợp không? (nâu đậm)   light brown shoes with blue
                                        pants? (dark brown)
   Giày nâu đậm hợp với quần   Dark brown shoes go better
   xanh hơn.   with blue pants.
Tôi mặc áo len nâu với quần   Would it suit [for] me to wear
đen có hợp không? (vàng)   a brown sweater with black pants?
                                        (yellow)
   Áo len vàng hợp với quần   A yellow sweater goes better
   đen hơn.   with black pants.
Tôi mang vớ màu xanh lá cây với   Would it suit [for] me to wear
giày đen có hợp không?   green socks with black shoes?
(màu xanh nước biển)   (marine blue)
   Vớ màu xanh nước biển hợp   Marine blue socks go better
   với giày đen hơn.   with black shoes.

18. Combination Drill

Sáng nay cậu đi gặp cô nào?   What girl are you going to meet
                                       this morning?

Diện quá!
  Sáng nay cậu đi gặp cô nào
  mà diện quá vậy?

Anh học tiếng Việt bao lâu?

Nói giỏi quá!
  Anh học tiếng Việt bao lâu
  mà nói giỏi quá vậy?

Anh có chuyện gì?
Đi nhanh quá!
  Anh có chuyện gì mà đi nhanh
  quá vậy?
Anh đợi ai?
Buồn quá!
  Anh đợi ai mà buồn quá vậy?

Anh tìm ra không?
Lâu quá!
  Anh tìm ra không mà lâu quá
  vậy?
Anh đi đâu?
Sớm quá!
  Anh đi đâu mà sớm quá vậy?

[You're] very well-dressed!
  What girl are you going to
  meet this morning that
  [you're] so well-dressed?
How long did you study Viet-
namese?
[You] speak [it] very well!
  How long did you study Viet-
  namese that [you] speak [it]
  so well?
What's the matter with you?
[You] walk very fast!
  What's the matter with you
  that [you] walk so fast?
Who are you waiting for?
[You're] very sad!
  Who are you waiting for that
  [you're] so sad?
Did you find [it] ?
[You took] very long!
  Did you find [it] that [you
  took] so long?
Where are you going?
[It's] very early!
  Where are you going that
  [you go] so early?

19. Substitution Drill

  [New vocabulary: thúc khuya   'stay up late']

Lâu lâu diện một bữa không được
  sao?
Lâu lâu nghỉ một bữa không được
  sao?
Lâu lâu uống bia một bữa không
  được sao?

Can't [I] dress up once in a
  while?
Can't [I] take off (from work)
  once in a while?
Can't [I] drink beer once for
  a while?

Lâu lâu đi chơi một bữa   Can't [I] go out (for fun)
    không được sao?   once in a while?
Lâu lâu đi ăn tiệm một bữa   Can't [I] eat out once in a
    không được sao?   while?
Lâu lâu thức khuya một bữa   Can't [I] stay up late once
    không được sao?   in a while?

20. Response Drill

    [New vocabulary: nhanh   'fast, quick']

Cậu đi gặp cô nào mà diện qúa   What girl are you going to meet
vậy?   that [you're] so well-dressed?
    Lâu lâu diện một bữa không   Can't [I] dress up once in a
    được sao?   while?
Anh đi đâu mà hối qúa vậy?   Where are you going that [you]
                                    hurry [a person] so much?
    Lâu lâu hối một bữa không   Can't [I] hurry [a person]
    được sao?   once in a while?
Anh có chuyện gì mà đi nhanh   What's the matter with you that
qúa vậy?   [you] walk so fast?
    Lâu lâu đi nhanh một bữa   Can't [I] walk fast once in
    không được sao?   a while?
Anh đợi ai mà buồn qúa vậy?   Who are you waiting for that
                                    [you're] so sad?
    Lâu lâu buồn một bữa không   Can't [I] be sad once in a
    được sao?   while?
Anh đi đâu mà sớm qúa vậy?   Where are you going that [you
                                    go] so early?
    Lâu lâu đi sớm một bữa không   Can't [I] go early once in a
    được sao?   while?
Anh kiếm ra chưa mà vui qúa   Have you found [it] yet that
vậy?   [you're] so happy?
    Lâu lâu vui một bữa không   Can't [I] be happy once in a
    được sao?   while?

21. <u>Expansion Drill</u>

[New vocabulary: đúng giờ   'on time'
                    vui vẻ   'cheerful, happy, gay']

Lâu lâu tôi thích diện một bữa.

   I like to dress up once in a while.

  Lâu lâu tôi thích diện một bữa chở ai như anh.

    Unlike somebody like you, I like to dress up once in a while.

Anh ấy mặc quần áo liền.

   He gets dressed right away.

  Anh ấy mặc quần áo liền chở ai như anh.

    Unlike somebody like you, he gets dressed right away.

Tôi làm việc nhiều.

   I work hard.

  Tôi làm việc nhiều chở ai như anh.

    Unlike somebody like you, I work hard.

Cô ấy lúc nào cũng vui vẻ.

   She's always cheerful.

  Cô ấy lúc nào cũng vui vẻ chở ai như anh.

    Unlike somebody like you, she's always cheerful.

Bà ấy lúc nào cũng đúng giờ.

   She's always on time.

  Bà ấy lúc nào cũng đúng giờ chở ai như anh.

    Unlike somebody like you, she's always on time.

22. <u>Expansion Drill</u>

Anh ấy đầu tóc bù-xù.

   His hair is disheveled.

  Anh ấy lúc nào đầu tóc cũng bù-xù.

    His hair is always disheveled.

Cậu quần áo xốc-xếch.

   Your clothes are untidy.

  Cậu quần áo lúc nào cũng xốc-xếch.

    Your clothes are always untidy untidy.

Cô ấy làm việc nhiều.

   She works hard.

  Cô ấy lúc nào cũng làm việc nhiều.

    She always works hard.

Bà ấy đúng giờ.

   She's on time.

  Bà ấy lúc nào cũng đúng giờ.

    She's always on time.

Cô ấy vui vẻ.

   She's cheerful.

  Cô ấy lúc nào cũng vui vẻ.

    She's always cheerful.

D. NARRATION

Hoàng hối Long mặc quần áo cho mau. Long hỏi Hoàng đã xong chưa mà hối như vậy. Hoàng nói chỉ còn mang giày nữa là xong và hỏi mượn Long đôi vớ vì vớ của Hoàng dơ hết rồi. Long chỉ cho Hoàng vớ ở trong tủ áo bên tay trái, và luôn tiện nhờ Hoàng lấy giùm một cái sơ-mi trắng và cái quần xanh đậm. Hoàng không thấy quần xanh đậm, chỉ thấy quần xám, nên đề nghị Long mặc quần xám với sơ-mi trắng. Hoàng hỏi Long cà-vạt đen có hợp với quần nâu không. Long cho là cà-vạt đỏ hợp với quần nâu hơn, và chọc Hoàng là sáng nay đi đâu mà diện qúa vậy. Hoàng trả lời là lâu lâu thích diện một bữa, và chê Long là lúc nào đầu tóc cũng bù-xù, quần áo lúc nào cũng xốc-xếch.

Vocabulary and Notes

cho	When <u>cho</u> occurs between an active verb and an adjectival verb, it has the meaning 'making it, causing it to be, so that it will be'. Frequently, it is not translatable in English, as in: <u>mặc quần áo cho mau</u> 'dress quickly'. Other examples of this construction are: nấu <u>cho</u> chín 'cook (<u>until, making it</u>) done' rửa <u>cho</u> sạch 'wash (<u>until, making it</u>) clean'
mượn Long đôi vớ	borrow a pair of socks (from) Long
dơ hết rồi	all are dirty already
luôn tiện	at the same time
chọc	to tease
chê	to jeer, mock, scoff (at)

E. QUESTIONS ON THE NARRATION

1. Hoàng hối Long làm gì?   What does Hoang hurry Long to do?

2. Long hỏi gì Hoàng?   What does Long ask Hoang?

3. Hoàng còn phải làm gì nữa   What does Hoàng still have to do
   mới xong?   to be ready?
4. Tại sao Hoàng phải mượn vở   Why does Hoàng have to borrow
   của Long?   Long's socks?
5. Vở của Long ở đâu?   Where are Long's socks?
6. Long nhờ Hoàng lấy gì?   What does Long ask Hoàng to get?
7. Hoàng chỉ thấy quần màu gì?   Hoàng sees only what color of
                                     pants?
8. Hoàng đề nghị gì với Long?   What does Hoàng suggest?
9. Long cho là cà-vạt màu gì   What color of tie does Long think
   thì hợp với quần nâu?   would go with brown pants?
10. Long chọc Hoàng ra sao?   How does Long tease Hoàng?
11. Hoàng nói thế nào?   What does Hoàng say?
12. Hoàng chê Long ra sao?   How does Hoàng scoff at Long?

F. SUPPLEMENTARY VOCABULARY

Use the following supplementary vocabulary for free conver-
sation and for writing short compositions.

1. Articles of clothing

(cái) quần	pants	(cái) nịt	belt
(cái) áo	coat, shirt, dress etc.	giây thắt lưng	belt
		(cái) nón, mũ	hat (various kinds)
quần áo	clothes		
(cái) áo sơ-mi	shirt, blouse	bộ (đồ) 'veste'	suit
(cái) áo đầm	dress	(cái) tạp-dề	apron
(cái) áo len	sweater	(cái) cà-vạt	necktie
(cái) áo mang-tô	coat	(cái) giải	sash
(cái) áo mưa	raincoat	(cái) khan quàng	scarf
(cái) áo lót	undershirt	(bộ) đồ tám	bathing suit
(cái) quần lót	underpants	(cái) khan lông	towel
(cái) váy	skirt	(cái) mền, chan	blanket
(đôi) vở, tất, dớ	socks	(cái) ví, bóp	wallet
(đôi) giày	shoes	(cái) sắc	handbag

2. <u>Grooming</u>

mặc quần áo	get dressed
thay đồ	change one's clothes, get dressed
mặc quần	put on or wear pants
mặc áo	put on or wear a shirt
mang giày	put on or wear shoes
đội nón, mũ	put on or wear a hat
mang nịt	put on or wear a belt
đeo nịt	
mặc đồ 'veste'	put on or wear a suit
mang ví	carry a purse
chải đầu	comb one's hair
đánh răng	brush one's teeth
tắm	take a bath
đi cắt tóc	get a haircut
đi làm đầu	have one's hair done
cắt móng tay	cut one's fingernails
chải quần áo	brush one's clothes
rửa tay	wash one's hand
rửa mặt	wash one's face
gội đầu	wash one's hair
lau khô người	dry oneself

A. DIALOGUE

Hồng

hàng	cloth, material, goods, merchandise
may	to sew, make (clothing), tailor
dài	to be long, lengthy, drawn out
áo dài	long dress,(the long split tunic typically worn by Vietnamese women)

1. Cô cho chúng tôi xem vài thú hàng may áo dài.

[Would] you (Miss) let us see several kinds of material for (sewing) long dresses.

Cô bán hàng

nội hóa	local goods, indigenous, of local manufacture
ngoại	outside, external
quốc	country, nation
ngoại-quốc	foreign countries; foreign, abroad; imported

2. Các cô muốn xem loại nào, hàng nội-hóa hay ngoại-quốc?

Which kind do you want to see, local or imported goods?

Hồng

3. Chúng tôi muốn xem cả hai.

We'd like to see both.

xem qua	to look through, look over
đã	V + đã: first, before (doing something else)

4. Bây giờ chưa biết mua thứ nào, phải xem qua đã.

We don't know which kind to buy yet (at this point); [we'll]

303

have to look [them]˙ over first.

Cô bán hàng

tự-nhiên   to be natural, feel free;
                                       naturally, of course

5. Vâng, mời hai cô cứ tự-   Fine, the two of you please (go
   nhiên coi.   ahead and) feel free to look.

Valerie

ngờ   to expect, suspect, believe,
                                       realize

kém   to be less, short of,
                                       inferior to, poor at

cũng ... không kém   no less ... than,
                                       just as ... as

cũng ... không kém gì ...   not at all less ... than,
   cả   every bit as ... as

6. Chị Hồng à! Tôi không ngờ   Oh, (Older Sister) Hồng! I
   hàng nội-hóa cũng đẹp không didn't realize that the local
   kém gì hàng ngoại-quốc cả.   cloth is not at all less attrac-
                                   tive than the imported (cloth).

đã ... mà lại ... nữa   not only ... but also
chỉ có   only, it's only
thước   meter; rule

7. Đã đẹp mà lại rẻ nữa, chỉ   [It's] not only pretty but
   có ba trăm đồng một thước   [it's] also inexpensive; [it's]
   thôi.   only three hundred piasters a
                                   meter.

Hồng

hơn nữa   furthermore, moreover
mát   to be cool (comfortable)
bền   to be durable, lasting

8. Hơn nữa loại hàng này mặc   Furthermore this type of cloth
   cũng mát và bền.   is both cool and durable to
                                   wear.

thế cho nên   therefore, thus, that's why

9. Thế cho nên người ta thường   That's why people usually buy
   mua.   [it].

Valerie

10. Mấy thước thì đủ một áo chị   How many meters would it take
    nhỉ?   (be enough) for a dress, do you
                                   think?

Hồng

    cỡ   size
    hai thước bảy   two meters seventy centi-
                                       meters

11. Cỡ tôi chỉ cần hai thước   My size requires only two meters
    bảy là đủ.   seventy [centimeters] to be
                                   enough.

    cao   high, tall; noble, lofty

12. Còn chị cao hơn thì phải   As for you, [you're] taller, so
    ba thước mới đủ.   [you'd] need three meters (only
                                   then [would it] be enough).

Cô bán hàng

    sao   how about it?

13. Sao, các cô đã chọn xong   How about it, have you (already)
    chưa?   finished choosing yet?

Valerie

    mỗi   each

14. Cô cắt cho tôi hai màu này   [Would] you cut (for) me three
    mỗi màu ba thước.   meters of these two colors.
                                   (Would you cut for me these two
                                   colors, each color three meters)

Cô bán hàng

    chừng   amount, extent, degree;
                                       about, approximately
    chừng đó   that amount, that much

15. Vâng, chỉ chừng đó thôi   Fine. Will that be all? (Only
    sao?   that much then?)

Valerie

gấp	to be urgent, pressing
hơi gấp	be rather pressed for time, rather in a hurry
tiệm may	tailor shop

16. Vâng, cám ơn cô, hôm nay   Yes, thank you, we're rather in
    chúng tôi hơi gấp, mà còn   a hurry today, yet we still
    phải đi lại tiệm may nữa.   have to go to the tailor shop.

B. GRAMMAR NOTES

1. <u>Cho ... xem</u> (Drills 1 and 2)

   <u>Cho ... xem</u> means 'let (someone) see, show (someone)', as in

   Cô <u>cho</u> chúng tôi <u>xem</u> vài   [Would] you (Miss) <u>let</u> us
       thứ hàng may áo dài.   <u>see</u> several kinds of material
                                        for (sewing) long dresses.

   Anh <u>cho</u> tôi <u>xem</u> vài thứ   [Would] you <u>show</u> me several
       đồng-hồ.   kind of watches.

2. <u>Thứ vs. loại</u> (Drill 3)

   <u>Thứ</u> and <u>loại</u> both mean 'kind, sort, variety'. <u>Thứ</u> however is
more general in its use, and may be used for any kind or example
of something, e.g.

   Còn món mặn, anh kêu <u>thứ</u>   As for the salty dish, which
       nào?   <u>kind</u> are you [going to] order?

   Cô cho chúng tôi xem vài   Would you show us various <u>kinds</u>
       <u>thứ</u> hàng may áo dài.   of material for long dresses.

<u>Loại</u>, on the other hand, usually refers to more clearly established
or wider categories, as in

   Các cô muốn xem <u>loại</u> nào,   Which <u>kind</u> (category) do you want
       hàng nội-hóa hay ngoại   to see, local or imported
       quốc?   goods?

   Ông anh cả mình làm ngoại   My eldest brother is a diplomat,
       giao, cũng một <u>loại</u>   also a <u>kind</u> (category) of
       công-chức.   civil servant.

3. __Cả hai__ (Drill 4)

We said in 12:13 that __cả__ always includes the meaning 'all, all of'. __Cả hai__ means literally 'all two', which is translated 'both' in English, as in

Chúng tôi muốn xem __cả hai__.   We'd like to see __both__.
__Cả hai__ người muốn đi.   __Both__ of them want to go.

4. __Đã as a Final Particle__ (Drills 5 and 6)

We saw in 12:8 that __đã__ before a verb means 'already, to have already (done something)', as in

Tôi __đã__ làm cái đó.   I've __already__ done that.

As a final particle, __đã__ means 'first, before (doing something else)', as in

Bây giờ chưa biết mua thứ   [We] don't know which kind to
  nào, phải xem qua __đã__.   buy yet (now); [we'll] have
                                    to look [them] over __first__.

5. __Tự-nhiên__ (Drill 7)

As a stative verb __tự-nhiên__ means 'to be natural'; as an adverb it means 'naturally, of course'. Before another verb it means 'feel free to', as in

Mời hai cô cứ __tự-nhiên__ coi.   The two of you please __feel free__
                                    __to__ look.
Anh cứ __tự-nhiên__ ăn.   (You) go ahead and (feel free
                                    to) eat.

6a. __Ngờ before a Clause__ (Drill 8)

Before a clause, __ngờ__ means 'to suspect (that), to realize (that)', as in

Tôi không __ngờ__ hàng nội-hóa   I didn't __realize__ [that] the
  cũng đẹp không kém gì   local cloth is not at all
  hàng ngoại-quốc cả.   less attractive than the
                                    imported.

Tôi không __ngờ__ anh ấy nói   I didn't __realize__ [that] he
  tiếng Việt giỏi quá.   speaks Vietnamese so well.

6b. <u>Cũng ... không kém gì ... cả</u> (Drills 9, 10, and 11)

The above rather complex construction means 'is not at all less ... than ..., is very bit as ... as....'. To understand how we arrive at this translation, let us build it up word-by-word, as follows:

Cô Liên <u>cũng</u> đẹp <u>như</u> Cô Hồng.	Liên is <u>just as</u> pretty <u>as</u> Hồng.
Cô Liên <u>cũng</u> đẹp <u>không kém</u> Cô Hồng.	Liên is <u>no less</u> pretty <u>than</u> Hồng. (Liên is <u>also</u> pretty <u>not inferior to</u> Hồng.)
Cô Liên <u>cũng</u> đẹp <u>không kém gì</u> Cô Hồng.	Liên is <u>in no way less</u> pretty <u>than</u> Hồng. (Liên is <u>also not inferior in any way to</u> Hồng.)
Cô Liên <u>cũng</u> đẹp <u>không kém gì</u> Cô Hồng <u>cả</u>.	Liên is <u>not at all less</u> pretty <u>than</u> Hồng. (Liên is <u>also not inferior in any way</u> to Hồng <u>at all</u>.)

7a. <u>Đã ... mà lại ... nữa</u> (Drills 12 and 14)

This construction is similar to <u>đã vậy mà còn ... nữa</u> 'not only that, but also ... ' (8:15); it means '[It's] not only ... but [it's] also ...', as in

<u>Đã</u> đẹp <u>mà lại</u> rẻ <u>nữa</u>.	[It's] <u>not only</u> pretty <u>but</u> [it's] <u>also</u> inexpensive.
Đồng hồ này <u>đã</u> rẻ <u>mà lại</u> bền <u>nữa</u>.	These watches are <u>not only</u> inexpensive, <u>but</u> [they're] durable <u>as well</u>.

7b. <u>Price per unit</u> (Drills 13 and 14)

In English we have several ways of expressing prices per unit, e.g.

These oranges are ten cents <u>each</u>.
These oranges are ten cents <u>apiece</u>.
These oranges are one dollar <u>per dozen</u>.

In Vietnamese price per unit is expressed by the construction
<u>amount + một + classifier</u>, as in

Chỉ có <u>ba trăm đồng một</u> <u>thước</u>.	[It's] only <u>300 piasters per</u> <u>meter</u>.
Đồng hồ này <u>năm trăm đồng</u> <u>một cái</u>.	These watches are <u>500 piasters</u> <u>apiece</u>.
Giày này <u>một ngàn đồng một</u> <u>đôi</u>.	These shoes are <u>a thousand pias-</u> <u>ters a pair</u>.

8. Hơn nữa (Drill 15)

<u>Hơn nữa</u> at the beginning of a sentence means 'furthermore,
moreover', as in

<u>Hơn nữa</u>, loại hàng này mặc cũng mát và bền.	<u>Furthermore</u>, this kind of cloth is both cool and durable to wear.
<u>Hơn nữa</u>, ảnh không muốn đi.	<u>Moreover</u>, he doesn't want to go.

9. Thế cho nên (Drill 16)

<u>Thế cho nên</u> is an idiomatic expression which means 'therefore,
that's why ...', as in

<u>Thế cho nên</u> người ta thường mua.	<u>That's why</u> people usually buy [it].
<u>Thế cho nên</u> ổng muốn đi.	<u>That's why</u> he wants to go.

10. Đủ before a Noun (Drills 17 and 19)

Before a noun, <u>đủ</u> must be translated 'to be enough for, to
suffice for', as in

Mấy thước thì <u>đủ</u> một áo chị nhỉ?	How many meters [would] <u>be enough</u> <u>for</u> a dress, do you think?
Ba trăm tờ thì <u>đủ</u> một cuốn.	Three hundred pages [will] <u>be</u> <u>enough for</u> a volume.

11, 12. Đủ after a Main Verb (Drills 18, 19, and 20)

In 6:14 we met <u>đủ</u> as a sole verbal constituent of a predicate,

as in

Một món gỏi nữa là đủ.   A meat-salad dish yet [will]
                                             be enough.

After a preceding verb, however, đủ can best be translated '[in
order to] be enough, [and it will] be enough', as in

Cỡ tôi chỉ cần hai thước   My size requires only two meters
    bảy là đủ.   seventy [centimeters] to be
                                            enough.

Tôi thì phải ba thước   As for me, [I'd] need three
    mới đủ.   meters to be enough (only
                                            then would it be enough).

13. Sao as a Preposed Particle (Summary) (Drills 21 and 22)

    You know that sao occurs as an initial interrogative meaning
'why?', as in

Sao ông đi lâu vậy?   Why were you gone so long?

As a final interrogative sao means 'how?', as in

Còn ông thì sao?   How about you?

In 8:4 we met sao as a final particl in exclamatory-interrogative
sentences with the meaning 'then?!, so then?!', as in

Ủa, ở Việt-Nam cũng có   Oh, in Vietnam there are also
    bốn mùa sao?!   four seasons then?!

Chừng đó thôi sao?   Will that be all then?

Sao also occurs as a preposed particle or tag question, separated
from the following question by a pause, with the meaning 'How
about it?, How is it?, What about it?', as in

Sao, các cô đã chọn xong   How about it, have you finished
    rồi chưa?   making your selection yet?

Sao, mai ông đi Hà-nội   What about it, are you going to
    không?   Hanoi tomorrow?

14. Complex Numerical Phrases (Drill 23)

    The complex numerical phrase 'three meters of each of these
two colors of cloth' would be rendered in Vietnamese in exactly the
reverse order: 'these two colors of cloth, each color, three

meters', as in

Cô cắt cho tôi <u>hai màu</u>   [Would] you cut for me <u>three</u>
  <u>này</u>, <u>mỗi màu ba thước</u>.   <u>meters</u> <u>of each</u> <u>of these two</u>
                                        <u>colors</u>.

Bà mua cho tôi <u>hai loại</u>   [Would] you buy for me <u>five</u>
  <u>này</u>, <u>mỗi loại năm cuốn</u>.   <u>copies</u> <u>of each</u> <u>of these two</u>
                                        <u>kinds</u> (of books).

16. <u>Mà còn phải ... nữa</u> (Drill 24)

    The meaning of <u>mà còn phải ... nữa</u> is 'but (yet, in spite of
the foregoing, in addition to the foregoing) [I] still have to ...'
as in

Hôm nay chúng tôi hơi gấp,   We're in a hurry today, <u>yet</u> [we]
  <u>mà còn phải</u> đi lại tiệm   <u>still have to</u> go to the
  may <u>nữa</u>.   tailor shop.

Tôi ăn nhiều rồi <u>mà còn</u>   I've eaten a lot already, <u>yet</u>
  <u>phải</u> ăn thêm <u>nữa</u>.   [I] <u>still have to</u> eat <u>more</u>.

C. DRILLS

1. Substitution Drill

Cô cho chúng tôi xem vài thứ   Would you let us see several
  <u>hàng may áo dài</u>.   kinds of <u>material for long</u>
                                        <u>dresses</u>.

Cô cho chúng tôi xem vài thứ   Would you let us see several
  <u>đồng-hồ</u>.   kinds of <u>watches</u>.

Cô cho chúng tôi xem vài thứ   Would you let us see several
  <u>sách</u>.   kinds of <u>books</u>.

Cô cho chúng tôi xem vài thứ   Would you let us see several
  <u>hàng nội hóa</u>.   kinds of <u>locally-made goods</u>.

Cô cho chúng tôi xem vài thứ   Would you let us see several
  <u>quần áo</u>.   kinds of <u>clothes</u>.

Cô cho chúng tôi xem vài thứ   Would you let us see several
  <u>xe đạp</u>.   kinds of <u>bicycles</u>.

2. Transformation Drill

Chúng tôi muốn xem vài thứ
hàng may áo dài.

 Cô cho chúng tôi xem vài
 thứ hàng may áo dài.

We'd like to see several kinds
of material for long dresses.

 Would you let us see several
 kinds of material for long
 dresses.

Chúng tôi muốn xem vài thứ
đồng-hồ.

 Cô cho chúng tôi xem vài
 thứ đồng-hồ.

We'd like to see several kinds
of watches.

 Would you let us see several
 kinds of watches.

Chúng tôi muốn xem vài thứ
sách.

 Cô cho chúng tôi xem vài
 thứ sách.

We'd like to see several kinds
of books.

 Would you let us see several
 kinds of books.

Chúng tôi muốn xem vài thứ
hàng nội-hóa.

 Cô cho chúng tôi xem vài
 thứ hàng nội-hóa.

We'd like to see several kinds
of locally-made goods.

 Would you let us see several
 kinds of locally-made goods.

Chúng tôi muốn xem vài thứ
hàng ngoại-quốc.

 Cô cho chúng tôi xem vài
 thứ hàng ngoại-quốc.

We'd like to see several kinds
of imported goods.

 Would you let us see several
 kinds of imported goods.

Chúng tôi muốn xem vài thứ
quần áo.

 Cô cho chúng tôi xem vài
 thứ quần áo.

We'd like to see several kinds
of clothes.

 Would you let us see several
 kinds of clothes.

Chúng tôi muốn xem vài thứ
xe đạp.

 Cô cho chúng tôi xem vài
 thứ xe đạp.

We'd like to see several kinds
of bicycles.

 Would you let us see several
 kinds of bicycles.

3. Response Drill

Chúng tôi muốn xem vài thứ
hàng may áo dài.

We'd like to see several kinds
of material for long dresses.

Các cô muốn xem loại nào,
hàng nội-hóa hay ngoại-quốc.

Which kind do you want to
see, local or imported mate-
rial?

Chúng tôi muốn xem vài thứ
đồng-hồ.

We'd like to see several kinds
of watches.

Các cô muốn xem loại nào,
đồng-hồ nội-hóa hay ngoại-
quốc.

Which kind do you want to
see, local or imported
watches?

Chúng tôi muốn xem vài thứ
quần áo.

We'd like to see several kinds
of clothes.

Các cô muốn xem loại nào,
quần áo nội-hóa hay ngoại-
quốc.

Which kind do you want to
see, local or imported
clothes?

Chúng tôi muốn xem vài thứ
xe đạp.

We'd like to see several kinds
of bicycles.

Các cô muốn xem loại nào,
xe đạp nội-hóa hay ngoại-
quốc.

Which kind do you want to
see, local or imported bicy-
cles?

Chúng tôi muốn xem vài thứ
giày.

We'd like to see several kinds
of shoes.

Các cô muốn xem loại nào,
giày nội-hóa hay ngoại-
quốc.

Which kind do you want to
see, local or imported shoes?

Chúng tôi muốn xem vài thứ
viết.

We'd like to see several kinds
of pens.

Các cô muốn xem loại nào,
viết nội-hóa hay ngoại-
quốc.

Which kind do you want to
see, local or imported pens?

4. Response Drill

Các cô muốn xem loại nào, hàng
nội-hóa hay ngoại quốc?

Which kind do you want to see,
local or imported goods?

Chúng tôi muốn xem cả hai.

We'd like to see both.

Anh muốn đi xem tuồng này hay
tuồng đó?

Do you want to see this opera or
that one?

Tôi muốn xem cả hai.   I'd like to see both.
Ông muốn mua cái màu xanh hay   Do you want to buy the blue one
đỏ?   or the red one?
    Tôi muốn mua cả hai.   I'd like to buy both.
Bà muốn đi nhà bang hay nhà   Do you want to go to the bank
giấy thép?   or the post office?
    Tôi muốn đi cả hai.   I want to go to both.
Cô muốn học tiếng Việt hay   Do you want to learn Vietnamese
tiếng Tàu.   or Chinese?
    Tôi muốn học cả hai.   I want to learn both.
Anh muốn ăn cá hay thịt?   Do you want to eat fish or meat?
    Tôi muốn ăn cả hai.   I want to eat both.

5. Substitution Drill

[New vocabulary : lựa   'to choose']

Bây giờ chưa biết mua thứ nào,   [We]don't know which kind to buy
    phải xem qua đã.   yet;[we'll]have to look them
                                        over first.

Bây giờ chưa biết mua thứ nào,   [We]don't know which kind to buy
    phải xem tất cả đã.   yet;[we'll]have to look at
                                        all of them first.

Bây giờ chưa biết mua thứ nào,   [We]don't know which kind to buy
    phải đi nhiều tiệm đã.   yet;[we'll]have to go to
                                        many stores first.

Bây giờ chưa biết mua thứ nào,   [We]don't know which kind to buy
    phải hỏi người bán hàng đã.   yet;[we'll]have to ask the
                                        clerk first.

Bây giờ chưa biết mua thứ nào,   [We]don't know which kind to buy
    phải nói với ba má đã.   yet;[we'll]have to tell our
                                        parents first.

Bây giờ chưa biết mua thứ nào,   [We]don't know which kind to buy
    phải lựa đã.   yet;[we'll]have to choose
                                        first.

6. Expansion Drill

[New vocabulary: thực-đơn   'menu']

Bây giờ chưa biết mua thứ nào. (xem qua)

    Bây giờ chưa biết mua thứ nào, phải xem qua đã.

Bây giờ chưa biết đi xem tuồng nào. (coi báo)

    Bây giờ chưa biết đi xem tuồng nào, phải coi báo đã.

Bây giờ chưa biết đi đâu. (hỏi người bán hàng)

    Bây giờ chưa biết đi đâu, phải hỏi người bán hàng đã.

Bây giờ chưa biết ăn gì. (coi thực-đơn)

    Bây giờ chưa biết ăn gì, phải coi thực-đơn đã.

Bây giờ chưa biết học bài nào. (hỏi giáo-sư)

    Bây giờ chưa biết học bài nào, phải hỏi giáo-sư đã.

Bây giờ chưa biết tìm tài-liệu ở đâu. (đợi một tuần)

    Bây giờ chưa biết tìm tài-liệu ở đâu, phải đợi một tuần đã.

[We] don't know which kind to buy yet. (to look them over)

    [We] don't know which kind to buy yet; [we'll] have to look them over first.

[We] don't know which opera to see yet. (read the newspaper)

    [We] don't know which opera to see yet; [we'll] have to read the newspaper first.

[We] don't know where to go yet (ask the clerk)

    [We] don't know where to go yet; [we'll] have to ask the clerk first.

[We] don't know what to eat yet. (look at the menu)

    [We] don't know what to eat yet; [we'll] have to look at the menu first.

[We] don't know which lesson to study yet. (ask the teacher)

    [We] don't know which lesson to study yet, [we'll] have to ask the teacher first.

[We] don't know where to look for the material yet. (wait for a week)

    [We] don't know where to look for the material yet; [we'll] have to wait for a week first.

7. Substitution Drill

Vâng, mời hai cô cứ tự-nhiên coi.	Fine, the two of you please (go ahead and) feel free to look.
Vâng, mời hai cô cứ tự-nhiên đi chơi.	Fine, the two of you please (go ahead and) feel free to go out (for fun).
Vâng, mời hai cô cứ tự-nhiên hỏi.	Fine, the two of you please (go ahead and) feel free to ask.
Vâng, mời hai cô cứ tự-nhiên kiếm.	Fine, the two of you please (go ahead and) feel free to look for [it].
Vâng, mời hai cô cứ tự-nhiên ngồi.	Fine, the two of you please (go ahead and) feel free to sit down.
Vâng, mời hai cô cứ tự-nhiên ăn.	Fine, the two of you please (go ahead and) feel free to eat.

8. Expansion Drill

Hàng nội-hóa cũng đẹp không kém gì. hàng ngoại-quốc cả.	The local cloth is not at all less attractive than the imported.
Tôi không ngờ hàng nội-hóa cũng đẹp không kém gì hàng ngoại-quốc cả.	I didn't realize that the local cloth is not at all less attractive than the imported.
Anh ấy nói tiếng Việt giỏi qúa!	He speaks Vietnamese so well!
Tôi không ngờ anh ấy nói tiếng Việt giỏi qúa!	I didn't realize that he speaks Vietnamese so well!
Tuồng này cũng hay như tuồng đó.	This opera is as good as that one.
Tôi không ngờ tuồng này cũng hay như tuồng đó.	I didn't realize that this opera is as good as that one.
Cô ấy hát hay qúa!	She sings very beautifully!
Tôi không ngờ cô ấy hát hay qúa!	I didn't realize that she sings so (very) beautifully.
Nhà bang xa hơn nhà giấy thép.	The bank is further than the post office.

Tôi không ngờ nhà băng xa
hơn nhà giây thép.

I didn't realize that the
bank is further than the post
office.

Anh Đoàn cũng giỏi không kém
gì anh Thanh.

Đoàn is not at all less effi-
cient than Thanh.

Tôi không ngờ anh Đoàn cũng
giỏi không kém gì anh Thanh.

I didn't realize that Đoàn
is not at all less efficient
than Thanh.

9. Substitution Drill

Hàng nội-hóa cũng đẹp không
kém hàng ngoại-quốc.

The local cloth is no less
attractive than the imported.

Hàng nội-hóa cũng rẻ không
kém hàng ngoại-quốc.

The local cloth is no less
cheap than the imported.

Hàng nội-hóa cũng bền không
kém hàng ngoại-quốc.

The local cloth is no less
durable than the imported.

Hàng nội-hóa cũng mắc không
kém hàng ngoại-quốc.

The local cloth is no less
expensive than the imported.

Hàng nội-hóa cũng tốt không
kém hàng ngoại-quốc.

The local cloth is no less
good than the imported.

10. Transformation Drill

Hàng nội-hóa cũng đẹp như hàng
ngoại-quốc.

The local cloth is as beautiful
as the imported.

Hàng nội-hóa cũng đẹp không
kém hàng ngoại-quốc.

The local cloth is no less
beautiful than the imported.

Xe hơi Nhựt cũng mắc như xe hơi
Đức.

Japanese cars are as expensive
as German cars.

Xe hơi Nhựt cũng mắc không
kém xe hơi Đức.

Japanese cars are no less
expensive than German cars.

Thằng Bắc cũng cao như thằng
Long.

Bắc is as tall as Long.

Thằng Bắc cũng cao không
kém thằng Long.

Bắc is no less tall than
Long.

Anh Đoàn cũng giỏi như anh   Đoàn is as efficient as Thanh.
Thanh.

    Anh Đoàn cũng giỏi không   Đoàn is no less efficient
    kém anh Thanh.   than Thanh.
Nhà bang cũng xa như nhà giấy   The bank is as far as the post
thép.   office.

    Nhà bang cũng xa không kém   The bank is no less far than
    nhà giấy thép.   the post office.
Cô Liên cũng đẹp như cô Hồng.   Miss Liên is as beautiful as
                                        Miss Hồng.

    Cô Liên cũng đẹp không kém   Miss Liên is no less beauti-
    cô Hồng.   ful than Miss Hồng.

11. Expansion Drill

Hàng nội-hóa cũng đẹp không   The local cloth is no less beau-
kém hàng ngoại-quốc.   tiful than the imported.

    Hàng nội-hóa cũng đẹp không   The local cloth is not at all
    kém gì hàng ngoại-quốc cả.   less beautiful than the
                                        imported.
Xe hơi Nhựt cũng mắc không kém   Japanese cars are no less expen-
xe hơi Đức.   sive than German cars.

    Xe hơi Nhựt cũng mắc không   Japanese cars are not at all
    kém gì xe hơi Đức cả.   less expensive than German
                                        cars.
Thằng Bắc cũng cao không kém   Bắc is no less tall than Long.
thằng Long.

    Thằng Bắc cũng cao không   Bắc is not at all less tall
    kém gì thằng Long cả.   than Long.
Anh Đoàn cũng giỏi không kém   Đoàn is no less efficient than
anh Thanh.   Thanh.

    Anh Đoàn cũng giỏi không   Đoàn is not at all less
    kém gì anh Thanh cả.   efficient than Thanh.
Nhà bang cũng xa không kém nhà   The bank is no less far than the
giấy thép.   post office.

    Nhà bang cũng xa không kém   The bank is not at all less
    gì nhà giấy thép cả.   far than the post office.

Cô Liên cũng đẹp không kém gì
cô Hồng.

    Cô Liên cũng đẹp không kém
gì cô Hồng cả.

Miss Liên is no less beautiful
than Miss Hồng.

    Miss Liên is not at all less
beautiful than Miss Hồng.

12. Response Drill

Hàng này đẹp. (rẻ)

    Đã đẹp mà lại rẻ nữa.

This material is beautiful.
(cheap)
    [It's] not only beautiful but
but [it's] also cheap.

Đồng-hồ này rẻ. (bền)

    Đã rẻ mà lại bền nữa.

These watches are cheap. (dura-
ble)
    [They're] not only cheap
but [they're] also durable.

Cuốn sách này dở. (mắc)
Đã dở mà lại mắc nữa.

This book is bad. (expensive)
    [It's] not only bad but [it's]
also expensive.

Chiếc xe này tốt. (đẹp)

    Đã tốt mà lại đẹp nữa.

This car is of good quality.
(beautiful)
    [It's] not only of good qua-
lity but [it's] also beauti-
ful.

Con đường này dài. (nhỏ)
Đã dài mà lại nhỏ nữa.

This street is long. (small)
    [It's] not only long but
[it's] also small.

Cái áo sơ-mi này xấu. (cũ)

    Đã xấu mà lại cũ nữa.

This shirt is of bad quality.
(old)
    [It's] not only of bad quali-
ty but [it's] also old.

13. Expansion Drill

Hàng này rẻ lắm. (ba trăm,
thước)
    Hàng này rẻ lắm, chỉ có ba
trăm đồng một thước.

This material is very cheap.
(three hundred, meter)
    This material is very cheap;
[it's] only three hundred
piasters a meter.

Đồng-hồ này rẻ lắm. (nam tram, cái)

   Đồng-hồ này rẻ lắm, chỉ có nam tram đồng một cái.

These watches are very cheap. (five hundred, each)

   These watches are very cheap; [they're] only five hundred piasters each.

Xe này rẻ lắm. (sáu ngàn, chiếc)

   Xe này rẻ lắm, chỉ có sáu ngàn đồng một chiếc.

These cars are very cheap, (six thousand, each)

   These cars are very cheap; [they're] only six thousand piasters each.

Giày này rẻ lắm. (hai tram, đôi)

   Giày này rẻ lắm, chỉ có hai tram đồng một đôi.

These shoes are very cheap. (two hundred, a pair)

   These shoes are very cheap; [they're] only two hundred piasters a pair.

Nhà này rẻ lắm. (mười ngàn, can)

   Nhà này rẻ lắm, chỉ có mười ngàn đồng một can.

These houses are very cheap. (ten thousand, each)

   These houses are very cheap; [they're] only ten thousand piasters each.

Món này rẻ lắm. (nam chục, chén)

   Món này rẻ lắm, chỉ có nam chục đồng một chén.

This [kind of] dish is very cheap. (fifty, a bowlful)

   This [kind of] dish is very cheap; [it's] only fifty piasters a bowlful.

14. Transformation - Expansion Drill

Hàng này đẹp lắm. (ba tram đồng một thước)

   Đã đẹp mà lại rẻ nữa, chỉ có ba tram đồng một thước.

This material is very beautiful. (three hundred piasters a meter)

   [It's not only] beautiful but [it's] also inexpensive; [it's] only three hundred piasters a meter.

Xe hơi này tốt lắm. (chín ngàn đồng một chiếc)

These cars are very good. (nine thousand piasters each)

Đã tốt mà lại rẻ nữa, chỉ
có chín ngàn đồng một chiếc.

[They're not only] good but
[they're] also cheap;
[they're] only nine thousand
piasters each.

Đồng-hồ này tốt lắm. (năm trăm
đồng một cái)
    Đã tốt mà lại rẻ nữa, chỉ có
năm trăm đồng một cái.

These watches are very good.
(five hundred piasters each)
    [They're not only] good but
[they're] also cheap;
[they're] only five hundred
piasters each.

Nhà này lớn lắm. (năm mươi
ngàn đồng một căn)
    Đã lớn mà lại rẻ nữa, chỉ có
năm mươi ngàn đồng một căn.

These houses are very big.
(fifty thousand piasters each)
    [They're not only] big but
[they're] also cheap;
[they're] only fifty thousand
piasters each.

Món này ngon lắm. (năm chục
đồng một chén)
    Đã ngon mà lại rẻ nữa, chỉ
có năm chục đồng một chén.

This [kind of] dish is very good.
(fifty piasters a bowlful)
    [It's not only] good but
[it's] also cheap; [it's]
only fifty piasters a bowlful.

Giày này bền lắm. (một ngàn
đồng một đôi)
    Đã bền mà lại rẻ nữa, chỉ
có một ngàn đồng một đôi.

These shoes are very durable.
(one thousand piasters a pair)
    [They're not only] durable
but [they're] also cheap;
[they're] only one thousand
piasters a pair.

15. Expansion Drill

Hàng này đẹp lắm. (mặc cũng mát
và bền)
    Hơn nữa, loại hàng này mặc
cũng mát và bền.

This material is very beautiful.
(both cool and durable to wear)
    Furthermore, this kind of
material is both cool and
durable to wear.

Xe đạp này bền lắm. (rẻ lắm)   These bicycles are very durable.
                                       (very cheap)
  Hơn nữa, loại xe đạp này rẻ   Furthermore, this kind of
  lắm.   bicycle is very cheap.
Đồng-hồ này rẻ lắm. (đẹp lắm)   These watches are very cheap.
                                       (very beautiful)
  Hơn nữa, loại đồng-hồ này   Furthermore, this kind of
  đẹp lắm.   watch is very beautiful.
Áo này đẹp lắm. (mặc mát lắm)   These shirts are very pretty.
                                       (very cool to wear)
  Hơn nữa, loại áo này mặc mát   Furthermore, this kind of
  lắm.   shirt is very cool to wear.
Nhà này lớn lắm. (rẻ lắm)   These houses are very big. (very
                                       cheap)
  Hơn nữa, loại nhà này rẻ   Furthermore, this kind of
  lắm.   house is very cheap.
Sách này hay lắm. (đẹp lắm)   These books are very interesting.
                                       (very beautiful)
  Hơn nữa, loại sách này đẹp   Furthermore, this kind of
  lắm.   book is very beautiful.

16. Response - Expansion Drill

Loại hàng này mặc cũng mát và   This kind of material is both
bền. (mua)   cool and durable to wear. (buy)
  Thế cho nên người ta thường   That's why people usually
  mua.   buy [it].
Loại áo này mát lắm. (mặc)   This kind of shirt is very cool.
                                       (wear)
  Thế cho nên người ta thường   That's why people usually
  mặc.   wear [it].
Tiệm an đó cũng ngon và rẻ.   That restaurant is also good and
(đi an ở đó)   cheap. (go to eat there)
  Thế cho nên người ta thường   That's why people usually go
  đi an ở đó.   to eat there.
Thu-viện này nhiều sách lắm.   This library has a lot of books.
(đọc sách ở đây)   (read here)

Thế cho nên người ta thường
đọc sách ở đây.

Trường đại-học đó tốt lắm.
(học ở đó)

Thế cho nên người ta thường
học ở đó.

Loại giày này ấm lắm. (mang)

Thế cho nên người ta thường
mang.

That's why people usually
read here.

That university is very good.
(study there)

That's why people usually
study there.

This kind of shoe is very warm.
(wear)

That's why people usually
wear [it].

17. Multiple Substitution Drill

Mấy thước thì đủ một áo chị
nhỉ?

Mấy món thì đủ một bữa chị
nhỉ?

Mấy người thì đủ một xe chị
nhỉ?

Mấy lần thì đủ một ngày chị
nhỉ?

Mấy tờ thì đủ một cuốn chị
nhỉ?

Mấy muỗng thì đủ một ly chị
nhỉ?

How many meters would be enough
for a dress, do you think?

How many dishes would be enough
for a meal, do you think?

How many people would be enough
for a car, do you think?

How many times would be enough
for a day, do you think?

How many pages would be enough
for a volume, do you think?

How many spoonfuls would be
enough for a glass, do you
think?

18. Substitution Drill

Cỡ tôi chỉ cần hai thước bảy
là đủ.

Cỡ tôi chỉ cần ba thước bốn
là đủ.

Cỡ tôi chỉ cần bốn thước rưỡi
là đủ.

My size requires only two meters
seventy centimeters to be
enough.

My size requires only three me-
ters forty centimeters to be

My size requires only four me-
ters and a half to be enough.

Cỡ tôi chỉ cần <u>nam thước sáu</u>
la đủ.

Cỡ tôi chỉ cần <u>một thước hai</u>
· là đủ.

Cỡ tôi chỉ cần <u>nửa thước</u> là đủ.

My size requires only <u>five me-</u>
<u>ters sixty centimeters</u> to be
enough.

My size requires only <u>one meter</u>
<u>twenty centimeters</u> to be
enough.

My size requires only <u>half a</u>
<u>meter</u> to be enough.

19. <u>Response Drill</u>

Mấy thước thì đủ một áo, anh
nhỉ? (hai thước bảy)

   Chỉ cần hai thước bảy là đủ.

Mấy món thì đủ một bữa, anh
nhỉ? (ba món)

   Chỉ cần ba món là đủ.

Mấy người thì đủ một xe, anh
nhỉ? (bốn người)
   Chỉ cần bốn người là đủ.

Mấy lần thì đủ một ngày, anh
nhỉ? (nam)
   Chỉ cần nam lần là đủ.

Mấy tờ thì đủ một cuốn, anh
nhỉ? (một tram tờ)
   Chỉ cần một tram tờ là đủ.

How many meters would it take
for a dress, do you think?
(two meters seventy centimeters)
   It requires only two meters
   seventy centimeters to be
   enough.
How many dishes would it take
for a meal, do you think?
(three dishes)
   It requires only three dishes
   to be enough.
How many people would be enough
for a car? (four)
   It requires only four people
   to be enough.
How many times would be enough
for a day? (five)
   It requires only five times
   to be enough.
How many pages would be enough
for a volume? (one hundred pages)
   It requires only one hundred
   pages to be enough.

20. <u>Response Drill</u>

Anh chỉ cần hai thước bảy là
đủ. (ba thước)

You need only two meters seven-
ty centimeters to be enough.
(three meters)

    Còn tôi thì phải ba thước
    mới đủ.

    As for me, I need three
    meters (to be enough).

Anh chỉ cần ba trăm đồng là
đủ. (năm trăm đồng)

You need only three hundred
piasters to be enough. (five
hundred piasters)

    Còn tôi thì phải năm trăm
    đồng mới đủ.

    As for me, I need five hun-
    dred piasters (to be enough).

Anh chỉ cần ba món là đủ. (bốn
món)

You need only three dishes to
be enough. (four dishes)

    Còn tôi thì phải bốn món
    mới đủ.

    As for me, I need four dishes
    (to be enough)

Anh chỉ cần hai lần là đủ.
(năm lần)

You need only two times to be
enough. (five times)

    Còn tôi thì phải năm lần
    mới đủ.

    As for me, I need five times
    (to be enough).

Anh chỉ cần sáu người là đủ.
(tám người)

You need only six people to be
enough. (eight people)

    Còn tôi thì phải tám người
    mới đủ.

    As for me, I need eight
    people (to be enough).

Anh chỉ cần một trăm tờ là đủ.
(hai trăm tờ)

You need only one hundred pages
to be enough. (two hundred pages)

    Còn tôi thì phải hai trăm
    tờ mới đủ.

    As for me, I need two hundred
    pages (to be enough).

21. <u>Expansion Drill</u> [New vocabulary: sẵn-sàng 'to be ready, prepared

Các cô đã chọn xong chưa?

Have you (already) finished
choosing yet?

    Sao, các cô đã chọn xong
    chưa?

    How about it, have you (al-
    ready) finished choosing yet?

Chị muốn đi xem tuồng đó không?

Do you want to go and see that
opera?

Sao, chị muốn đi xem tuồng   How about it, do you want to
đó không?   go and see that opera?
Anh đã sẵn-sàng chưa?   Are you ready yet?
  Sao, anh đã sẵn-sàng chưa?   How about it, are you ready
                                     yet?

Ông tìm được nhà cô ấy không?   Could you find her house?
  Sao, ông tìm được nhà cô ấy   How about it, could you find
  không?   her house?
Bà sẽ trở lại không?   Will you come back?
  Sao, bà sẽ trở lại không?   How about it, will you come
                                     back?

Anh rảnh không?   Are you free?
  Sao, anh rảnh không?   How about it, are you free?

22. <u>Transformation Drill</u>

  [New vocabulary: sẵn-sàng   'to be ready, prepared']

Các cô đã chọn xong rồi sao?   So you're (already) finished
(chưa)   choosing? (yet)
  Sao, các cô đã chọn xong rồi   How about it, have you finish
  chưa?   finished choosing yet?
Chị muốn đi xem tuồng đó sao?   So you want to go and see that
(không)   opera? (or not)
  Sao, chị muốn đi xem tuồng   How about it, do you want to
  đó không?   go and see that opera?
Anh đã sẵn-sàng sao? (chưa)   So you're ready? (yet)
  Sao, anh đã sẵn-sàng chưa?   How about it, are you ready
                                     yet?

Ông tìm được nhà cô ấy sao?   So you were able to find her
(không)   house? (or not)
  Sao, ông tìm được nhà cô ấy   How about it, were you able
  không?   to find her house?
Bà sẽ trở lại sao? (không)   So you'll come back? (or not)
  Sao, bà sẽ trở lại không?   How about it, will you come
                                     back?

Anh rảnh sao? (không)   So you're free? (or not)

Sao, anh rảnh không?   How about it, are you free?

23. Expansion Drill

Cô cắt cho tôi hai màu này.   Would you cut (for) me these
(ba thước)   two colors. (three meters)
   Cô cắt cho tôi hai màu này,   Would you cut (for) me three
   mỗi màu ba thước.   meters of each of these two
                                           colors.

Anh bán cho tôi hai thứ này.   Would you sell me these two
(hai cái)   kinds. (two)
   Anh bán cho tôi hai thứ này,   Would you sell me two of
   mỗi thứ hai cái.   each of these two kinds.
Bà mua cho tôi hai loại này.   Would you buy me these two kinds.
(nam cuốn)   (five copies)
   Bà mua cho tôi hai loại này,   Would you buy me five copies
   mỗi loại nam cuốn.   of each of these two kinds.
Ông cho tôi xem hai màu này.   Would you let me look at these
(bốn cái)   two colors? (four)
   Ông cho tôi xem hai màu này,   Would you let me look at four
   mỗi màu bốn cái.   of each of these two colors.
Anh giữ cho tôi hai phòng này.   Would you reserve for me these
(ba ngày)   two rooms. (three days)
   Anh giữ cho tôi hai phòng   Would you reserve for me each
   này, mỗi phòng ba ngày.   of these two rooms for three
                                           days.

Ông cho tôi gặp hai người đó.   Would you let me see those two
(mười phút)   people. (ten minutes)
   Ông cho tôi gặp hai người   Would you let me see each of
   đó, mỗi người mười phút.   those two people for ten
                                           minutes.

24. Combination Drill

Hôm nay chúng tôi hơi gấp.   We're rather in a hurry today.
Đi lại tiệm may.   Go to the tailor shop.

Hôm nay chúng tôi hơi gấp,
mà còn phải đi lại tiệm may
nữa.
Hôm nay tôi có ít tiền.
Mua một cái áo.
    Hôm nay tôi có ít tiền, mà
    còn phải mua một cái áo nữa.

Bây giờ trễ rồi.
Chải đầu.
    Bây giờ trễ rồi, mà còn phải
    chải đầu nữa.

Tôi ăn nhiều rồi.
Ăn thêm.
    Tôi ăn nhiều rồi, mà còn
    phải ăn thêm nữa.
Hôm nay tôi không rảnh.
Đi phố.
    Hôm nay tôi không rảnh, mà
    còn phải đi phố nữa.
Chúng tôi đi xa rồi.
Đi xa hơn nữa.
    Chúng tôi đi xa rồi, mà còn
    phải đi xa hơn nữa.

We're rather in a hurry today,
yet [we] still have to go to
the tailor shop.
I have very little money today.
Buy a shirt.
    I have very little money
    today, yet [I] still have to
    buy a shirt.
It's already late (now).
Comb the hair.
    It's already late (now), yet
    [I] still have to comb my
    hair.
I've already eaten a lot.
Eat more.
    I've already eaten a lot, yet
    [I] still have to eat more.
I'm not free today.
Go downtown.
    I'm not free today, yet [I]
    still have to go downtown.
We've already gone a long way.
Go further.
    We've already gone a long way,
    yet [we] still have to go
    further.

D. NARRATION

Cô Valerie muốn mua hàng may áo dài. Cô ấy và cô Hồng vào một tiệm vải. Hai cô bảo cô bán hàng cho xem hàng nội-hóa lẫn hàng ngoại-quốc. Cô bán hàng mời hai cô cứ tự-nhiên xem. Cô Valerie nói với cô Hồng là cô ấy không ngờ hàng nội-hóa cũng đẹp không kém gì hàng ngoại-quốc, và không những đã đẹp mà lại rẻ nữa. Cô Hồng thêm vào là hàng nội-hóa mặc cũng mát và bền, do đó nhiều người thích mua. Cô Hồng nói là cỡ cô ấy chỉ cần hai thước bảy là đủ một áo, nhưng cô Valerie thì phải cần ba thước mới đủ. Cô Valerie chọn mua hai cái áo dài. Sau đó hai cô đi lại tiệm may.

Vocabulary and Notes

vải	cloth, material, fabric
tiệm vải	fabric shop
cô bán hàng	salesgirl
lẫn	with, together with, as well as
không những đã ... mà lại ... nữa	it's not only ... but it's also ...
thêm vào là ...	to put in, add, say further that ...
do	to be caused by, due to
do đó	therefore, for that reason

E. QUESTIONS ON THE NARRATION

1. Cô Valerie muốn mua gì?   What does (Miss) Valerie want to buy?

2. Cô ấy vào tiệm vải với ai?   With whom does she enter the fabric shop?

3. Hai cô ấy muốn xem loại hàng nào?   What kind of material do the two girls want to see?

4. Cô bán hàng mời hai cô ấy làm gì?   What does the salesgirl invite the two girls to do?

5. Cô Valerie nghĩ gì về hàng   What does (Miss) Valerie think
   nội-hóa?   about the locally-made cloth?

6. Tại sao nhiều người thích   Why do many people like to buy
   mua hàng nội-hóa?   the locally-made cloth?

7. Cô Hồng cần mấy thước cho   How many meters does (Miss) Hồng
   một cái áo dài?   need for a long dress?

8. Cô Valerie thì cần bao   How much does (Miss) Valerie
   nhiêu?   need?

9. Cô Valerie chọn mua mấy cái   How many long dresses does (Miss)
   áo dài?   Valerie pick out to buy?

10. Sau đó hai cô đi đâu?   Where do the two girls go after
                                            that?

F. SUPPLEMENTARY VOCABULARY

Use the following supplementary vocabulary for free conver-
sation and for writing short compositions.

1. Merchandise

quần áo	clothing	vàng	gold
vải	cloth	bạc	silver
lụa	silk cloth	(cái) dĩa	dish
vải bông	cotton cloth	(cái) dao	knife
chỉ	thread	(cái) nĩa	fork
(cái) bàn chải	toothbrush	(cái) muỗng	spoon
đánh răng		dụng-cụ	tool
kem đánh răng	toothpaste	(cái) búa	hammer
xà-phòng, xà-bông	soap	(cái) kìm	pliers
rau cải	vegetables	(cái) tuộc-nơ-vít	screwdriver
đồ hộp	canned food	(cái) cưa	saw
(cái) lược	comb	(cái) đinh	nail
(cái) bàn chải tóc	brush	gỗ	wood
kẹo	candy	(viên) gạch	brick
đồ trang sức	jewelry	(viên) ngói	tile

2. Shops

tiệm bán thức ăn	food store
tiệm quần áo	clothing store
tiệm may	tailor shop
tiệm hớt tóc	barber shop
tiệm uốn tóc	beauty salon
tiệm thuốc	drugstore, pharmacy
tiệm sách	bookstore
tiệm rượu	liquor store
tiệm tạp hóa	sundry shop
tiệm giặt ủi	laundry
tiệm ăn, tiệm cơm, nhà hàng	restaurant
tiệm bàn ghế	furniture store
tiệm bán đồ chơi	toy store
tiệm nữ-trang, tiệm kim-hoàng	jewelry store
tiệm kẹo	candy store
tiệm chụp hình	photographer's shop
tiệm gỗ	lumber store

A. DIALOGUE

Hiệp

nhức	to ache, pain, have an ache, have a pain
nhức đầu	to have a headache

1. Sáng nay sao tôi nhức đầu quá.

   [I don't know] why I have such a headache this morning.

mỏi	to be tired (with respect to a specific part of the body)
mệt mỏi	to be tired, exhausted, worn out
người	body, self
tay	hand, arm
chân (SVN: chơn, chun)	foot, leg
giở	to lift, raise (arms, legs); open (a book)
giở lên	to lift up

2. Mệt mỏi trong người, tay chân giở không lên.

   [I'm] tired all over (tired in the body); I can hardly raise [my] arms [and] legs (arms [and] legs I raise don't go up).

Bác-sĩ

bịnh (NVN: bệnh)	illness, sickness, disease
cúm	influenza, flu
bịnh cúm	the flu

3. Nghe như anh bị bịnh cúm.

   [It] sounds as if you have (caught) the flu.

sốt	fever; have a fever, be hot
tai	ear(s)

dũ	fierce, violent; extremely, very
4. Anh có bị sốt không mà tai đỏ dũ vậy.	Do you have a fever, that [your] ears are so very red?

Hiệp

sơ sơ	a little, somewhat, in a rudimentary fashion
5. Vâng, tôi bị sốt sơ sơ thôi.	Well, I have only a little fever.
mát	eye(s)
cay mát	to have stinging eyes, to burn (in the eyes)
6. Tôi cũng bị cay mát nữa.	And my eyes burn too (I also have burning eyes).

Bác-sĩ

há (hả)	to open (the mouth)
miệng	mouth
lè (le)	to extend, stick out (the tongue)
lưỡi	tongue
7. Anh há miệng và le lưỡi cho tôi xem.	Open [your] mouth and stick out [your] tongue for me (to see).
anh nầy	this fellow, this guy (i.e. you)
rang	tooth, teeth
sâu	worm, insect, germ
rang sâu	decayed tooth, cavity (lit: worm-eaten tooth)
8. Chà, anh nầy rang sâu nhiều qúa!	Say, this fellow really [has] a lot of cavities!
nha-sĩ	dentist
chữa	to repair, fix, to cure
chở để lâu	if [you] let [it] go for long
đó	final emphatic particle

9. Phải đi nha-sĩ chữa đi, chờ   [You] should go to a dentist
   để lâu anh không còn răng   [and get them] fixed; if [you]
   ăn cơm đó.   let [it] go you won't have [any]
                                       teeth left to eat (rice) [with].

                         Hiệp
     sợ   to fear, be afraid of
     nhổ   to pull out, pull up,
                                          extract, uproot

10. Dạ, nhưng tôi sợ nhổ răng   Yes, but I'm really afraid of
    lắm.   [getting] teeth pulled (of pull-
                                       ing teeth).

                         Bác-sĩ
     cởi   to take off
     khám   to examine
     tiếp   to continue, further, more

11. Anh cởi áo ra cho tôi khám   Take off [your] shirt so I can
    tiếp.   examine [you] further.
     thấy   to feel, sense, find
     thở   to breathe
     nặng   to be heavy, serious
     ngực   chest, breast

12. Anh có thấy khó thở và nặng   Do you feel difficulty in breath-
    trong ngực không?   ing and heavy in the chest?

                         Hiệp
     nghẹt   obstructed, stopped up,
                                          choked; strangled
     mũi   nose

13. Dạ không, tôi chỉ bị nghẹt   No, I just have a stopped up
    mũi thôi.   nose.
     đau   to be sick, to hurt, to ache
                                          (more general than nhức)
     một ít   a little
     tiêu   to digest, to spend,
                                          disperse

an không tiêu   to be unable to digest one's
                                       food, to have indigestion

14. Nhưng tôi bị đau bụng một   But my stomach hurts a little
    ít vì an không tiêu.   because [I] have indigestion.

                            Bác-sĩ

cảm   to catch cold, have a cold,
                                       a cold

15. Tôi thấy anh bị cảm khá   I'd say you've caught a rather
    nặng.   serious cold.
    thuốc   medicine, drug, tobacco,
                                       cigarette

15. Anh đem thuốc này về uống   You take this medicine home
    một ngày ba lần.   [and] take (drink) [it] three
                                       times a day.

    khoẻ   strong, well, healthy
17. Uống thuốc và nằm nghỉ cho   Take the medicine and lie down
    khoẻ.   [and] rest so [you'll] be well.

B. GRAMMAR NOTES

1. Rhetorical Questions (Drills 1 and 2)

Rhetorical questions, i.e. questions which do not anticipate
an answer or which express perplexity in the mind of the speaker
(and in some cases simply convey information) are quite as common
in Vietnamese as in English, e.g.

Sáng nay sao tôi nhức đầu   [I don't know] why I have such
    qúa.   a headache this morning.
                                       (This morning why do I have
                                       a bad headache?)

Chớ ai làm như vậy!   But nobody does that! (But who
                                       does like that?)

2. Completive Verbs (Drills 3 and 4)

In Vietnamese there is a restricted class of completive verbs

which express the completion, achievement, or possibility of
achievement, of the action initiated by the preceding main verb.
These verbs are marked by the fact when a completive verb phrase
is negated, the negative always precedes the second, or completive
verb, as in

Tay chân tôi <u>giở không</u> <u>lên</u>.	I <u>can</u> [hardly] <u>raise</u> [my] arms [and] legs. ([My] arms [and] legs I <u>lift</u> <u>don't go up</u>.)
Cơm này tôi <u>ăn không tiêu</u>.	I <u>can't digest</u> this food. (This food I <u>eat not disperse</u>.)
Tôi <u>tìm</u> cuốn đó <u>không thấy</u>.	I <u>can't find</u> that book. (I <u>hunt for</u> that volume <u>not see</u>.)

3. <u>Nghe như</u> (Drill 5)

We pointed out in 5:4 that <u>nghe</u> 'to hear, listen (to)' some-
times functions as an intransitive verb, as in

<u>Nghe</u> hấp-dẫn quá!   [That] <u>sounds</u> very interesting!

Similarly, <u>nghe như</u> means 'it sounds as if ...', as in

<u>Nghe như</u> anh bị bịnh cúm.	[It] <u>sounds as if</u> you have (caught) the flu.
<u>Nghe như</u> anh bị cảm khá nặng.	[It] <u>sounds as if</u> you've caught a rather bad cold.

4a. <u>Mà</u> as a Contrastive Conjunction (Drills 6 and 7)

(Refer to Grammar Notes 2:9 and 13:2, 14)

4b. <u>Dữ</u> as a Adverb (Drill 6)

<u>Dữ</u> is at stative verb which means 'to be fierce, violent';
as an adverb following another verb, it means 'extremely, very,
violently, strongly', as in

Anh có bị sốt không mà tai đỏ <u>dữ</u> vậy?	Do you have a fever, that [your] ears are so <u>very</u> red?
Anh có bị cảm không mà ho <u>dữ</u> vậy?	Do you have a cold, that [you] cough so <u>violently</u>?

5. Sơ sơ (Drill 8)

Sơ sơ is an adverbial phrase which means 'a little, somewhat, to a limited degree, in a rudimentary fashion', as in

Tôi bị sốt sơ sơ thôi.   I have only a little fever.

Tôi học bài đó sơ sơ thôi.   I studied that lesson only a
                              little (cursorily).

6a, 13. Correlative Constructions (Drills 9 and 20)

In Vietnamese there are a number of correlative constructions in which two words of the same or similar meaning co-occur and mutually reinforce each other. Such construction appear redundant in English, although they can frequently both be translated in rather colloquial English. Following are some examples of such correlative constructions:

Tôi chỉ bị nghẹt mũi thôi.   I only have a stopped-up nose
                               (that's all).

Tôi còn phải đi chợ nữa.   I still have to go to the market
                              (yet).

Tôi cũng bị cay mắt nữa.   And my eyes burn too. (I also
                              have burning eyes in addi-
                              tion.)

6b. Bị : An Unpleasant Experience (Drill 10)

In 4:12a we pointed out that bị means 'to experience (something unpleasant), to undergo (something undesireable)'. That explains why bị occurs so frequently in this lesson on human ailments (sentences 3, 4, 5, 6, 13, 14, and 15), as in

Nghe như anh bị bịnh cúm.   It sounds as if you have caught
                              the flu.

Anh có bị sốt không?   Do you have (have you caught) a
                              fever?

Tôi cũng bị cay mắt nữa.   And my eyes burn too. (And I'm
                              also suffering from burning
                              eyes.)

6c. Nouns as Verb Modifiers (Drill 11)

In Vietnamese, ailments are typically expressed in terms of
a verb describing a condition, followed by the body part to which
that condition applies, as in

Tôi cũng cay mắt nữa.	And my eyes burn too. (I also burn [in the] eyes too.)
Tôi cũng đau rang nữa.	And I have a toothache too. (I also hurt [in the] teeth too.)
Tôi cũng nhức đầu nữa.	And I have a headache too. (I also ache [in the] head too.)

However, the body part may be topicalized (put first), in which
case the above sentences are transformed as follows:

Mắt tôi cũng cay nữa.	And my eyes burn too.
Rang tôi cũng đau nữa.	And my teeth hurt too.
Đầu tôi cũng nhức nữa.	And my head aches too.

8. Topic - Comment Constructions (Drill 12 and 13)

A very common sentence-type in Vietnamese is the topic-
comment sentence, in which a topic or subject is announced, follow-
ed by a comment which may also have a subject, as in

Anh nầy rang sâu nhiều quá!	This fellow really has a lot of cavities! (This fellow, bad teeth are very many.)
Anh nầy tóc dài quá!	This fellow really has very long hair! (This fellow, hair long very.)
Ông ấy cha mẹ chết rồi.	That man's parents have already died. (That man, [his] parents have already died.)

9a. Đi as a Hortatory Final Particle (Drills 13 and 14)

Đi occurs as a final hortatory particle in imperative senten-
ces, with the meaning 'go ahead and, be sure to, let's, etc.'
depending on the context; frequently it is not translatable in
English; e.g.

Phải đi nha-sĩ chữa đi!   [You] should go to a dentist
                                 [and get them] fixed!

Chúng ta đi đi!   Let's go!

Làm đi!   Go on and do [it].

9b. **Chờ để lâu** (Drills 14 and 15)

In Sentence 9 chờ để lâu is translated 'if [you] let [it] go';
literally, however, it means 'but (you may be sure that) [if you]
put [it] off [for a] long [time]' (See also 8:3b):

Chờ để lâu anh không còn   If [you] let [it] go (for long),
    rang an cơm đó.   you won't have [any] teeth
                                    left to eat (rice) [with].

Chờ để lâu anh đau nặng   If [you] put [it] off (long),
    hơn đó.   you'll get worse.

9c. **Đó as a Final Particle** (Drill 15)

Đó occurs as a final particle which expresses emphasis; when
translatable, it means something like 'certainly, surely, really',
as in

Anh không còn rang an cơm   You (surely) won't have [any]
    đó.   teeth left to eat with!

Anh nói đúng đó.   You said it! (You say correctly
                                    there!)

10. **Sợ before a Verb** (Drill 16)

The verb sợ 'to fear, be afraid of, dread' may precede either
a noun object or a verbal object, e.g.

Tôi sợ nha-sĩ lắm.   I'm really afraid of dentists.

Tôi sợ nhổ rang lắm.   I'm really afraid of having
                                    teeth pulled (pulling teeth).

Tôi sợ đi bác-sĩ lắm.   I'm really afraid of going to a
                                    doctor.

11, 17. <u>Cho as a Causative Conjunction</u> (Summary) (Drills 17, 18,
        and 25)

You know that the meaning of <u>cho</u> as a primary verb is 'to
give', as in

Cho tôi cuốn sách đó.   <u>Give</u> me that book.

As a causative verb, <u>cho</u> means 'to let, permit, cause, have', as
in

Cho tôi đi với ông.   <u>Let</u> me go with you (for my own
                            benefit).

Cho chị ở đi chợ.   <u>Have</u> the maid go to the market.

In 9:6a we saw that <u>cho</u> occurs as a benefactive preposition (or at
least must be translated as a preposition in English), as in

Anh đóng cửa <u>cho</u> tôi nhé.   Would you close the door <u>for</u> me?

Finally, <u>cho</u> functions as a causative conjunction with the meaning
'so that ([it] will be), in order that ([I] can), causing [it] to
be', as in

Anh cởi áo ra <u>cho</u> tôi khám   Take your shirt off <u>so</u> [I] <u>can</u>
    tiếp.   examine [you] further.

Anh đóng cửa lại <u>cho</u> tôi   Close the door <u>so</u> I <u>can</u> sleep
    ngủ tiếp.   some more.

Uống thuốc và nằm nghỉ   Take the medicine and lie down
    <u>cho</u> khoẻ.   [and] rest <u>so</u> [you'll] be
                                   well.

Đem quần áo nầy đi giặt   Take these clothes [and] wash
    <u>cho</u> sạch.   [them] <u>so</u> [they'll] be clean.

12, 15. <u>Thấy as a Verb of General Perception</u> (Drills 19, 20, 22,
        and 23)

The basic meaning of <u>thấy</u> is 'to see', as in

Tôi không <u>thấy</u> gì hết.   I don't <u>see</u> anything at all.

In 10:6, 12 we saw that <u>thấy</u> before a clause means 'to think [that]
..., to feel [that] ...', as in

Anh <u>thấy</u> có ngon không?   Do you <u>find</u> [that it] is good?

Anh <u>thấy</u> nên mua rượu hay   Do you <u>think</u> [we] should buy
    bia?   whiskey or beer?

Tôi <u>thấy</u> anh bị cảm khá   I'd say (I <u>feel</u>) [that] you've
   nặng.   caught a rather bad cold.
<u>Thấy</u> can also means 'to feel, to perceive (physically)', as in
   Anh có <u>thấy</u> khó thở không?   Do you <u>feel</u> difficulty in
                           breathing?
   Tôi <u>thấy</u> nóng mình.   I <u>feel</u> hot.

14. <u>Một ít</u> (Drill 21)

<u>Một ít</u> is a noun phrase meaning 'a little (bit)', as in
   Cho tôi <u>một ít</u> đường.   Give me <u>a little bit</u> of sugar.
However, it may occur adverbially after certain verbs, as in
   Nhưng tôi đau bụng <u>một ít</u>.   But my stomach hurts <u>a little</u>.
                           (I have <u>a little bit of</u> a
                           stomachache.)
   Nhưng tôi nóng mình <u>một ít</u>. But I'm <u>a little</u> hot.

16. <u>Một ngày ba lần</u> (Drill 24)

<u>Một ngày ba lần</u> means 'three times a day'; this same struc-
ture is used in all statements of distributive action, as in
   Anh uống thuốc nầy   (You) take (drink) this medicine
     <u>một ngày ba lần</u>.   <u>three times a day</u>.
   Anh uống thuốc nầy   (You) take (drink) this medicine
     <u>bốn giờ một viên</u>.   <u>one (pill) [every] four hours</u>.

C. DRILLS

1. Substitution Drill

Sáng nay <u>tôi nhức đầu</u> qúa.   <u>I really have a headache</u> this
                           morning.

Sáng nay <u>tôi nghẹt mũi</u> qúa. <u>My nose is really stopped up</u>
                           this morning.

Sáng nay <u>tôi mệt mỏi trong</u>   <u>I'm really tired</u> this morning.
   <u>người</u> qúa.

Sáng nay <u>tôi cay mắt</u> quá.	<u>My eyes really burn</u> this morning.
Sáng nay <u>tôi đau bụng</u> quá.	<u>I really have a stomachache</u> this morning.
Sáng nay <u>tôi nặng trong ngực</u> quá.	<u>I really feel heavy in the chest</u> this morning.
Sáng nay <u>tôi đau răng</u> quá.	<u>I really have a toothache</u> this morning.
Sáng nay <u>tôi mỏi chân</u> quá.	<u>My legs are really tired</u> this morning.

2. Expansion Drill

Sáng nay tôi nhúc đầu quá.

I really have a headache this morning.

    Sáng nay sao tôi nhúc đầu quá.

    I don't know why I have such a headache this morning.

Sáng nay tôi nghẹt mũi quá.

My nose is really stopped up this morning.

    Sáng nay sao tôi nghẹt mũi quá.

    I don't know why my nose is so stopped up this morning.

Sáng nay tôi mệt mỏi trong người quá.

I'm really tired this morning.

    Sáng nay sao tôi mệt mỏi trong người quá.

    I don't know why I'm so tired this morning.

Sáng nay tôi cay mắt quá.

My eyes really burn this morning.

    Sáng nay sao tôi cay mắt quá.

    I don't know why my eyes burn so much this morning.

Sáng nay tôi đau bụng quá.

I really have a stomachache this morning.

    Sáng nay sao tôi đau bụng quá.

    I don't know why I have such a stomachache this morning.

Sáng nay tôi nặng trong ngực quá.

I really feel heavy in the chest this morning.

    Sáng nay sao tôi nặng trong ngực quá.

    I don't know why I feel so heavy in the chest this morning.

Sáng nay tôi đau răng quá.   I really have a toothache this morning.

    Sáng nay sao tôi đau răng quá.   I don't know why I have such a toothache this morning.

Sáng nay tôi mỏi chân quá.   My legs are really tired this morning.

    Sáng nay sao tôi mỏi chân quá.   I don't know why my legs are so tired this morning.

3. Transformation Drill

Tôi giở tay chân không lên.	I can't raise my arms and legs.
Tay chân tôi giở không lên.	[Same]
Tôi ăn cơm này không tiêu.	I can't digest this food.
Cơm này tôi ăn không tiêu.	[Same]
Tôi đọc chữ này không ra.	I can't read this word.
Chữ này tôi đọc không ra.	[Same]
Tôi tìm cuốn đó không thấy.	I can't find that volume.
Cuốn đó tôi tìm không thấy.	[Same]
Tôi nghĩ tên cô ấy không ra.	I can't figure out her name.
Tên cô ấy tôi nghĩ không ra.	[Same]
Tôi nghe câu ấy không ra.	I can't hear that sentence.
Câu ấy tôi nghe không ra.	[Same]

4. Transformation Drill

Tay chân tôi giở không lên.	I can't raise my arms and legs.
Tôi giở tay chân không lên.	[Same]
Cơm này tôi ăn không tiêu.	I can't digest this food.
Tôi ăn cơm này không tiêu.	[Same]
Chữ này tôi đọc không ra.	I can't read this word.
Tôi đọc chữ này không ra.	[Same]
Cuốn đó tôi tìm không thấy.	I can't find that volume.
Tôi tìm cuốn đó không thấy.	[Same]
Tên cô ấy tôi nghĩ không ra.	I can't figure out her name.
Tôi nghĩ tên cô ấy không ra.	[Same]

Câu ấy tôi nghe không ra.   I can't hear that sentence.
  Tôi nghe câu ấy không ra.   [Same]

5. Substitution Drill

[New vocabulary: bịnh sốt rét   'malaria'
                  bịnh ho lao   'tuberculosis'
                  bịnh kiết-ly   'dysentery']

Nghe như anh bị <u>bịnh cúm</u>.   It sounds as if you have
                                            the flu.

Nghe như anh bị <u>cảm khá nặng</u>.   It sounds as if you have
                                            a rather bad cold.

Nghe như anh bị <u>sốt nặng</u>.   It sounds as if you have
                                            a bad fever.

Nghe như anh bị <u>bịnh sốt rét</u>.   It sounds as if you have
                                            malaria.

Nghe như anh bị <u>bịnh ho lao</u>.   It sounds as if you have
                                            tuberculosis.

Nghe như anh bị <u>bịnh kiết-ly</u>.   It sounds as if you have
                                            dysentery.

6. Substitution Drill

[New vocabulary: da 'skin']

Anh có bị sốt không mà <u>tai</u>   Do you have a fever, that[your]
đỏ dữ vậy.   <u>ears</u> are so very red?

Anh có bị sốt không mà <u>mắt</u>   Do you have a fever, that[your]
đỏ dữ vậy.   <u>eyes</u> are so very red?

Anh có bị sốt không mà <u>mặt</u>   Do you have a fever, that[your]
đỏ dữ vậy.   <u>face</u> is so very red?

Anh có bị sốt không mà <u>ngực</u>   Do you have a fever, that[your]
đỏ dữ vậy.   <u>chest</u> is so very red?

Anh có bị sốt không mà <u>bụng</u>   Do you have a fever, that[your]
đỏ dữ vậy.   <u>stomach</u> is so very red?

Anh có bị sốt không mà <u>chân</u>   Do you have a fever, that[your]
đỏ dữ vậy.   <u>legs</u> are so very red?

Anh có bị sốt không mà <u>tay</u>
  đỏ dũ vậy?

Anh có bị sốt không mà <u>da</u>
  đỏ dũ vậy?

Do you have a fever, that[your]
  <u>arms</u> are so very red?

Do you have a fever, that[your]
  <u>skin</u> is so very red?

7. Combination Drill

Anh có bị sốt.

Tai đỏ dũ.

  Anh có bị sốt không, mà tai
  đỏ dũ vậy?

Anh có an ngọt.

Rang sâu.

  Anh có an ngọt không, mà
  rang sâu vậy?

Anh có an nhiều.

Đau bụng.

  Anh có an nhiều không, mà
  đau bụng vậy?

Anh có bị cảm.

Nghẹt mũi.

  Anh có bị cảm không, mà
  nghẹt mũi vậy?

Anh có bị cảm.

Khó thở.

  Anh có bị cảm không, mà khó
  thở vậy?

Anh có sợ.

Mặt xanh.

  Anh có sợ không, mà mặt xanh
  vậy.

Anh có đau bụng.

An ít.

  Anh có đau bụng không, mà
  an ít vậy?

You have a fever.

Your ears are so very red.

  Do you have a fever, that
  your ears are so very red?

You eat sweets.

You have cavities.

  Do you eat sweets, that you
  have cavities?

You eat a lot.

You have stomachache.

  Did you eat a lot, that you
  have a stomachache?

You have a cold.

Your nose is stopped up.

  Do you have a cold, that
  your nose is stopped up?

You have a cold.

You have difficulty in breathing.

  Do you have a cold, that you
  have difficulty in breathing?

You're scared.

Your face is pale.

  Are you scared, that your
  face is so pale?

You have a stomachache.

You eat a little.

  Do you have a stomachache,
  that you eat so little?

Anh có bị cảm.   You have a cold.
Ho dữ.   You cough so much.
    Anh có bị cảm không, mà ho   Do you have a cold, that you
    dữ vậy?   cough so much?

8. <u>Response Drill</u>

Anh có bị sốt không?   Do you have a fever?
    Vâng, tôi bị sốt sơ sơ thôi.   Well, I have just a little
                                         fever.

Anh có đau bụng không?   Do you have a stomachache?
    Vâng, tôi đau bụng sơ sơ   Well, I have just a little
    thôi.   stomachache.

Anh có bị cảm không?   Do you have a cold?
    Vâng, tôi bị cảm sơ sơ thôi.   Well, I have just a little
                                         cold.

Anh có nghẹt mũi không?   Is your nose stopped up?
    Vâng, tôi nghẹt mũi sơ sơ   Well, my nose is stopped up
    thôi.   just a little.

Anh có sợ không?   Are you scared?
    Vâng, tôi sợ sơ sơ thôi.   Well, I'm scared just a
                                         little.

Anh có thấy khó thở không?   Do you have difficulty in breath-
                                     ing?
    Vâng, tôi thấy khó thở sơ   Well, I feel just a little
    sơ thôi.   difficulty in breathing.

Anh có mệt mỏi trong người   Are you tired (all over)?
không?

    Vâng, tôi mệt mỏi trong   Well, I'm just a little tired
    người sơ sơ thôi.   (all over).

9. <u>Substitution Drill</u>

Tôi cũng bị <u>cay mắt</u> nữa.   And my <u>eyes burn</u> too.
Tôi cũng bị <u>đau răng</u> nữa.   And I <u>have a toothache</u> too.
Tôi cũng bị <u>đau bụng</u> nữa.   And I <u>have a stomachache</u> too.
Tôi cũng bị <u>mỏi mình</u> nữa.   And I <u>feel tired</u> too.

Tôi cũng <u>bị nhức mắt</u> nữa.   And my <u>eyes hurt</u> too.
Tôi cũng <u>bị mỏi tay</u> nữa.   And my <u>arms are tired</u> too.
Tôi cũng <u>bị nóng mình</u> nữa.   And I <u>feel hot</u> too.
Tôi cũng <u>bị nhức đầu</u> nữa.   And I <u>have a headache</u> too.
Tôi cũng <u>bị đỏ mắt</u> nữa.   And my <u>eyes are red</u> too.
Tôi cũng <u>bị nghẹt mũi</u> nữa.   And my <u>nose is stopped up</u> too.

10. <u>Expansion Drill</u>

Tôi cũng cay mắt nữa.   And my eyes burn too.
   Tôi cũng bị cay mắt nữa.   [Same]
Tôi cũng đau răng nữa.   And I have a toothache too.
   Tôi cũng bị đau răng nữa.   [Same]
Tôi cũng đau bụng nữa.   And I have a stomachache too.
   Tôi cũng bị đau bụng nữa.   [Same]
Tôi cũng mỏi mình nữa.   And I feel tired too.
   Tôi cũng bị mỏi mình nữa.   [Same]
Tôi cũng nhức mắt nữa.   And my eyes hurt too.
   Tôi cũng bị nhức mắt nữa.   [Same]
Tôi cũng mỏi tay nữa.   And my arms are tired too.
   Tôi cũng bị mỏi tay nữa.   [Same]
Tôi cũng nóng mình nữa.   And I feel hot too.
   Tôi cũng bị nóng mình nữa.   [Same]
Tôi cũng nhức đầu nữa.   And I have a headache too.
   Tôi cũng bị nhức đầu nữa.   [Same]
Tôi cũng đỏ mắt nữa.   And my eyes are red too.
   Tôi cũng bị đỏ mắt nữa.   [Same]
Tôi cũng nghẹt mũi nữa.   And my nose is stopped up too.
   Tôi cũng bị nghẹt mũi nữa.   [Same]

11. <u>Transformation Drill</u>

Mắt tôi cũng cay nữa.   And my eyes burn too.
   Tôi cũng cay mắt nữa.   [Same]
Răng tôi cũng đau nữa.   And I have a toothache too.
   Tôi cũng đau răng nữa.   [Same]
Bụng tôi cũng đau nữa.   And I have a stomachache too.

Tôi cũng đau bụng nữa.   [Same]
Mắt tôi cũng nhức nữa.   And my eyes hurt too.
  Tôi cũng nhức mắt nữa.   [Same]
Tay tôi cũng mỏi nữa.   And my arms are tired too.
  Tôi cũng mỏi tay nữa.   [Same]
Đầu tôi cũng nhức nữa.   And I have a headache too.
  Tôi cũng nhức đầu nữa.   [Same]
Mắt tôi cũng đỏ nữa.   And my eyes are red too.
  Tôi cũng đỏ mắt nữa.   [Same]
Mũi tôi cũng nghẹt nữa.   And my nose is stopped up too.
  Tôi cũng nghẹt mũi nữa.   [Same]

12. Substitution Drill

[New vocabulary: ngắn   'to be short']

Chà, anh nầy rang sâu nhiều   Say, this fellow really[has]
  quá!   a lot of cavities!
Chà, anh nầy tai đỏ dữ quá!   Say, this fellow really[has]
                                            very red ears!

Chà, anh nầy tóc dài quá!   Say, this fellow really[has]
                                            very long hair!

Chà, anh nầy miệng lớn quá!   Say, this fellow really[has]
                                            a very big mouth!

Chà, anh nầy đầu tóc bù-xù   Say, this fellow really[has]
  quá!   very disheveled hair!
Chà, anh nầy quần áo xốc-xếch   Say, this fellow really[has]
  quá!   very untidy clothes.
Chà, anh nầy lưỡi dài quá!   Say, this fellow really[has]
                                            very long tongue.

Chà, anh nầy tay ngắn quá!   Say, this fellow really[has]
                                            very short arms.

13. Response Drill

[New vocabulary: rộng   'big, roomy, spacious'
                     thợ máy   'mechanic'
                     thợ hớt tóc 'barber']

Anh nầy rang sâu nhiều quá!
(nha-sĩ, chữa)
    Phải đi nha-sĩ chữa đi.

This fellow really has a lot of
cavities! (dentist, fix)
    [You] should go to a dentist
    [and get them] fixed.

Anh nầy đau nặng lắm!
(nhà thương, chữa)
    Phải đi nhà thương chữa đi.

This fellow is very ill.
(hospital, cure)
    [You] should go to the hospi-
    tal [and get] cured.

Chiếc xe hơi nầy dở lắm!
(thợ máy, chữa)
    Phải đi thợ máy chữa đi.

This car is very bad.
(mechanic, fix)
    [It] should be taken to a
    mechanic [and] fixed.

Anh nầy tóc dài quá!
(thợ hớt tóc, cắt)
    Phải đi thợ hớt tóc cắt đi.

This fellow's hair is really
long. (barber, cut)
    [You] should go to the barber
    [and have it] cut.

Cái áo nầy rộng quá!
(thợ may, chữa)
    Phải đi thợ may chữa đi.

This shirt is too big!
(tailor, fix)
    [It] should be taken to the
    tailor [and] fixed.

Anh nầy lười quá!
(thư-viện, học)
    Phải đi thư-viện học đi.

This fellow is really lazy!
(library, study)
    [You] should go to the
    library [and] study.

14. Combination Drill

Phải đi nha-sĩ chữa đi.

Anh không còn rang an cơm đó.

    Phải đi nha-sĩ chữa đi, chớ
    để lâu anh không còn rang
    an cơm đó.

[You] should go to a dentist
[and get them] fixed.
You won't have [any] teeth left
to eat (rice) [with].
    [You] should go to a dentist
    [and get them] fixed; if [you]
    let [it] go you won't have
    [any] teeth left to eat (rice)
    [with].

Phải đi bác-sĩ đi.   [You] should go to a doctor.
Anh đau nặng hơn.   You'll get worse.
   Phải đi bác-sĩ đi, chở để   [You] should go to a doctor;
   lâu anh đau nặng hơn.   if [you] let [it] go you'll
                                get worse.

Phải đi thợ máy chữa đi.   [You] should take [it] to a me-
                                chanic [and get it] fixed.
Xe không chạy được.   It (the car) won't be able to
                                run.
   Phải đi thợ máy chữa đi,   [You] should take [it] to a
   chở để lâu xe không chạy   mechanic [and get it] fixed;
   được.   if [you] let [it] go it won't
                                be able to run.
Phải đi thợ hớt tóc cát đi.   [You] should go to a barber
                                [and get it] cut.
Đầu tóc bù-xù lắm.   [Your] hair will be very
                                disheveled.
   Phải đi thợ hớt tóc cát đi,   [You] should go to a barber
   chở để lâu đầu tóc bù-xù   [and get it] cut; if [you]
   lắm.   let [it] go [your] hair will
                                be very disheveled.
Phải đi thợ may chữa đi.   [You] should take [them] to a
                                tailor [and get them] fixed.
Quần áo bị cũ.   The clothes will wear out.
   Phải đi thợ may chữa đi, chở   [You] should take [them] to
   để lâu quần áo bị cũ.   a tailor [and get them] fixed;
                                if [you] let [it] go the
                                clothes will wear out.

15. Expansion Drill

Chở để lâu anh không còn rang   If [you] let [it] go you won't
an cơm.   have [any] teeth to eat (rice)
                                [with].
   Chở để lâu anh không còn   [More admonitory.]
   rang an cơm đó.

Chờ để lâu anh đau nặng hơn.

    Chờ để lâu anh đau nặng hơn đó.

Chờ để lâu xe chạy không được.

    Chờ để lâu xe chạy không được đó.

Chờ để lâu đầu tóc bù-xù lắm.

    Chờ để lâu đầu tóc bù-xù lắm đó.

Chờ để lâu quần áo bị cũ.

    Chờ để lâu quần áo bị cũ đó.

Chờ để lâu anh tìm không ra.

    Chờ để lâu anh tìm không ra đó.

If [you] let [it] go you'll get worse.
    [More admonitory.]

If [you] let [it] go the car won't be able to run.
    [More admonitory.]

If [you] let [it] go [your] hair will be very disheveled.
    [More admonitory.]

If [you] let [it] go the clothes will wear out.
    [More admonitory.]

If [you] let [it] go you won't find it.
    [More admonitory.]

16. Substitution Drill

Nhưng tôi sợ nhổ răng lắm.

But I'm afraid of getting teeth pulled.

Nhưng tôi sợ đi nha-sĩ lắm.

But I'm afraid of going to a dentist.

Nhưng tôi sợ đi bác-sĩ lắm.

But I'm afraid of going to a doctor.

Nhưng tôi sợ đi chỗ cao lắm.

But I'm afraid of going to a high place.

Nhưng tôi sợ đi nhà thương lắm.

But I'm afraid of staying in a hospital.

Nhưng tôi sợ hớt tóc lắm.

But I'm afraid of having my hair cut.

17. Substitution Drill

Anh cởi <u>áo</u> ra cho tôi khám tiếp.	Take off your <u>shirt</u> so I can examine [you] further.
Anh cởi <u>quần</u> ra cho tôi khám tiếp.	Take off your <u>pants</u> so I can examine [you] further.
Anh cởi <u>cà-vạt</u> ra cho tôi khám tiếp.	Take off your <u>tie</u> so I can examine [you] further.
Anh cởi <u>giày</u> ra cho tôi khám tiếp.	Take off your <u>shoes</u> so I can examine [you] further.
Anh cởi <u>vớ</u> ra cho tôi khám tiếp.	Take off your <u>socks</u> so I can examine [you] further.
Anh cởi <u>áo len</u> ra cho tôi khám tiếp.	Take off your <u>sweater</u> so I can examine [you] further.
Anh cởi <u>quần áo</u> ra cho tôi khám tiếp.	Take off your <u>clothes</u> so I can examine [you] further.

18. Combination Drill

　　[New vocabulary: đóng   'to close'
　　　　　　　　　　　mở   'to open (window)'
　　　　　　　　　　　giở   'to open (book)'
　　　　　　　　　　　ngủ   'to sleep'
　　　　　　　　　　　cửa sổ 'window']

Anh cởi áo.	Take off your shirt.
Tôi khám.	I examine.
Anh cởi áo ra cho tôi khám tiếp.	Take off your shirt so I can examine [you] further.
Anh đem cơm tới đây.	Bring the food over here.
Tôi ăn.	I eat.
Anh đem cơm tới đây cho tôi ăn tiếp.	Bring the food over here so I can continue eating.
Anh đóng cửa lại.	Close the door.
Tôi ngủ.	I sleep.
Anh đóng cửa lại cho tôi ngủ tiếp.	Close the door so I can continue sleeping.

Anh giở sách ra.   Open the book.
Tôi đọc.   I read.
  Anh giở sách ra cho tôi đọc   Open the book so I can read
  tiếp.   further.
Anh mở cửa sổ.   Open the window.
Tôi xem.   I look at [it].
  Anh mở cửa sổ cho tôi xem   Open the window so I can
  tiếp.   continue looking at [it].

19. Substitution Drill

Anh có <u>thấy khó thở</u> không?   Do you <u>feel difficulty in breathing</u>?

Anh có <u>thấy nặng trong ngực</u>   Do you <u>feel heavy in the chest</u>?
không?

Anh có <u>thấy mệt mỏi trong người</u>   Do you <u>feel tired</u>?
không?

Anh có <u>thấy đau bụng</u> không?   Do you <u>have a stomachache</u>?

Anh có <u>thấy nhức đầu</u> không?   Do you <u>have (feel) a headache</u>?

Anh có <u>thấy nóng mình</u> không?   Do you <u>feel hot</u>?

Anh có <u>thấy đau răng</u> không?   Do you <u>have (feel) a toothache</u>?

20. Response Drill

Anh có thấy khó thở không?   Do you feel difficulty in breath-
(nghẹt mũi)   ing? (stopped-up nose)
  Dạ không, tôi chỉ bị nghẹt   No, I just have a stopped-up
  mũi thôi.   nose.

Anh có thấy nặng trong ngực   Do you feel heavy in the chest?
không? (khó thở)   (feel difficulty in breathing)
  Dạ không, tôi chỉ bị khó thở   No, I just feel difficulty in
  thôi.   in breathing.

Anh có thấy mệt mỏi trong người   Do you feel tired? (feel hot)
không? (nóng mình)
  Dạ không, tôi chỉ bị nóng   No, I only feel hot.
  mình thôi.

Anh có thấy đau bụng không?   Do have a stomachache? (have a
(nhúc đầu)   headache)
   Dạ không, tôi chỉ bị nhúc   No, I only have a headache.
   đầu thôi.

Anh có thấy nhúc đầu không?   Do you have a headache?
(mệt mỏi trong người)   (feel tired)
   Dạ không, tôi chỉ bị mệt   No, I only feel tired.
   mỏi trong người thôi.

Anh có thấy nóng mình không?   Do you feel hot? (heve a tooth-
(đau rang)   ache)
   Dạ không, tôi chỉ bị đau   No, I only have a toothache.
   rang thôi.

Anh có thấy đau rang không?   Do you have a toothache?
(nặng trong ngực)   (feel heavy in the chest)
   Dạ không, tôi chỉ bị nặng   No, I only feel heavy in the
   trong ngực thôi.   chest.

21. Substitution Drill

Nhưng <u>tôi đau bụng</u> một ít.   But <u>my stomach hurts</u> a little.
Nhưng <u>tôi nghẹt mũi</u> một ít.   But <u>my nose is</u> a little <u>stopped-
                            up.</u>

Nhưng <u>tôi nóng mình</u> một ít.   But <u>I'm</u> a little <u>hot.</u>
Nhưng <u>tôi nhúc đầu</u> một ít.   But <u>my head aches</u> a little.bit.
Nhưng <u>tôi đau rang</u> một ít.   But <u>my tooth aches</u> a little.
Nhưng <u>tôi mệt mỏi trong người</u>   But <u>I'm</u> a little <u>tired.</u>
   một ít.

22. Substitution Drill

Tôi thấy anh bị <u>cảm</u> khá nặng.   I'd say you've caught a rather
                    serious <u>cold.</u>

Tôi thấy anh bị <u>cúm</u> khá nặng.   I'd say you've caught the <u>flu</u>
                    rather seriously.

Tôi thấy anh bị <u>sốt</u> khá nặng.   I'd say you've caught a rather
                    serious <u>fever.</u>

Tôi. thấy anh bị <u>lao</u> khá nặng.   I'd say you've caught <u>tuberculosis</u>
                    rather seriously.

Tôi thấy anh bị <u>kiết-ly</u> khá nạng.

I'd say you've caught <u>dysentery</u> rather seriously.

Tôi thấy anh bị <u>sốt rét</u> khá nạng.

I'd say you've caught <u>malaria</u> rather seriously.

23. Expansion Drill

Anh bị cảm khá nạng.

You caught a rather serious cold.

Tôi thấy anh bị cảm khá nạng.

I'd say you caught a rather serious cold.

Anh phải đi nha-sĩ chữa đi.

You should go to a dentist and get them fixed.

Tôi thấy anh phải đi nha-sĩ chữa đi.

I'd say you should go to a dentist and get them fixed.

Anh phải uống thuốc và nằm nghỉ cho khoẻ.

You should take the medicine and lie down and rest so you'll be well.

Tôi thấy anh phải uống thuốc và nằm nghỉ cho khoẻ.

I'd say you should take the medicine and lie down and rest so you'll be well.

Tai anh đỏ lắm!

Your ears are very red!

Tôi thấy tai anh đỏ lắm!

I'd say your ears are very red!

Đầu tóc anh bù-xù.

Your hair is disheveled.

Tôi thấy đầu tóc anh bù-xù.

I'd say your hair is disheveled.

Quần áo anh xốc-xếch.

Your clothes are untidy.

Tôi thấy quần áo anh xốc-xếch.

I'd say your clothes are untidy.

24. Substitution Drill

[New vocabulary: viên 'clf. for small round objects']

Anh uống thuốc nầy <u>một ngày ba lần</u>.

Take this medicine <u>three times a day</u>.

Anh uống thuốc nầy <u>một ngày ba viên</u>.	Take <u>three capsules</u> of this medicine <u>a day</u>.
Anh uống thuốc nầy <u>một lần ba viên</u>.	Take <u>three capsules</u> of this medicine <u>each time</u>.
Anh uống thuốc nầy <u>bốn giờ một viên</u>.	Take <u>one capsule</u> of this medicine <u>every four hours</u>.
Anh uống thuốc nầy <u>ba giờ một lần</u>.	Take this medicine <u>once every three hours</u>.

25. <u>Expansion Drill</u>

Uống thuốc và nằm nghỉ. (khoẻ)	Take the medicine and lie down [and] rest. (be well)
Uống thuốc và nằm nghỉ cho khoẻ.	Take the medicine and lie down [and] rest so [you'll] be well.
Đem quần áo nầy đi giặt. (sạch)	Take these clothes [and] wash [them]. (clean)
Đem quần áo nầy đi giặt cho sạch.	Take these clothes [and] wash [them] so [they'll] be clean.
Đem chén bát nầy đi rửa. (sạch)	Take these dishes [and] wash [them]. (clean)
Đem chén bát nầy đi rửa cho sạch.	Take these dishes [and] wash [them] so [they'll] be clean.
Chị đi lau bụi bàn ghế. (sạch)	Go [and] dust the furniture. (clean)
Chị đi lau bụi bàn ghế cho sạch.	Go [and] dust the furniture so [it'll] be clean.
Em đi chải tóc. (đẹp)	Go and comb your hair. (pretty)
Em đi chải tóc cho đẹp.	Go [and] comb your hair so [it'll] be pretty.

D. NARRATION

Anh Hiệp đi khám bịnh. Anh ấy nói với bác-sĩ là anh ấy bị
nhức đầu và mệt mỏi trong người. Bác-sĩ nghĩ là anh ấy bị cúm.
Thấy tai anh Hiệp đỏ, ông ấy hỏi anh Hiệp có bị sốt không. Anh
Hiệp nói là anh ấy bị sốt sơ sơ và bị cay mắt. Bác-sĩ bảo anh
Hiệp há miệng và le lưỡi cho ông ấy xem. Thấy anh Hiệp có nhiều
rang sâu, ông ấy khuyên anh ta nên đi nha-sĩ chữa và dọa là nếu
để lâu thì anh ấy không còn rang mà ăn cơm. Anh Hiệp cho biết là
sợ bị nhổ rang. Bác-sĩ tiếp tục khám, ông hỏi anh Hiệp có bị khó
thở và nặng trong ngực không. Anh Hiệp nói là anh ấy chỉ bị nghẹt
mũi, nhưng hơi đau bụng vì ăn không tiêu. Bác-sĩ kết-luận là anh
Hiệp bị cảm khá nặng. Ông ấy cho thuốc và dặn anh Hiệp về nhà
uống mỗi ngày ba lần, và nằm nghỉ cho khoẻ.

Vocabulary and Notes

đi khám bịnh	get an examination, consult (a doctor about one's illness)
khuyên	to advise, recommend
dọa	to threaten, warn
tiếp tục	to continue (doing something)
kết-luận	to conclude, decide (as a result of an investigation)

E. QUESTIONS ON THE NARRATION

1. Anh Hiệp đi đâu?   Where does Hiệp go?

2. Anh ấy nói gì với bác-sĩ?   What does he say to the doctor?

3. Anh ấy có bị sốt không?   Does he have a fever?

4. Bác-sĩ bảo anh Hiệp làm gì?   What does the doctor tell Hiệp
                                        to do?

5. Tại sao bác-sĩ khuyên anh   Why the doctor advise Hiệp to
   Hiệp nên đi nha-sĩ?   (that he should) go to a
                                        dentist?

6. Ông ấy dọa anh Hiệp ra sao?   What warning does he give Hiệp
                                         (how does he warn Hiệp)?

7. Khi tiếp tục khám, bác-sĩ   When he continues his examina-
   hỏi anh Hiệp cái gì?   tion, what does the doctor
                                         ask Hiệp?

8. Anh Hiệp trả lời ra sao?   How does Hiệp answer?

9. Bác-sĩ kết-luận như thế nào?   What is the doctor's conclusion
                                         (how does the doctor
                                         conclude)?

10. Ông ấy dặn anh Hiệp làm gì?   What does he instruct Hiệp to
                                         do?

F. SUPPLEMENTARY VOCABULARY

Use the following supplementary vocabulary for free conver-
sation and for writing short compositions.

1. Body parts

(cái) đầu	head	(cái) đầu gối	knee
(con) mắt	eye(s)	(cái) đùi	thigh
(cái) mũi	nose	(cái) bắp chân	calf of the leg
(cái) miệng	mouth	(cái) mắt cá	ankle
(cái) lưỡi	tongue	(cái) cổ tay	wrist
(cái) tai	ear(s)	(cái) cùi chỏ	elbow
(cái) tay,		ngón tay	finger
cánh tay	arm(s)	ngón chân	toe
(cái) tay,		(trái) tim	heart (organ)
bàn tay	hand(s)	(khúc) ruột	intestines
(cái) vai	shoulder	(lá) gan	liver
(cái) lưng	back	(buồng) phổi	lungs
(cái) ngực	chest	(bộ) óc	brain
(cái) mông	hip(s)	da đầu	scalp
(cái) bụng	stomach	(cái) móng tay	fingernail(s)
(cái) chân	leg(s)	(cái) móng chân	toenail(s)
(cái) chân,		lòng bàn tay	palm of the hand
bàn chân	foot, feet	lòng bàn chân	sole of the foot

(cái) cổ	neck	(cái) lông mi	eyelash
(cái) cổ họng,		(hàng) lông mày	eyebrow
cuống họng	throat	(sợi) tóc	hair (of head)
(cái) răng	tooth, teeth	(sợi) lông	hair (of body)
(cái) lợi	gums		

2. Ailments

bị nhức đầu	have a headache	bị cụt chân	have an amputa-
bị đau bụng	have a stomachache		ted leg
bị cảm	have a cold	ho	to cough
bị sốt	have a fever	hát hơi	to sneeze
bị đau	be ill	nấc cụt	to hiccup
bị đau cổ	have a sore throat	nôn, mửa	to vomit
bị gãy chân	have a broken	run	to tremble
	leg	sốt rét	malaria
bị sưng tay	have a swollen	dịch tả	cholera
	arm	dịch hạch	plague
bị ngứa tay	have an itch	sưng phổi	pneumonia
bị mù	be blind	kiết-ly	dysentery
bị điếc	be deaf	đậu mùa	smallpox
bị què	be lame	bị phỏng	to be burnt
		bị nổi mề đay	have a rash

VIETNAMESE–ENGLISH GLOSSARY

This glossary includes all the vocabulary items introduced in this book, as well as those contained in the Glossary of Eleanor H. Jorden et al., <u>Vietnamese Basic Course</u>, 2 volumes, Washington, D.C., Foreign Service Institute, 1967, so that it may be used independently of the Jorden volumes. Each entry is followed by an indication of the lesson and section in which it first occurs; those items followed only by a number occur in Section A: Dialogue of the lesson indicated; items from Jorden are followed by a J; e.g.

15   Introduced in Lesson 15, Section A: Dialogue
15B   Introduced in Lesson 15, Section B: Grammar Notes
15C   Introduced in Lesson 15, Section C: Drills
15D   Introduced in Lesson 15, Section D: Narration
15F   Introduced in Lesson 15, Section F: Supplementary
        Vocabulary
J   Introduced in Jorden, <u>Vietnamese Basic Course</u>

Entries are listed in the traditional Vietnamese dictionary order: A Ă Â B C CH D Đ E Ê G GI H I K KH L M N NG NH O Ô Ơ P PH Q R S T TH TR U Ư V X Y. Internally, tones are listed in the following order: a á à ả ã ạ (a = any vowel).

The following abbreviations are used in the Glossary:

clf.	classifier	lit:	literally
e.g.	for example	n.	noun
Eng.	English	NVN:	Northern Vietnamese
Fr.	French	SVN:	Southern Vietnamese
i.e.	that is	tv.	transitive verb
iv.	intransitive verb	v.	verb

A

à Oh!; (final particle
   expressing surprise or
   lively interest) J

ạ (final particle indicating
   politeness, concern,
   affection, etc.) 2

ai who; someone; anyone J

anh older brother; Mr. J;
   I (older male to younger
   relative or acquaintance,
   or husband to wife); you
   (younger relative or
   acquaintance to older male
   relative or acquaintance or
   wife to husband) 9C

Anh England; English J

anh cả eldest brother 7

anh chị you and your wife
   (lit: older brother and
   sister) 12

anh chị ấy they (i.e. husband
   and wife) 12D

anh chị em brothers and
   sisters J

anh em bạn dì cousins
   (i.e. male cousin and son
   or daughter of dì) 12F

anh em cô cậu cousins
   (i.e. son of cậu and son or
   daughter of cô) 12F

anh em chú bác cousins
   (i.e. son of bác and son or
   daughter of chú) 12F

anh nầy this fellow, this guy
   (i.e. you) 15

anh rể brother-in-law 12F

ảnh (=anh ấy) he, his 3

áo shirt, coat, dress 9

áo dài long dress (the long
   split tunic typically worn
   by Vietnamese women) 14

áo đầm dress 13F

áo len sweater 13C

áo lót undershirt 13F

áo mang-tô coat 13F

áo mưa raincoat 13F

áo sơ-mi shirt 13F

Ă

ăn to eat J

ăn không tiêu to be unable to
   digest one's food, to have
   indigestion 15

ăn uống to eat and drink 11F

Â

ấm warm 8F

ấm (nấu nước) kettle 9F

ẩm wet, damp, humid 8F

ấy (demonstrative adjective)
   that, those J

B

ba three J

ba father J; I, me, my
   (father to child); you, your
   (child to father) 9

Ba-lê Paris J

bà grandmother; Mrs. J; I
   (grandmother to grandchild);

you (grandchild to grand-
mother) 9C

bà con relative(s) J

bà cố (nội/ngoại) great-grand-
mother 12F

ba má Mom and Dad J

bà nội paternal grandmother
12F

bà ngoại maternal grandmother
12F

bà tổ (nội/ngoại) great-great-
grandmother 12F

bà (=bà ấy) she, her 3C

bác uncle (i.e. father's older
brother) or aunt (i.e.
father's older brother's
wife) 12F

bác-sĩ doctor 7

bác tài driver 3

bạc silver 14F

bài lesson, composition 1
(clf. for compositions,
articles, songs, etc.) 2F;
playing cards 10F

bài báo newspaper article 1F

bài hát song 9C

ban section, division 2

bán to sell J

bán chạy to sell well, be in
demand, move (of merchandise)
11

bán chạy như tôm tươi to sell
like hot cakes 11

bàn table 9

bàn to talk back and forth,
carry on a discussion 1D

bàn chải brush 9F

bàn chải đánh răng toothbrush
14F

bàn chải tóc hairbrush 14F

bàn chân foot 15F

bàn ghế furniture 9

bàn ủi iron 9F

bàn về to discuss, talk over
1D

bạn friend J

bảng đen blackboard 1F

banh ball 10C

bánh cake, pastry; any food
made of flour 10

bánh phồng tôm shrimp chips 10

bão storm 8F

bao giờ when?; when, whenever
8

bao lâu how long?(of time);
however long J

bao nhiêu how much?, how many?;
however much, whatever
amount J

báo newspaper J

báo chí journalism, the press
7

báo Chính-Luận the Chính-Luận
newspaper 9C

báo Tin-Điện the Tin-Điện
newspaper 9C

bảo to instruct, tell, advise
7

bảo-tàng-viện museum 3F

bát large bowl 9

bảy seven J

bắc north, northern 3F

bang to cross, go over,
 go straight across 3

băng tape (Fr. bande) 10

băng nhạc music tape, cassette
 10

băng qua to cross over 3F

bằng by means of J

bằng lòng satisfied 7F

báp chân calf of the leg 15F

bắt đầu to begin (to) 8

bận to be busy, occupied 5

bận rộn busy 7F

bất not, without 4

bất ngờ sudden(ly),
 unexpected(ly) 4

bất tiện is inconvenient J

bây giờ now J

bé (=nhỏ) small 4

bể to break, shatter (iv);
 broken, shattered 9

bên side J

bên tay mặt right hand side J

bên tay trái left hand side J

bến station, stand, landing 3

bến xe đò bus station J

bền to be durable, lasting 14

bếp stove 4F

bị to experience, undergo, be
 subjected to (something
 undesirable) 4

bị cảm have a cold 15F

bị cụt chân have an amputated
 leg 15F

bị đau be ill 15F

bị đau cổ have a sore throat
 15F

bị đau bụng have a stomachache
 15F

bị điếc be deaf 15F

bị gãy chân have a broken leg
 15F

bị mù be blind 15F

bị nổi mề đay have a rash 15F

bị nhức đầu have a headache
 15F

bị ngứa have an itch 15F

bị phỏng to be burnt 15F

bị què be lame 15F

bị sốt have a fever 15F

bị sưng tay have a swollen
 arm 15F

bia beer 5

biển ocean 8F

biết to know J

bịnh (NVN: bệnh) illness,
 sickness, disease 15

bịnh ho lao tuberculosis 15C

bịnh kiết-ly dysentery 15C

bịnh sốt rét malaria 15C

bò ox, cow; beef 5D

bỏ to drop, to put J

bóng shadow, shade, silhouette;
 light 3

bóp wallet 13F

bộ ministry J

bộ (clf. for suits, sets,
 collections, etc.) 13F

bộ (đồ) 'veste' suit 13F

Bộ Giáo-dục Ministry of
 Education J

Bộ Y-tế Ministry of Health J

bốn four J

bông (=hoa) flower 9

bù-xù ruffled, tousled,
    dishevelled 13

búa hammer 14F

bục platform 1F

bụi dust, dirt 9

bụi rậm shrub 9F

bùn mud 8F

bụng stomach 15F

buổi chiều afternoon J

buổi sáng morning J

buổi tối evening J

buổi trua noontime J

buôn to buy (in order to sell),
    to deal in 11

buôn bán to do business, be in
    business 12C

buồn sad, unhappy, gloomy 5C

buồng (clf. for bunches of
    bananas and certain internal
    organs) 15F

bữa day, time 13

bữa nay today J

bức (clf. for walls, curtains,
    paintings) 9F

buu-điện postoffice 3F

                    C

cá fish J

cá chiên fried fish 6F

cá hấp steamed fish 6F

cá kho braised fish 6F

cá lóc a kind of fresh water
    fish 6

cà-phê coffee J

cà-vạt necktie (Fr. cravate)
    13

cả all of, the whole 7

cả hai both J

các (pluralizer) J

cách distant from, separated
    from 11

cách đây from here, ago 11

cách đây hai ba năm two or
    three years ago 11

cái (clf. for units of
    inanimate objects) J

cái cuốc a hoe 9

cái cua a saw 14F

cái gạt tàn thuốc ashtray 4F

cái kìm pliers, pincers 14F

cái nịt belt 13F

cái xẻng a spade 9

cải-lương Vietnamese opera 5

cam orange (n.) 13

cảm to catch cold, have a
    cold; a cold 15

cảm ơn to thank J

cán handle, stem 10C

canh soup, broth 6

canh bún tàu soy-bean noodle
    soup 6F

canh cải cabbage soup 6F

cánh (clf. for fields, sails,
    wings) 8F

cánh tay arm 15F

cao to be high, tall; noble,
    lofty 14

cao-độ elevation 8F

cao-học graduate (studies) 2

Cao-ly Korea J

cao-nguyên plateau 8F
cao-ốc building 3F
cay is spicy J
cay mắt to have stinging eyes,
    to burn (in the eyes) 15
Cam-Bốt Cambodia J
cắm to insert, put into,
    stick into 9
can compartment, section
    (of a larger building) 4D
can nhà apartment, flat (in a
    row of attached houses) 4D
cắt to cut 1
cắt móng tay cut one's
    fingernails 13F
cắt nghĩa to explain
    (to delineate the meaning)
    1
cần to need J
cần dùng to need (something);
    be necessary (for a specific
    use) 10
cẩn thận to be careful,
    cautious, attentive 9
câu sentence 1; (clf. for
    units of speech or writing)
    2F
câu chuyện story, conversation
    5D
câu-lạc-bộ (social) club 5F
cầu toilet J
cầu thang stairs 9F
cậu uncle (mother's older or
    younger brother); Master
    (general title or classifier

for young men); second
    person pronoun used between
    close (young) friends in
    urban circles 7; you
    (intimate) 13
cây (clf. for units of plants,
    trees, pens, pencils and
    umbrellas) J
cây bông cúc chrysanthemum
    plant 9
cây bông hồng rosebush 9
cây cối plants, vegetation
    8F
có to have; there is, there
    are J; then, in fact,
    indeed 2
có lẽ maybe, possibly J
có mặt be present J
có thêm have further, have
    more, have in addition 12
có vẻ to have the appearance;
    look, seem 5C
coi to look at, watch J
con child (offspring) J; I,
    me, my (child to parent);
    you, your (parent to child)
    9; (clf. for animals,
    rivers, roads, knives) 8F
con cháu children (offspring)
    12F
con gái daughter; girl J
con tim heart (as a locus of
    the emotions) 15F
con trai son; boy J
còn to remain, be left; still
    J

cô aunt; Miss; you J; aunt
(i.e. father's sister); I
(aunt to niece/nephew);
you (niece/nephew to aunt)
9C

cô bán hàng salesgirl 14D

cô̂ (= cô ấy) she; her 3C

cổ neck 15F

cổ họng throat 15F

cổ tay wrist 15F

công-chức civil servant 7

công-trường plaza, circle J

cỡ size 14

cởi to take off, remove 15

cơm cooked rice; food, meal,
cuisine 6

cơm chiên fried rice 6F

cơm tối evening meal, dinner
9

cơm trưa noon meal, lunch 9

cũ is old (of things) J

cua crab 5D

của to belong to; of J

cúc chrysanthemum 9

cùi chỏ elbow 15F

cúm influenza, flu 15

cùng same J

cũng also, too J; still,
nevertheless 1; rather,
quite 4   J

cũng...không kém no less...
than, just as...as 14

cũng...không kém gì...cả not
at all less...than, every
bit as...as 14

cũng...như just as...as 1

cuốc to hoe, dig (with a
chopping motion) 9

cuốn (clf. for units of bound
volumes) J

cuộn (clf. for rolls, spools,
scrolls, etc.) 10

cụt chân have a ampulated leg
15F

cú go ahead J

cú việc to feel free (to), to
go ahead (and) 1

cưa to saw; a saw 14F

cửa door, opening, entrance;
(clf. for shops, stores) 11

cửa sổ window 1F

cửa tiệm shop, store 11

cực miserable, poor 8

cưới to marry, wed (tv) 12

cưới vợ to take a wife, get
married (of a man only) 8C

cười to smile, laugh; laugh
at, make fun of 11F

Cựu-Kim-Sơn San Francisco J

CH

cha father J; you (child to
father); I (father to child)
9B

cha chồng father-in-law (i.e.
husband's father) 12F

cha mẹ parents J

cha vợ father-in-law (i.e.
wife's father) 12F

chà Oh! J

chả giò egg roll, meat roll 6

chai bottle, bottleful J

chai bia   a bottle of beer   6F
chai sô-đa   a bottle of soda 6F
chai rượu   a bottle of wine   6F
chải   to comb, brush   13C
chải đầu   to comb one's hair
   13C
chải quần áo   brush one's
   clothes   13F
chánh-phủ   government   J
chào   hello, goodbye   J
chảo   pan   9F
cháu   grandchild; nephew/niece
   J; you (grandparent to
   grandchild, or aunt/uncle to
   niece/nephew); I (grandchild
   to grandparent, or niece/
   nephew to aunt/uncle)   9C
cháu lớn   the oldest child   12
cháu gái   granddaughter; niece
   12F
cháu nội   grandchild (i.e.
   son's child)   12F
cháu ngoại   grandchild (i.e.
   daughter's child)   12F
cháu trai   grandson; nephew
   12F
chạy   to run   J
chắc   probably; is certain, is
   sure   J
cham chỉ   industrious   7F
cham học   to study hard   9C
chan   blanket   13F
chẳng   not, not at all
   (stronger than không)   13
chát   great-grandchild   12F
chậm   is slow   J

chân (SVN: chơn, chưn)   foot,
   leg   15
chén   (small) bowl, (small)
   bowlful   J
chén bát   dishes   9
chê   to jeer, mock, scoff (at)
   13D
chế nước   to pour drinks   11F
chỉ   to point, point out   J;
   to instruct, indicate, show
   how to   3D
chỉ   only, merely, simply, just
   7
chỉ   thread   14F
chỉ (=chị ấy)   she; her   3C
chỉ có   only, it's only   14
chỉ dẫn   to explain, inform,
   advise   2
chị   older sister   J; you (to
   older sister or female
   acquaintance); I (to younger
   sibling or acquaintance)   9C
chị dâu   sister-in-law (i.e.
   wife of anh)   12F
chị em bạn dì   cousins
   (i.e. female cousin and son
   or daughter of dì)   12F
chị em cô cậu   cousins
   (i.e. daughter of cậu and
   son or daughter of cô)   12F
chị em chú bác   cousins
   (i.e. daughter of bác and
   son or daughter of chú)   12F
chị giúp việc   maid, female
   servant   9D
chị ở   maid, female servant   9

chìa khóa key ʒ

chiếc single; (clf. for units
   of vehicles) J

chiên to deep-fry 6F

chiếu mat 4F

chiếu to shine, to project
   (pictures) 3

chiếu bóng movie 6C

chiều afternoon J

chín nine J

chính-trị-học political
   science 2F

chít great-great-grandchild
   12F

chịu to bear, endure; consent,
   agree 8

cho to give; let J; as,
   serving as; for 6D; cause
   to be, making it, so that
   13D

cho biết to inform, let it be
   known 4D

cho tới until J

chọc to tease, annoy 13D

chọn to choose, select 10

chỗ place, point 1

chổi broom 9

chồng husband J

chớ but (of course), but
   (obviously) 8

chớ (NVN: chú) I assume, I
   suppose, of course; aren't
   you?, isn't it?, etc. 10

chớ để lâu if [you] let [it]
   go (for long) 15

chở to carry, transport

(on a vehicle) 3

chợ market J

chơi to play, to have a good
   time; for fun, in fun J

chơi bài to play cards 11F

chơi trò chơi to play games
   11F

chú uncle (i.e. father's
   younger brother) 12F

chủ nhựt Sunday J

chua sour 5D

chùa pagoda J

chục (unit of ten or twelve) J

chúng mình we (intimate,
   inclusive) 2

chúng nó they (children) J

chúng ta we, us (including
   person addressed) J

chúng tôi we, us (excluding
   person addressed) J

chút bit, instant, moment 3

chuyện story, tale, affair,
   matter 4

chữ letter, word, writing,
   character 10

(chữ) a name of the letter a
   10B

(chữ) á name of the letter a
   10B

(chữ) bê, bờ name of the
   letter b 10B

(chữ) ca, cờ name of the
   letter k 10B

(chữ) cu name of the letter q
   10B

(chữ) dê, dờ name of the
   letter d 10B
(chữ) đê, đờ name of the
   letter đ 10B
(chữ) e name of the letter e
   10B
(chữ) e-lờ, lờ name of the
   letter l 10B
(chữ) em-mờ, mờ name of the
   letter m 10B
(chữ) en-nờ, nờ name of the
   letter n 10B
(chữ) e-phờ name of the
   (French) letter f 10B
(chữ) e-rờ, rờ name of the
   letter r 10B
(chữ) ét-xờ name of the letter
   s 10B
(chữ) ê name of the letter ê
   10B
(chữ) gê, gờ name of the
   letter g 10B
(chữ) gi name of the (French)
   letter j 10B
(chữ) hát, hờ name of the
   letter h 10B
(chữ) hoa capital (letter) 10B
(chữ) i (ngắn) name of the
   letter i 10B
(chữ) i-gờ-rết, i dài name of
   the letter y 10B
(chữ) ít-xì name of the letter
   x 10B
(chữ) o name of the letter o
   10B

(chữ) ô name of the letter ô
   10B
(chữ) ơ name of the letter ơ
   10B
(chữ) ớ name of the letter â
   10B
(chữ) pê, phê, phờ name of
   the letter p 10B
(chữ) tê, tờ name of the
   letter t 10B
(chữ) u name of the letter u
   10B
(chữ) ư name of the letter ư
   10B
(chữ) vê, vờ name of the
   letter v 10B
(chữ) vê-đúp, đúp-lờ-vê name
   of the (French) letter w
   10B
(chữ) xê name of the letter c
   10B
(chữ) zéd name of the letter
   z 10B
chưa not yet; yet? J
chưa...lần nào hết never 6
chữa to repair, fix; to cure
   15
chửi to scold 13C
chừng about, approximately J;
   amount, extent, degree 14
chừng đó that amount, that
   much 14
chừng nào when? (in the
   future or in general) J;
   when, whenever (conj.)

chương   chapter 1F

D

da   skin 15C

da đầu   scalp 15F

dạ   (introductory word of
respect) J

dài   to be long, lengthy, drawn
out 14

dám   to dare, venture 12

danh-sách khách   guest list
10F

dao   knife 14F

dạy   to teach J

dặn   to instruct, to advise 1

dấm   vinegar 5D

dẫn   to lead 4

dâu   daughter-in-law 12F

dấu   diacritic, mark, symbol
10B

(dấu) gạch nối   name of the
symbol - (hyphen) 10B

(dấu) hỏi   name of the tone
mark (ˀ) 10B

(dấu) huyền   name of the tone
mark (ˋ) 10B

(dấu) nặng   name of the tone
mark (.) 10B

(dấu) ngã   name of the tone
mark (~) 10B

(dấu) sắc   name of the tone
mark (ˊ) 10B

dậy   to rise, get up, wake up
8C

dễ   easy 1

dễ chịu   agreeable, pleasant
(lit: easy to endure) 8

dễ thương   cute, lovable
(lit: easy to love) 12D

dì   aunt (i.e. mother's sister)
12F

dĩ nhiên   natural, obvious 10

dĩ nhiên là   naturally...,
obviously..., of course...
10

dĩa   plate, plateful J

dịch   to translate 1F

dịch-hạch   plague 15F

dịch-tả   cholera 15F

diện   smart, elegant, well-
dressed; dress up 13

do   to be caused, due to 14D

do đó   therefore, for that
reason 14D

dọa   to threaten, warn 15D

dọn   to move (residence); to
arrange, put in order 12

dọn dẹp   to arrange, put in
order 9

dơ   to be dirty, soiled 13

dơ hết rồi   all are dirty
already 13D

dớ   socks 13F

dở   is of poor quality, is bad
tasting; is uninteresting J

dù   umbrella J

dùng   to use; eat; drink J

dùng cơm   to have a meal 4

dụng-cụ   tool(s) 14F

dũ   fierce, violent; extremely,
very 15

dược-khoa pharmacy 2F

dược-sĩ pharmacist 7F

dưới under, below; lower 10

dượng uncle (i.e. husband of
cô or dì) 12F .

Đ

Đa-kao a section of Saigon 3

đã to have already (done
something) 8; first,
beforehand, already 14

đã lâu for a long time, a long
time ago 11D

đã...mà lại...nữa not only...
but also 14

đã vậy mà còn...nữa not only
that, but also... 8

Đài-Bắc Taipei J

đại-học higher studies,
university education 2

Đài-Loan Taiwan J

đại-sứ ambassador J

đàn flock, herd, group,
category 4D

đàn bà women (in general) 4D

đang (SVN: đương) be engaged
in, in the process of 2

đánh to hit, strike 13C

đánh răng brush one's teeth
13F

đánh vần to spell 10B

đáp lại to reply, respond 8D

đạp to push with bottom of
foot, step on, pedal 11

đau to be sick, to hurt, to

ache (more general than
nhức) 15

đau bụng have a stomachache
15F

đau cổ have a sore throat 15F

đằng location, direction J

đằng kia over there J

đằng kia kìa right over there
J

đằng sau in back J

đằng trước in front J

đặt to place, put; to set up
9C

đặt bàn to set the table 9C

đậm dark, strong 13

đất soil, earth 8F

đâu where?; anywhere; wherever
J

đâu emphatic negative
(restricted) 4

đâu có not at all 4

đầu head 4

đầu gối knee 15F

đầu tóc hair of the head, the
hair 13

đậu beans, peas 10

đậu mùa smallpox 15F

đậu phộng (NVN: lạc) peanuts
10

đậu phộng rang roasted peanuts
10

đây here; this J

đẩy to push 13C

đem to bring J

đen black 13

đèn lamp 4F

đèn xanh đèn đỏ traffic light
3F

đeo to wear, put on (jewelry,
glasses, watches) 13C

đẹp is good-looking, is pretty,
is beautiful J

đề nghị (là) to suggest,
propose (that); suggestion,
proposal 3D

để in order to, for the
purpose of; to put, place,
leave 9

đến to arrive, come J

đi to go, set out for J;
(hortatory final particle)
15B

đi an ngoài go out to eat 5F

đi an tiệm go out to eat, go
out to a restaurant, eat out
5F

đi bát phố go window-shopping
5F

đi bộ to walk J

đi bơi go swimming 5F

đi buôn do business, be in
business 11

đi cắt tóc get a haircut 13F

đi câu cá go fishing 5F

đi cầu go to the toilet J

đi coi cải-lương see an opera
5F

đi coi hát go to a movie,
play, opera, etc. 5

đi chơi núi go mountain-
climbing, go hiking in the

mountains, go hiking 8C

đi dạo go for a stroll 4F

đi du-lịch take a pleasure
trip 5F

đi dự tiệc go to a party 5F

đi khám bịnh get an examination
consult (a doctor about one
one's) illness 15D

đi học to go to school 8

đi hớt tóc go to the barber's
7C

đi lại move around, travel
around 12C

đi làm đầu have one's hair
done 13F

đi mua đồ go shopping J

đi nghe diễn-thuyết go to a
lecture 5

đi nhà bang go banking J

đi nhảy go dancing 5F

đi nhậu go drinking 5F

đi thi take an examination 2F

đi về phía go toward, walk
toward 11C

đi xe tác-xi take a taxi J

đi xem cảnh go sightseeing 5F

đi xem chiếu bóng go to a movie
5F

đi xi-nê go to a movie 5F

đĩa dish(es) 14F

đĩa hát record(s) 10F

địa earth, land 2

địa, địa-lý geography 2F

địa-chỉ address (n.) 11

điếc deaf 15F

điện-thoại telephone J

đinh nail(s) 14F

định to plan, intend (to) J

định-nghĩa definition 1F

đó there, that, that kind of J; (emphatic final particle) 15

đỏ red 13

đoạn paragraph 1F

đọc to read J

đọc theo to imitate, to repeat after (lit: to read after) 1

đói hungry; hunger 8C

đói bụng is hungry J

đòi to ask for, ask to, request 9D

đón to meet, greet, welcome J

đón khách to greet guests 11F

đòn low stool 4F

đóng to close 15C

đóng cửa close the door 11F

đồ things, stuff J

đồ hộp canned foods 14F

đồ tám bathing suit 13F

đồ trang-sức jewelry 14F

đổ rác throw out the garbage 9F

độc thân to be single, unmarried 4

đôi pair, couple 13; (clf. for pairs) 13F; double J

đôi giày pair of shoes 10C

đồi hill 8F

đổi to exchange, transfer 12

đội to put on, wear (on the head) 13C

đội nón, mũ put on or wear

a hat 13F

đông winter 8

đông east, eastern 3F

đông-bắc northeast, northeastern 3F

Đông-Kinh Tokyo J

đông-nam southeast, southeastern 3F

đồng (clf. for units of piasters) J

đồng (rice) field 8F

đồng bằng lowland, delta 8F

đồng-hồ watch, clock J

đồng-nghiệp colleague 10C

đồng-ý to agree 6D

đợi to wait J

đủ enough, sufficient 6; all, fully 8D

đủ bốn mùa all four seasons 8D

đùi thigh 15F

đúng is exact, is correct J

đúng giờ on time 13C

đưa to lead, convey, give, hand 13

đứa (clf. for children) J

đứng to stand J

đừng don't J

được to receive, obtain; can, is able; is O.k J; to experience (something desirable), to have the opportunity to 2

đường sugar J

đường street J

đường Ngô Tùng Châu Ngô Tùng Châu street 11

E

em   younger brother or sister
  J; I (younger to older
  sibling or acquaintance, or
  wife to husband); you (older
  to younger sibling or
  acquaintance, or husband to
  wife) 9C

em bé   child(ren) 4

em dâu   sister-in-law (i.e.
  (i.e. wife of em) 12F

em gái   younger sister J

em rể   brother-in-law
  (i.e. husband of em) 12F

em trai   younger brother J

Ê

ể   slow, poor (of business) 11

G

ga   train station (Fr. gare) J

gạch   brick 14F

gan   liver 15F

gạo   husked rice 12C

gạt tàn thuốc   to stub out a
  cigarette; ashtray 4F

gãy chân   have a broken leg
  15F

gắn   to attach, affix 11

gặp   to meet J

gần   is near; nearly J

gấp   to be urgent, pressing 14

ghé lại   to stop by J

ghét   to hate, detest 7

ghế   chair 9

ghế đầu   tall stool 4F

góc   corner J

gỏi   meat salad 6

gỗ   wood 14F

gội đầu   wash one's hair 13F

gởi   to send J

GI

gì   what? what kind of?;
  anything, whatever J

gia-đình   family J

giá   to cost; the cost, the
  price J

già   old, elderly, aged 7

giải   sash 13F

giải nghĩa   to explain 1F

giải thích   to explain,
  elucidate 2D

giáo-sư   teacher (secondary
  or university) 1D

giáo-viên   teacher (elementary
  school) 7F

giàu (NVN: giàu)   to be rich,
  wealthy 7

giày (NVN: giày)   shoe(s) 3

giặt   to wash (clothes), to
  launder 9

giây   second (of time) 12C

giây thắt lưng   bell 13F

giây thép   telegram J

giấy   paper J

giấy chiếu-khán   visa J

giấy máy bay   airplane ticket
  J

giấy thông-hành   passport J

giặt đồ do the laundry 9F

giẻ cloth, rag 9F

gió wind; windy 8F

giỏi is good, is capable, is
  well J

giờ o'clock, hour J

giở to lift, raise (arms,
  legs); open (a book); to
  undo, untie, unwrap 15

giở lên to lift up (arms,
  legs) 15

giới-thiệu to introduce J

giùm for, as a help to J

giúp to help, assist 9

giúp ý-kiến to help out with
  ideas, contribute one's
  opinion 10D

giữ to keep, reserve J

giường bed 4F

H

há (=hả) to open (the mouth)
  15

hạ (=hè) summer 8

hai two J

hai năm nay rồi for two years
  now, for the past two years
  12

hai thước bảy two meters
  seventy (centimeters) 14

hải-cảng harbor 3F

Hán-Thành Seoul J

hàng cloth, material; goods,
  merchandise 14

hàng rào fence 9F

hãng company, firm 3F

hát to sing, perform (an
  opera, etc.) 5

hay is good, is interesting J

hay often, frequently 8

hay or J

...hay...cũng được either...
  or...will be O.k.   6D

hát hơi to sneeze 15F

hân-hạnh to be honored,
  pleased 4

hấp to steam (with double-
  boiler) 6F

hấp dẫn to be attractive,
  interesting 5

hè sang năm summer next year,
  next summer 8C

hẻm alley, lane 3

hết to run out, be used up;
  entirely, (not) at all,
  (most) of all J

hiện at present, presently 12

hiểu to understand J

hình picture, photograph,
  image, form 12

hình như to seem, appear, seem
  as if, look as if 11

ho to cough 15F

ho lao tuberculosis 15F

họ they, people in general J

hóa-học chemistry 2F

Hoa-Thịnh-Đốn Washington (D.C.)
  J

hỏa-hoạn fire 8F

học to study J

học hành to study 12C

học hỏi   to study, to learn   2

hỏi   to ask   J

họp   to meet, convene,
    assemble 10

hồ   lake   8F

hối   to urge, to hurry
    (someone)   13

hồi   time (in the past)   4;
    when (in the past)   7

hồi nào   when? (in the past)   J

hôm   day   J

hôm nào   when?, what day?; some
    day   5; whenever, whatever
    day   11

hôm nay   today   J

hôm nọ   the other day   11

hôm qua   yesterday   J

Hồng-đa   Honda   11

hồng   pink, rose (in color)   9

hộp quẹt   matches   J

hơi   rather, fairly   1

hơi gấp   be rather pressed for
    time, rather in a hurry   14

hơn   more, more than   J

hơn nữa   furthermore, moreover
    14

hợp   to suit, match, go with
    13

hút   to smoke   J

Hương-Cảng   Hongkong   5

hướng   direction, orientation
    3F

I

ít   few, small (in quantity);
    rare   8

K

kem đánh răng   toothpaste   14F

kém   to be less, short of,
    inferior to, poor at   14

kẹo   candy   14F

kể   to tell, narrate, indicate,
    mention   4

kể chuyện cười (khôi hài)   to
    tell jokes   11F

kết-luận (là)   to conclude,
    decide (as a result of
    investigation)   15D

kêu   to call, order   J

kia   over there   J

kia kìa   right over there   J

kìa   over there within sight   J

kiếm   to look for   J

kiếm được   to find   J

kiểng   decorative plant, flower,
    shrub   9

kiết-ly   dysentery   15F

kinh-tế   economics   2F

kìm   to pinch, squeeze;
    pliers   14F

kỳ thi   examination   2F

kỹ   is careful   J

kỹ-sư   engineering   2F

KH

khá   is rather good   J

khác   is different   J

khách   guest   9

khách-sạn   hotel   J

khám   to examine   15

khăn lau bảng   eraser   1F

khăn lông   towel 13F

khăn quàng   scarf 13F

khăn tay   handkerchief 13C

khen   to praise, commend,
   congratulate 4D

khéo léo   clever, skillful 7F

khi   time, occasion J; when
   (conj) 7B

kho   to braise in fish sauce
   (fish or meat) 6

khó   difficult 1

khó chịu   unpleasant,
   disagreeable, uncomfortable,
   hard to take 8

khó khăn   difficult 12

khoa-học   science 2F

khoảng   about, approximately
   8D

khoẻ   strong, well, healthy 15

khỏi   out, out of, free of,
   clear of 3

khô   dry 8F

khôi-hài   funny, witty 11F

không   (negative auxiliary;
   final question particle) J

không (dấu)   name of the
   unmarked tone 10B

không được sao   can't one?,
   isn't it possible to? 13

không...mấy   not so much, not
   very, not to any extent 6

không những đã...mà lại...nữa
   [it's] not only...but [it's]
   also...   14D

không sao   it doesn't matter   J

khu   area, district, section;

(clf. for areas, expanses)
   8F

khúc   (clf. for sections,
   portions, or stretches of
   roads, rivers, intestines,
   etc.; clf. for songs,
   musical compositions, poems,
   etc.) 15F

khuyên (là)   to advise,
   recommend 7D, 15D

L

lá   leaf J; (clf. for playing
   cards, sails, letters and
   certain internal organs)
   15F

là   (copula) is   J; (relative
   pronoun) that, as follows
   1D

lạ   strange, odd, unfamiliar 2

lai rai   intermittent,
   leisurely 5

lái   to drive (a car)   J

lại   to reach, get to, go to
   (a place close by); (after
   a verb) again, over again
   J; (before a verb) to again
   (do something), to resume
   (doing something) 1D; on
   the other hand, contrarily
   3D, 7

lại chẳng được   why can't you,
   why isn't it possible to
   (rhetorical question
   implying the affirmative) 13

làm to do, to make, to work J

làm ăn earn a living 12

làm bể to break, cause to
  break 9

làm công-chức to work for the
  government, be a government
  employee 7

làm ngân-hàng do banking, work
  in a bank 7

làm ơn do a favor; please J

làm ruộng to be a (wet rice)
  farmer 7

làm sao how?, in what way? 1

làm việc to work J

làm vườn to plant a garden
  9F

lãnh-sự consul J

lạnh cold 8F

lạnh cóng freezing, frozen 8F

Lào Laos J

lạt light (of color) 13

lau to wipe, rub 9

lau khô người dry oneself 13F

lau nhà scrub the floor 9F

la-ve beer J

lắm very J

lần times, occurrences J

lần trước the last time, the
  previous time 1

lẫn with, together with, as
  well as 14D

lập to set up, establish 4D,
  11

lập gia-đình get married
  (lit: establish a family)
  4D, 11

lâu is long (of time) J

lâu lâu now and then,
  occasionally 13

lâu lâu...một bữa once in a
  while 13

lấy to take, get 9

lấy ra get out, take out 13

lầy lội muddy 8F

lè (=le) to extend, stick out
  (the tongue) 15

lẻ to be odd, fractional;
  (in a numeral) and, plus J

leo climb (up) 12

leo thang go up, escalate
  (lit: climb a ladder) 12

lên to go up 5; up,
  increasingly 13

lịch calendar 8

lịch-sử history 2

liên tiếp continuously,
  incessantly, without
  stopping 8

liền (following a verb)
  immediately, directly,
  without delay 13; (before
  a verb) proceed to, go right
  ahead and 3D

lo to worry (about), attend
  (to), take care (of) 9

lo về be concerned with J

lọ vase, jar, bottle 9

loại kind, type, category 7

lòng bàn chân sole of the foot
  15F

lòng bàn tay palm of the hand
  15F

lỗi   about, approximately 8

lỗi   mistake J

lông   hair (of the body) 15F

lông mày   eyebrow 15F

lông mi   eyelash 15F

lợi   gums 15F

lớn   is big J

lớp   class, grade, rank;
   classroom 1D, 12

lớp ba   third grde 12

lớp học   class session, class
   period, course 1D

lụa   silk cloth 14F

Luân-Đôn   London J

luận   composition, essay 2F

luận-án   thesis, dissertation
   (doctoral) 2

luật   law 7

luật-khoa   law 2F

luật-sư   lawyer 7

lúc   time, moment, instant;
   when (conj) 4D, 8

lúc nào cũng   always,
   invariably 13

lúc nầy   now, these days, at
   the present 8

lui   backward 3F

lùi   to cook in the fire, bake
   (e.g. sweet potatoes) 6F

luộc   to boil in water, cook
   6F

luôn tiện   at the same time
   13D

lụt   a flood, flooding; to
   flood 8

lựa   to choose 14C

lung   back (of the body) 15F

lược   a comb 14F

lưỡi   tongue 15

lươn   eel 6

Lương Sơn Bá, Chúc Anh Đài
   name of a well-known Chinese
   opera 5

ly   glass, glassful J

ly nước cam   a glass of orange
   juice 6F

ly nước   a glass of water 6F

ly nước dừa   a glass of coconut
   juice 6F

ly nước mía   a glass of sugar-
   cane juice 6F

ly nước ngọt   a glass of soft
   drink 6F

ly sữa   a glass of milk 6F

M

má   mother; I (mother to child);
   you (child to mother) 9

mà   yet, but yet, that
   (surpringly) 2; if
   (surprisingly, contrary to
   expectation) 9; (relative
   pronoun) that, which, who 10

mai   tomorrow J

mái hiên   porch 9F

mái nhà   roof 9F

mang   wear attached to the body,
   put on (shoes, socks,
   glasses, watches, guns etc.)
   13

mang giày   put on or wear shoes
   13F

mang nịt put on or wear a belt
  13F
mang ví carry a purse 13F
mạnh strong, healthy, vigorous
  10
mạnh khỏe healthy 7F
Ma-ní Manila J
mát to be cool (comfortable)
  8C, 14
mau is fast J
mau lên increasingly fast,
  quickly; hurry up and... 13
màu color 13
màu bọt-đỏ maroon (bordeaux)
  color 13
màu cà-phê sữa tan (café-au-
  lait) color 13
màu rượu chát maroon (wine)
  color 13
màu xanh da trời sky-blue
  color 13
màu xanh lá cây green (tree
  leaf blue) color 13
màu xanh lam royal blue color
  13
màu xanh lục green (green-blue)
  color 13
màu xanh nước biển marine-blue
  color 13
may to sew, make (clothing),
  tailor 14
máy motor, engine 11
máy bay airplane J
máy chiếu hình slide projector
  10F
máy hát phonograph 10F

máy thâu thanh radio 10F
máy (vô-tuyến) truyền hình
  television 10F
mắc is expensive J
mắc mỏ expensive, high (of
  cost of living) 12D
mặc to wear, put on 9C, 13
mặc áo put on or wear a shirt
  13F
mặc dầu although, even though
  3D
mặc đồ 'veste' put on or wear
  a suit 13F
mặc quần put on or wear pants
  13F
mặc quần áo get dressed 13F
mặn salty 6
mắt eye(s) 15
mắt cá ankle 15F
mặt face 10
mặt right (side) J
mặt trăng moon 8F
mặt trời sun 8F
mất to lose; to spend; to die
  5
mất mùa bad harvest, harvest
  failure 8C
mẫu-giáo kindergarten 12C
mấy how many? J; some,
  several 4
mấy tây what date? J
mẹ mother J; I (mother to
  child); you (child to mother)
  9B
mẹ chồng mother-in-law (i.e.
  husband's mother) 12F

mẹ vợ mother-in-law
  (i.e. wife's mother) 12F

mền blanket 13F

mệt tired, exhausted 5C

mệt mỏi to be tired,
  exhausted, worn out 15

mì egg noodle soup 6F

mì xào fried noodles with
  pork 6F

miền region 8

miền Cao-nguyên the Highlands
  J

miền Trung Central Vietnam 8

miệng mouth 15

mình body, self; I; we
  (intimate, inclusive); you
  (to husband or wife), Dear
  4

mỏi to be tired (with respect to
  to a specific part of the
  body) 15

mọi all, every 10

món dish (of menu), course
  (of meal), item (of budget),
  kinds, etc. 5

món ăn chơi hors d'oeuvre,
  appetizer 5

món khai-vị appetizers 10F

mong to expect, hope to,
  anticipate 2

móng chân toenail(s) 15F

móng tay fingernail(s) 15F

mỗi each 14

môn subject, field (of study)
  2

mông hip(s) 15F

một one J

một chút a little, a little
  bit, just a moment 3

một ít a few, some 10; a
  little 15

một trong những one of, one
  among 1D

mở to open (a door, window);
  to turn on, start (lights,
  motor, etc.) 15C

mở cửa to open the door 11F

mợ aunt (i.e. wife of cậu)

mới is new; just J; then,
  only then, thereupon,
  therefore 1D

mới...có only, just,
  precisely, to the extent of
  2

mời to invite; be invited,
  please 4

mù blind 15F

mũ hat 13C

mua to buy J

mua sắm to shop, do the
  shopping 10C

mùa season; harvest 8

mùa nắng the hot season, sunny
  season 8

mũi nose 15

muối salt J

muốn to want (to) J

muỗng spoon, spoonful J

mưa rain; to rain 8;
  rainy 8F

mửa to vomit 15F

mực   ink   1F

mười   ten   J

mướn   to rent   J

mượn   to borrow   J

mượn Long đôi vớ   borrow a pair
 of socks [from] Long   13D

Mỹ   America; American   J

N

nam   south, southern   3F

Nam-Vang   Phnom Penh   J

nạn   distaster, calamity,
 catastrophe   8D

nào   what?, which?; any,
 whichever   J

nay   this, these (in time
 expressions)   J

này (SVN: nầy)   this, these;
 this kind of   4

năm   five   J

năm   year   J

năm ngoái   last year   J

nằm   to lie down   J

nắng   to be sunny, hot (of
 weather)   8

nặng   to be heavy, serious   15

nấc cụt   to hiccup   15F

nâu   brown   13

nấu   to cook, cause to boil   6F

nấu cơm   to cook (rice),
 prepare a meal   9C

nấu nướng   to cook, do the
 cooking   10C

nầy (NVN: này)   this, this
 kind of   J

nem   meat roll, fermented pork
 roll   5D

nên   so, therefore   J; should
 7

nếu   if   6

nĩa   fork   14F

nó   it   J

nọ   the other (used only after
 hôm and cái)   11

nói   to speak, say   J

nói chuyện   to converse, chat
 4

nón   hat   13C

nón lá   conical straw hat   J

nóng   hot   8F

nóng và ẩm   muggy   8F

nồi   pot   9F

nổi mề đay   have a rash   15F

nội   paternal side of the
 family (lit: inside)   7

nội-hóa   local goods;
 indigenous, of local
 manufacture   14

nôn   to vomit   15F

nông-gia   farmer · 7F

nở   to bloom, to open; to hatch,
 expand   9

nở bông   to flower, be in bloom,
 to blossom   9

nơi   place, location   2

nụ   bud   9

núi   hill, mountain   8C

nuôi   to feed, support, rear
 11

nửa   half   J

nữa   more, further   J

nước   water; liquid   J
nước đá   ice   8F
nước mắm   fish sauce   J
nước ngọt   soft (sweet) drink
    6
nước trà   tea   J
nướng   to barbecue (meat over
    a fire), to roast, to bake   6
    6F
Nửu-Ước   New York   J

NG

ngã tư   intersection   3F
ngạc nhiên   to be surprised   2D
ngàn   thousand   J
ngay   right away, immediately
    J
ngày   day   J
ngắn   short (of length or time)
    15C
ngân-hàng   a bank; banking   7
nghe   to hear, listen;
    (hortatory final particle)
    J; to sound, seem, smell   5
nghe nhạc   listen to music   11F
nghèo   poor   7C
nghẹt   obstructed, stopped up;
    choked, strangled   15
nghề   occupation, profession,
    trade   7
nghỉ   to cease, stop (doing
    something), quit, rest   11
nghỉ học   to quit school   11
nghĩ   think   6D
nghĩa   meaning   1D

nghĩa là   that is to say   J
ngoài   outside   8
ngoại   outside, external   14
ngoại-giao   diplomacy, foreign
    relations   7
ngoại-ngữ   foreign language   2F
ngoại-quốc   foreign contries;
    foreign, abroad; imported
    14
ngói   tile   14F
ngon   tasty   J
ngón chân   toe   15F
ngón tay   finger   15F
ngọn   (clf. for mountains,
    hills, peaks, flames, flags,
    lamps, etc.)   8F
ngọt   is sweet   J
ngôi   throne; (clf. for star)
    8F
ngờ   to suspect, believe,
    expect, realize   4, 14
ngồi   to sit   J
ngủ   to sleep   15C
Nguyễn văn Hảo   (name of a
    theater in Saigon)   5
ngứa   to itch, have an itch
    15F
ngực   chest, breast   15
người   person; (clf. for
    persons)   J; body, self   15
người lạ   stranger, outsider,
    foreigner   2
người ta   someone, one, they
    (impersonal, indefinite)   13

NH

nha-khoa dentistry 2F

nha-sĩ dentist 15

nhà house, building J;
  family, household 7; we
  (i.e. the family, the house)

nhà bang bank 3F

nhà bếp kitchen 9C

nhà có khách we're having
  guests 9

nhà cửa house, home 9

nhà ga railroad station J

nhà giấy thép postoffice 3F

nhà hàng store, restaurant J

nhà ngoại-giao diplomat 7

nhà quê countryside, rural
  area 7

nhà tôi my house; my wife;
  my husband J

nhà thờ church J

nhà thương hospital J

nhà xe garage 9

nhạc music 10

nhạc-mẫu mother-in-law
  (formal) 12F

nhạc-phụ father-in-law
  (formal) 12F

nhanh fast, quick, rapid 13C

nhau each other, reciprocally
  11D

nhảy to dance 11F; to jump,
  leap, hop 13C

nhảy đầm dancing 10F

nhân-loại-học anthropology
  2F

nhân-viên personnel J

nhật-báo daily newspaper 1F

nhậu to snack and drink
  (alcohol), have drinks and
  hors d'oeuvres 5

nhé (=nghe) (mild imperative
  final particle) 4

nhỉ (final particle soliciting
  agreement) right?, don't you
  think so? 8; how about it?,
  do you know? 12

nhiều much, many, a great
  deal, lots J

nhỏ small J

nhổ to pull out, pull up,
  extract, uproot 15

nhớ to remember J

nhớ ra to recall, succeed in
  remembering 11D

nhờ to ask (a favor), request
  J; to rely on, depend on
  (for something) 2; thanks
  to 4

nhúng to dip, immerse 5D

như is similar J; such as,
  like 5D

như xưa as before, as formerly,
  as always 12

nhức to ache, pain, have an
  ache, have a pain 15

nhức đầu to have a headache
  15

nhưng but J

những (nominal pluralizer)
  some, several, the various...
  9C

nhút (NVN: nhất) first, most
   3
Nhựt Japan; Japanese J

O

óc brain 15F

Ô

ổ khóa a lock 9F
ông grandfather; Mr. (to older
   or respected male); I
   (grandfather to grandchild);
   you (grandchild to grand-
   father) 9C
ông cố (nội/ngoại) great-
   grandfather 12F
ông gìa mình my dad, my old
   man (slang) 7
ông nội paternal grandfather
   7
ông nhà your husband 4
ông ngoại maternal
   grandfather 12F
ông tổ (nội/ngoại) great-
   great-grandfather 12F
ổng (=ông ấy) he, him, his 3C

Ơ

ở be located in; live, stay,
   reside J
ở lại to stay, stay behind 4
ở ngoài đó out there 8
ớt (chili) pepper J

P

pạc-ty party (‹ Fr. ‹ Eng.) 11D

PH

phải is right; must, have to
   J
phản a low plat platform for
   sitting or sleeping 4F
Pháp France; French J
phấn chalk 1F
Phi-Luật-Tân Philippines J
phía side, direction 11C
phóng-viên journalist,
   reporter 7
phòng a room J
phòng ăn dining room 9F
phòng khách living room,
   guest-room, parlor 9C
phòng ngủ bedroom 9C
phòng tám bathroom 9F
phỏng to be burnt, swollen
   15F
phố downtown J
phổi lungs 15F
phồng to swell, puff up,
   puff out 10
phở rice noodle soup 6F
phút minute J

Q

qùa · to cross over J
qúa very J
quanh around; to surround 8
quanh năm throughout the year,
   the year round 8

quay lại   turn around   3F
quần   trousers   9
quần áo   clothes, clothing   9
quần lót   underpants   13F
quận   district   J
quận-trưởng   district chief   J
què   lame   15F
quen   to know; be acquainted
    with   J
quẹo   make a turn   J
quét   to sweep, to brush   9
quét nhà   sweep the house   9F
quét sân   sweep the yard   9F
quên   to forget   J
quốc   country, nation   14
quyết   to decide (to), be
    determined (to)   5D
quyết định   to decide (to)   5D

R

ra   to go (or come) out   J
ra khỏi   go out of, exit   3
ra sao   to be how; how is it,
    how is it going?   5D
ra trường   get out of school,
    graduate   7
rang   to dry-fry, roast
    (i.e. peanuts, popcorn)
    5D, 6F
rảnh   to be free, at leisure   5
rảnh rang   free (unoccupied)
    7F
rạp   theater   3
rạp chiếu bóng   moviehouse   5F
rạp chiếu bóng Casino   the
    Casino movie theater   3

rạp hát   operahouse   5F
rạp xi-nê   moviehouse   5F
rau cải   vegetables   14F
rau cải xào   stir-fried
    cabbage   6F
răng   tooth, teeth   15
răng sâu   decayed tooth, cavity
    (lit: worm [eaten] tooth)
    15
rằng   as follows, that   7D
rất   very   J
rẻ   is cheap   J
rể   son-in-law   12F
rõ   clear; clearly   J
rồi   already; then, and then   J
rộng   big, roomy, spacious   15C
ruộng   (wet) ricefield   7
ruột   intestines   15F
run   to tremble   15F
rửa   to wash (the surface of
    anything)   9
rửa chén   wash the dishes   9F
rửa mặt   wash one's face   13F
rửa tay   wash one's hands   13F
rừng   forest   8F
rưởi   (and) a half   J
rượu   alcoholic drink   10
rượu mạnh   hard liquor   10

S

sa-mạc   desert   8F
sách   book   J
sạch   to be clean   13
sai   wrong, incorrect   J
sai   to send (on a mission),
    assign (a task) to,

command 9D

sàn nhà floor 9F

sản-xuất to produce 12

sáng morning J; bright 8F

sao star 8F

sao (initially) why?;
   (finally) how? J;
   then...?!, really?! 8;
   how about it? 14

sau after, back of J

sau khi after (the time
   [that]) 7

sáu six J

say get drunk 11F

sắc handbag 13F

sắm to buy 10C

sẵn sàng to be ready,
   prepared 14C

sắp soon, about to J

sấm thunderstorm 8F

sân yard 9F

sân máy bay airport J

sân vận-động auditorium 5F

sâu worm, insect, germ 15

sẽ will (definitely) 11B, 15B

sét lightning 8F

sinh (=sanh) be born, give
   birth to 12

sinh đôi be born a pair,
   be twins 12

sinh-sản to reproduce
   (of humans, animals) 12D

sinh-vật-học biology 2F

sinh-viên (unversity) student
   1D

soạn to prepare 1

sòng bạc casino 5F

số number J

sông river 8F

sống to be alive, be living
   7

sốt fever; to have fever, be hot
   hot 15

sốt rét malaria 15F

sơ-mi shirt (Fr. chemise) 13

sơ sơ a little, somewhat;
   in a rudimentary fashion 15

sở office J

sợ to fear, be afraid of 15

sớm early J

sơn paint; to paint 10C

sung sướng happy 7C

suối spring, stream 8F

su-phạm pedagogy 2F

sứ-quán embassy J

sử history 2

sử-địa history and geography
   2

sửa to fix, repair 9C

sữa milk J

sưng tay have a swollen hand
   or arm 15F

sườn xào chua ngọt sweet and
   sour spare ribs 6F

sương dew, frost 8F

sương mù fog, mist; foggy 8F

sưng phổi pneumonia 15F

T

ta (demonstrative adjective)
   that, the one previously
   referred to

tả to describe 1F

tách cup, cupful J

tách cà-phê a cup of coffee
   6F

tách trà a cup of tea 6F

tai ear(s) 15

tài-liệu documents, data 2

tài-xế tắc-xi taxi-driver 7F

tại because J

tan to dissolve, melt,
   disperse 5

tan sở after work 5

tạp-chí magazine 14

tạp dề apron 13F

Tàu China; Chinese J

tay hand, arm 15

tắm take a bath 13F

tấm (clf. for flat or thin
   objects, such as planks,
   boards, bolts of cloth,
   tickets, pictures, etc.) 1F

tấm ván board 9F

tập writing tablet, exercise
   book 1F

tập-sự be in training, be an
   apprentice 7

tất socks 13F

tất cả all, all together J

tây west, western 10

tây-bắc northwest,
   northwestern 3F

tây-nam southwest.
   southwestern 3F

tây-phương the West, the
   Occident; Western 10

tên name; be named J

tiếc to regret, be sorry J

tiệc trà party, tea party 2D

tiệm shop 3F

tiệm an restaurant 3F

tiệm bán đồ chơi toy store
   14F

tiệm bán thức an food store
   14F

tiệm bàn ghế furniture store
   14F

tiệm cơm restaurant 14F

tiệm chụp hình photographer's
   shop 14F

tiệm giày shoe shop 3

tiệm giải-khát refreshment
   shop 5F

tiệm giặt ủi laundry 14F

tiệm gỗ lumber store 14F

tiệm hớt tóc barbershop 14F

tiệm kẹo candy store 14F

tiệm kim-hoàng jewelry store
   14F

tiệm may tailor shop 14

tiệm nhảy dancehall 5F

tiệm nữ trang jewelry store
   14F

tiệm nước refreshment shop
   5F

tiệm quần áo clothing store
   14F

tiệm rượu liquor store 14F

tiệm sách bookstore 14F

tiệm tạp hóa sundry shop 14F

tiệm thuốc drugstore,
   pharmacy 14F

tiệm uốn tóc beauty salon 14F

tiệm vải fabric shop 14D

tiền money J

tiễn khách say goodbye to the
  guests 11F

tiện convenient, handy 10

tiếng language 1

tiếp to continue; further,
  more 8D, 15

tiếp tục to continue
  (doing something) 15D

tiêu (black) pepper J

tiêu to digest; to spend,
  disperse 15

tiểu-học primary education
  2F

tim (clf. con) heart (as a
  locus of the emotions)

tim (clf. trái) heart (as an
  organ) 15F

tím purple to violet 13

tìm to look for, search for 2

tìm ra to find 4

tính to figure, calculate
  10D

tỉnh province J

tòa đại-sú embassy J

tòa lãnh-sự consulate J

toán mathematics 2F

toàn entire, complete, whole,
  perfect 2

toàn...không entirely, all,
  all without exception 2

tóc hair (of the head) 13

tô (large) bowl, (large)
  bowlful J

tôi I, me, my J

tối evening J; dark 8F

tôm shrimp 10

tôm chiên chua ngọt sweet and
  sour shrimp 6F

tôm tươi fresh shrimp 11

tốn tiền costly, expensive
  10C

tốt is of good quality J

tờ (clf. for sheet-like units
  made of paper) J

tới arrive, get to; until J;
  forward 3F

tủ cabinet, closet 10

tủ áo closet, wardrobe 13

tủ lạnh refrigerator 4F

tủ sách bookcase (with doors)
  10

tuần week J

tuộc-nơ-vít screwdriver 14F

tuổi age; (counter for years
  of age) J

tuồng play, piece, performance
  5

tuy although, in spite of 8

tuy nhiên however, nevertheless
  8

tùy [it's] up to, [it] depends
  on; to follow 6

tuyết snow 8F

tư fourth J

từ from, since J

tự self, oneself, on one's
  own 4D

tự-do to be free 7

tự-điển dictionary J

tự-nhiên to be natural, feel
   free; naturally, of course
   14

từng story, floor, level,
   shelf 10; (clf. for units
   of floors or stories) J

từng dưới lower shelf 10

tươi fresh (of food), bright
   (of color) 11

tưới to water (plants, etc.)
   9C

tương-lai future, the
   future 7D

tường wall 9F

tưởng to believe (wrongly),
   to have the wrong idea 8

tửu-quán bar 5F

                    TH

thác waterfall 8F

Thái-Lan Thailand J

thang ladder 12

tháng month J

tháng ba March J

tháng bảy July J

tháng chạp December J

tháng chín September J

tháng giêng January J

tháng hai February J

tháng mười October J

tháng mười một November J

tháng năm May J

tháng sáu June J

tháng tám August J

tháng tư April J

tháng trước last month J

thành-công successful 7F

thành-phố city 7C

thay to change, replace 12

thay đồ change one's clothes,
   get dressed 13F

thay đổi to change, be changed,
   become different 12

thay vì instead of 10D

thăm to visit 4

thăm bạn visit friends 5F

thằng (title and clf. for
   young boys or inferiors) 7

thằng em mình my kid brother
   7

thẳng straight ahead 3F

thắt tie (a knot), wear
   (a necktie) 13

thấy to see; to find J; to
   feel, sense, find 15

thấy khỏe to feel good, feel
   well 5C

thầy (title of respect for
   masculine teachers, scholars,
   and white-collar workers) 1

thầy (=thầy ấy) he, him, his
   3C

theo to follow J; following,
   accordingly, likewise 1B;
   along, according to 7D

thế manner, way; thus

thế à? really?, is that so? 1

thế cho nên therefore, thus,
   that's why 14

thế nào how?, in what way?;
   by all means, at any rate
thêm to add, increase J;
   further, additionally,
   more 12B
thêm vào là... to put in, add,
   say further that... 4D
thi đậu pass an examination
   2F
thi rớt fail an examination
   2F
thì if ...then; as for 3B10;
   7B3,4; 7B14
thì giờ time 4
thích to like (to); be fond
   of 6
thích...hơn to like more,
   to prefer 6
thiên-tai natural disaster
   8C
thiếu to be short of, to lack,
   be insufficient 6
thím aunt (i.e. wife of chú)
   12F
thịt meat J
thịt bò xào stir-fried beef
   6F
thịt gà kho sả chicken
   braised with lemon grass
   6F
thịt kho tàu Chinese braised
   pork 6F
thôi (initially) well, by the
   way; (finally) only, just
   J

thông-dịch-viên translator J
thông-minh intelligent 7F
thông-ngôn interpreter J
thơ letter, mail J
thơ-ký secretary J
thở to breathe 15
thợ hớt tóc barber 7F, 15C
thợ máy mechanic 15C
thợ thuyền blue-collar worker
   7F
thời-tiết weather, atmosphere
   8
thơm to be fragrant, smell
   good 9
thu fall, autumn 8
Thủ-đức (name of a district
   north of Saigon) 5
thùng pail 9F
thuốc medicine, drug;
   tobacco, cigarette 15
thư-viện library J
thứ sort, type, kind, category
   6
thứ ba Tuesday J
thứ bảy Saturday J
thứ cần dùng necessities,
   essential things, provisions
   10
thứ hai Monday J
thứ năm Thursday J
thứ nào what kind? 6
thứ sáu Friday J
thứ tư Wednesday J
thử to try J; (after a verb)
   as a trial, experimentally,

tentatively 5B

thưa (introductory word of
respect) J; 4B1a

thức things, individual items
10

thức ăn food, things to eat
10

thức uống drinks 10F

thực-đơn menu 14C

thức khuya stay up late 13C

thước meter; rule 14

thương to love, be fond of
12D

thương-gia businessman 7F

thương-mại business 2F

thường ordinary, usual;
ordinarily, usually 8

TR

trả to return, give back J

trả lời to answer J

trả tiền to pay J

trái wrong J

trái tim heart (as an organ)
15F

trang page 1

trang-hoàng to decorate,
adorn 10

tránh to avoid, dodge 7

trăm hundred J

trắng white 13

trần nhà ceiling 9F

trễ late J

trên on, upon 3

trò chơi game(s) 10F

trong in, inside 2D, 4

trong clear 8F

trổ to bloom, open, sprout 9D

trộm cướp burglary, robbery
8C

trông to look, appear, seem
4C, 11

trông quen to look familiar
11

trống vacant, empty J

trồng (NVN: giồng) to plant,
set out; to grow, cultivate
9

trồng cây plant a plant 9F

trở lại to return, go (or
come) back J

trời sky; weather; heaven 8

trung central J

trung-học middle school,
high school (grades 6-12) 12

trưa noontime J

trước before, last, in front
J

trước mặt in front, facing J

trường school J

trường đại-học university 2

trường học school 3F

U

ủa (exclamation of surprise)
J

ủi đồ (quần áo) do the ironing
9F

uống to drink J

U'

ước to estimate; approximately

ương to be stubborn, hard-
headed

V

và and J

vai shoulder 15F

vài a few, some, several
2D, 8

vải cloth, material, fabric
14D

vải bông cotton cloth 14F

Vạn-Tượng Vientiene J

vào (=vô) to enter, go in,
come in (typically NVN, but
also used in SVN) 4D

vàng gold 13

váy skirt 13F

văn-chương literature 2F

văn-khoa Faculty of Letters
2

vần alphabet 10B

vẫn still, as usual 4

vẫn còn still, as usual 4

vâng (SVN: dạ) yes 2

vật thing, animal, being 12

vật-giá price of goods, cost
of living 12

vật-lý physics 2F

vậy like that; then, if that's
the case J

vậy à really? J

về to return (home); go
(or come) back; about,

concerning J

về sau later on, afterwards
7

ví wallet 13F

vì because 2

vì...mới since...then 2D

vì vậy so, therefore 2D

vì vậy mà... that's why... 7

việc work, affair, business
10

việc ẩm-thực food and drink
(i.e. business of drinking
and eating) 10

viên (clf. for small round
objects or objects of
regular shape, such as
pills, bullets, bricks,
tiles) 15C

viết pen; to write J

viết chì pencil 1F

viết mực pen 1F

VN (vê en) names of the letters
letters VN 10

Việt Vietnamese J

Việt-Nam Việtnam; Vietnamese
J

võng hammock 4F

Vọng-Các Bangkok J

vô (=vào) to enter, go in,
come in 4

vớ socks 13

vợ wife J

vợ con wife and children,
family 4

với with, and J

với nhau   together,
  reciprocally 11D
vũ-trường   dancehall 5F
vui   happy, joyful 12C
vui vẻ   happy, joyful, gay,
  cheerful 13C
vừa   to have just (done
  something) 1
vừa lúc ấy   just then, at
  that moment 4D
vừa...vừa...   simultaneously,
  at the same time, be both...
  and... 3
vữa   mortar 9F
vườn   garden, yard, orchard 9

X

xa   far J
xà-bông   soap 14F
xà-phòng   soap 14F
xám   gray 13
xanh   blue to green 13
xanh đậm   dark blue, dark
  green 13
xào   to stir-fry 6F
xảy ra (NVN: xẩy ra)   to
  happen, occur, come about,
  take place 8D
xăng   gasoline J
xấu   is unattractive, is of
  poor quality J
xe   vehicle J
xe buýt   (local) bus   J
xe đạp   bicycle 11
xe đò   (interprovince) bus   J

xe gắn máy   motorbike, small
  motorcycle 11
xe hơi   car   J
xe lam   3-wheeled taxi-bus
  (from 'Lambretta') 3
xe lửa   train   J
xe máy   bicycle   J
xe tác-xi   J
xe thổ mộ   horse-drawn wagon
  J
xe xích-lô   pedicab   J
xem   to watch, observe, see 9
xem qua   to look through, look
  over, inspect 14
xẻng   shovel 9F
xếp   to fold, to arrange 1
xếp lại   to fold back again
  (i.e. to close) 1
xin   to beg, ask for, request
  J; please 1B
xin lỗi   to beg forgiveness   J
xi-nê   cinema 7C
xinh   pretty, cute 12
xong   to finish, to complete
  1; finished, through, ready
  13
xốc-xếch   untidy, disarranged,
  slovenly 13
xuân   spring (season) 8
xuống   go down, get off 3
xưa   old, ancient, former 12
xưởng   factory 8F

Y

y-khoa   medicine 2F
ý-kiến   opinion, viewpoint 6

The following Index provides a convenient reference to all
the points of grammar discussed under Section B: Grammar Notes in
the fifteen lessons; those topics which contain the word 'Summary'
are particularly important. Those topics which contain a Viet-
namese word are alphabetized by the Vietnamese word, and in
English alphabetical order. The numbers following each topic
refer to the lesson and grammar note in which it is discussed;
e.g. 9:15 means Lesson 9, (Section B) Grammar Note 15.

BIBLIOGRAPHY

The following sources have been useful in the preparation of this book:

Huffman, Franklin E., _Modern Spoken Cambodian_, New Haven and London, Yale University Press, 1970.

Jones, Robert B., and Hùynh Sanh Thông, _Introduction to Spoken Vietnamese_, Washington, D.C., American Council of Learned Societies, 1957.

Jorden, Eleanor H., Charles R. Sheehan, Nguyễn Hy Quang, and Associates, _Vietnamese Basic Course_, 2 volumes, Washington, D.C., Foreign Service Institute, 1967.

Lê Van Lý, _Le parler vietnamien_, Paris, Imprimerie-Editions Hương-Anh, 1948.

Nguyễn Đang Liêm, _Intermediate Vietnamese_, 2 volumes, South Orange, N.J., Seton Hall University Press, 1971.

Nguyễn Đình Hòa, _Vietnamese-English Dictionary_, Rutland, Vt. and Tokyo, Charles E. Tuttle, 1967.

Thompson, Laurence C., 'Endocentricity in Vietnamese syntax', in G. B. Milner and Eugénie J. A. Henderson, eds., _Indo-Pacific Linguistic Studies_ II, Amsterdam, North-Holland Publishing Company, 1965, pp. 17-31.

Thompson, Laurence C., _A Vietnamese Grammar_, Seattle, University of Washington Press, 1965.

Thompson, Laurence C., and Nguyễn Đức Hiệp, _A Vietnamese Reader_, Seattle, University of Washington Press, 1961.

Trần Trọng Hải, 'Vietnamese terms of address', Unpublished paper, Cornell University Department of Anthropology, 1972.

Milton Keynes UK
Ingram Content Group UK Ltd.
UKHW022234130624
444101UK00001BA/68